யோகி

ஓர் ஆன்மிக அரசியல்

சாந்தனு குப்தா

இந்திய எழுத்தாளர், TEdx பேச்சாளர் மற்றும் அரசியல் ஆய்வாளர் ஆவார். இவரது *The Monk who became Cheif Minister* என்ற நூல் அமேஸான் இணையதள விற்பனையகப் பகுதியின் அறிமுக உரையில் 'புனைவில்லா புத்தகங்கள் வரிசையில் 2017-ஆம் ஆண்டின் மிகவும் மறக்க முடியாத நூல்' என்ற பெயரைப் பெற்றுள்ளது. சாந்தனு குப்தா GB பந்த் பல்கலைக் கழகத்திலிருந்து பொறியியல் பட்டமும், ஜாம்ஷெட்பூர் XLRI கல்வி நிலையத்தில் இருந்து மேலாண்மை கல்வியும், இங்கிலாந்து நாட்டிலுள்ள சசெக்ஸ் பல்கலைகழகத்தில் உள்ள IDS கல்வி பிரிவில் அரசியல் மற்றும் கொள்கைகள் பாடத்தில் முதுகலை பயின்றவர்.

இந்தியா, சுவிட்சர்லாந்து, சைப்ரஸ், ஹங்கேரி மற்றும் இஸ்ரேல் போன்ற நகரங்களில் ஷந்தனு குப்தா 10 ஆண்டுகளுக்கும் மேலாக செயல்முறை மற்றும் மேலாண்மை ஆலோசகராக பணியாற்றி வருகிறார். மேலும் இவர் ஜெர்மனி, மலேசியா மற்றும் ஸ்ரீலங்காவில் நடைபெற்ற பொருளாதாரம் மற்றும் கொள்கை தொடர்பான சர்வதேச மாநாடுகளில் இந்தியாவின் பிரதிநிதியாக பங்கேற்று சிறப்பித்துள்ளார்.

SG சூர்யா

சூர்யா பொது விவகாரங்கள் குறித்த பேச்சாளர், எழுத்தாளர், கட்டுரையாளர், கொள்கை நிபுணர், கல்வியாளர், சமூக நடவடிக்கைகளுக்கான செயல் வீரர் மற்றும் பேரார்வம் கொண்ட மாணவர் வழிகாட்டி என பன்முக தோற்றங்கள் கொண்ட பண்பாளர். கோவை PSG கலை அறிவியல் கல்லூரியில் வணிக மேலாண்மை முதுகலை பட்டம் பெற்று பின்பு புனே ILS சட்டக் கல்லூரியில் சட்டம் பயின்றவர்.

சென்னை உயர் நீதிமன்றத்தில் வழக்குரைஞராக பணியாற்றும் SG சூர்யா, தமிழக பா.ஜ.க இளைஞர் அணியின் மாநில துணை தலைவராக தற்போது பொறுப்பு வகித்து வருகிறார்.

யோகி

ஓர் ஆன்மிக அரசியல்

சாந்தனு குப்தா

SG சூர்யா

கிழக்கு

யோகி: ஓர் ஆன்மிக அரசியல்
Yogi: Orr Aanmiga Arasiyal
Shantanu Gupta, SG Surya ©

Authorised translation of the book *The Monk Who Became Chief Minister*

First Edition: April 2019
208 Pages
Printed in India.

ISBN 978-81-8493-988-0
Kizhakku 1152

Kizhakku Pathippagam
177/103, First Floor, Ambal's Building, Lloyds Road,
Royapettah, Chennai - 600 014. Ph: +91-44-4200-9603
Email : support@nhm.in Website : www.nhm.in

kizhakkupathippagam kizhakku_nhm

Kizhakku Pathippagam is an imprint of New Horizon Media Private Limited

உள்ளே

ஆன்மிக அரசியல்

பாரதம் ஆச்சரியங்கள் நிறைந்த நாடு என்று சொல்வார்கள். அந்த தேசத்தின் மிகத் துல்லியமான நபர் ஒருவரின் வாழ்க்கை வரலாறும் அப்படி இருப்பதில் எந்த ஆச்சரியமும் இருக்க முடியாது அல்லவா... யோகி ஆதித்யநாத்தின் வாழ்க்கை வரலாறு அப்படி ஒரு ஆச்சரியப் பெட்டகமாக இருக்கிறது.

பாரதத்தின் மிகப் பெரிய மாநிலம் உத்தர பிரதேசம். உலகின் பல நாடுகளில் இருக்கும் மக்கள் தொகையை விட இந்த ஒற்றை மாநிலத்தில் மக்கள் தொகை அதிகம். அந்த மாநிலத்தின் முதல்வராக ஆகியிருக்கும் யோகி ஆதித்யநாத்தின் இளம் பருவம் எளிய பெற்றோர்கள், அன்பான உடன்பிறப்புகள், அரவணைக்கும் உற்றார்கள், நட்பான ஊர் மக்கள் என எல்லா சராசரி மனிதரையும் போலவே தான் ஆரம்பித்திருக்கிறது. எல்லா சராசரி மனிதர்களையும் போலவே பள்ளிக் கல்வி முடித்து கல்லூரிக்குச் சென்றிருக்கிறார். ஆனால், அதன் பிறகு நடந்தவை சாதாரணமானவை அல்ல. சரித்திரம்!

இளமைத் துடிப்பு மிகுந்தவராக இருந்த அஜய், தன் ஆழ் மன உத்தரவை ஏற்று, கோரக்நாத் மடத்தில் சேர்ந்து சன்யாசம் பெறுகிறார். பொதுவாக ஒருவர் சன்யாசம் பெறுகிறார் என்றால் உலக விஷயங்களில் இருந்து ஒதுங்குகிறார் என்று தான் அர்த்தம். ஆனால், இங்கோ சன்யாசம் பெற்ற பிறகே யோகி ஆதித்யநாத் சமூக சேவைகளுக்குள் தீவிரமாக ஈடுபடுகிறார்! ஏனென்றால் கோரக்நாத் மடாலயம் என்பது அப்படியான சமூக சேவைகளை பல நூற்றாண்டுகளுக்கு முன்பிருந்தே செய்து வருகிறது. இதைவிடப் பெரிய ஆச்சரியம் என்னவென்றால், அந்த கோரக்நாத் மடாலயத்தின் சார்பில் ஏராளமான முஸ்லிம்களும் பெண்களும் யோகிகளாக தீட்சை பெற்றிருக்கிறார்கள்! சமூக அக்கறையும் சமய நல்லிணக்கமும் கோரக்நாத் மடத்தின் ஆன்மாவாக

இருக்கின்றன. எனவே அந்தப் பாரம்பரியத்தில் வந்த யோகி ஆதித்யநாத்தும் அதே பாதையில் அனைவரையும் அரவணைத்து அனைவரின் வளர்ச்சிக்காகவும் பாடுபடுகிறார்.

ஐந்து முறை நாடாளுமன்றத் தேர்தலில் போட்டியிட்டு ஐந்திலும் வெற்றி பெற்றிருக்கிறார் யோகி. கோரக்நாத் மடத்தின் சார்பில் தினமும் மக்கள் குறை கேட்பு முகாம் நடத்தி அதில் முன்வைக்கப்படும் கோரிக்கைகளை முழுவதுமாக நிறைவேற்றிக் கொடுத்ததன் மூலமே இந்த வெற்றி அவருக்கு சாத்தியமானது. மக்களாட்சி என்பது மக்களின் குறைகளைக் கேட்டுத் தீர்க்கும் ஆட்சிதான் என்பதை நிரூபித்து வருகிறார் ஆதித்யநாத்.

நாடாளுமன்றக் கூட்டங்களில் தொடர்ந்து பங்கெடுப்பது, தொகுதியின் பிரச்னைகளை விரிவாகப் பேசுவது, தனி நபர் மசோதாக்களைத் தாக்கல் செய்வது என நாடாளுமன்ற நடவடிக்கைகளில் அரசியல் பின்புலம் சார்ந்து செயல்பட்டவர்களை விட மிகத் துடிப்புடன் செயல்பட்டிருக்கிறார் யோகி.

அவருடைய சமூக அக்கறையை உணர்த்த ஒரே ஒரு விஷயம் போதும்.

உத்தர பிரதேசத்தில் கடுமையான என்சைபலிட்டிஸ் சிண்ட்ரோம் (AES) மற்றும் ஜப்பானிய என்ஸெபலிடிஸ் (JE) ஆகியவற்றின் காரணமாக குழந்தைகள் இறப்பது சகஜமாக இருந்துவந்திருக்கிறது. சுமார் 15 ஆண்டுகளுக்கும் மேலாக யோகி ஆதித்யநாத் இந்தப் பிரச்னைக்காகத் தொடர்ந்து குரல் கொடுத்து வந்திருக்கிறார். ஆனால், அவர் கையில் ஆட்சி அதிகாரம் கிடைத்த பிறகே அந்த நோயின் தாக்கம் குறைய வழி பிறந்திருக்கிறது.

கடந்த சில வருடங்களில் அந்த நோய்களினால் நிகழ்ந்த இறப்பு எண்ணிக்கை:

2013: 656

2014: 661

2015: 521

2016: 694

2017: 747

யோகி பதவியேற்ற பின் *2018: 255*

கிட்டத்தட்ட 70% நோயின் பாதிப்பை யோகி பதவியேற்ற சில மாதங்களில் கட்டுப்படுத்திக் காட்டிவிட்டார். வேறொன்றுமில்லை... முறையாகத் தடுப்பு மருந்து மாநிலத்தின் குக்கிராமம் முழுவதும் கிடைக்கச் செய்தார். ஸ்வச் பாரத் திட்டம் மூலம் கிராமங்களில்

சுகாதாரத்தை மேம்படுத்தினார். நோய் பரவல் குறைந்து உயிரிழப்புகள் குறைந்து விட்டன. நூறாண்டு இருள் என்றாலும் ஜன்னலைத் திறந்தால் ஒளி ஒரே நொடியில் அறைக்குள் வெளிச்சத்தைத் தந்துவிடுவது போல் பிரச்சனைகளைத் தீர்த்து விட்டிருக்கிறார். நோய் நாடி, நோய்க்கு முதல் நாடி, அது தணிக்கும் வாய் நாடி வாய்ப்ப செயல் என்றார் வள்ளுவப் பெருந்தகை. அதையே யோகியும் செய்துகாட்டியிருக்கிறார்.

இது யோகியின் நிர்வாகத் திறமைக்கும் சமூக அக்கறைக்கும் சிறந்த எடுத்துக்காட்டு.

இந்தப் புத்தகத்தில் யோகியின் இளமைப் பருவம் தொடங்கி இன்று முதல்வராக அவர் திறம்படச் செயல்படுவது வரை அனைத்தும் ஆதாரபூர்வமாகத் தொகுக்கப்பட்டிருக்கிறது.

ராமகிருஷ்ணர் - விவேகானந்தர் தொடங்கி இன்றைய சத்குரு ஜக்கி வாசுதேவ் வரை ஏராளமான சுவாமிஜிக்கள் நம் நாட்டில் சமூக அக்கறை சார்ந்து பிரமாண்ட சேவைப் பணிகளைச் செய்து வருகிறார்கள். அத்தகைய ஆன்மிக, சமூக சேவைகளில் ஈடுபடும் ஒருவருக்கு அரசியல் அதிகாரமும் கிடைத்தால் அவரால் என்னவெல்லாம் பெரிய அளவில் செய்ய முடியும் என்பதற்கான தடயங்கள் யோகியின் வாழ்க்கையில் இருந்து அழுத்தமாகத் தெரிய வந்துள்ளன.

சாந்தனு குப்தாவால் *The Monk Who Became Chief Minister* என ஆங்கிலத்தில் எழுதப்பட்ட இந்தப் புத்தகத்தை தமிழில் மிகச் சிறப்பாகக் கொண்டுவந்துள்ள பா.ஜ.க இளைஞரணி துணைத்தலைவர் தம்பி SG.சூர்யாவுக்கு எனது மனமார்ந்த வாழ்த்துகள். பாரதத்தின் அனைத்து மொழிகளிலும் இந்த நூல் மொழிபெயர்க்கப்படவேண்டும். அனைத்து மாநில மக்களுக்கும் வளமான வாழ்க்கை கிடைக்க அது உந்துதலாக இருக்கும்.

H.ராஜா
தேசிய செயலாளர்
பாரதிய ஜனதா கட்சி

அறிமுக உரை

மார்ச் 19, 2017-ல் யோகி ஆதித்யநாத் உத்திர பிரதேசத்தின் 21-ஆம் முதல்வராகப் பதவியேற்றுக்கொண்டார். உங்களுக்கு அவரைப்பற்றிச் சில விஷயங்கள் தெரிந்திருக்கக்கூடும். அவரைச் சில ஊடகங்களில் கண்டிருப்பீர்கள். அவரைக் குறித்த சில கதைகளைப் படித்திருப்பீர்கள். சில அவருக்கு எதிரானவை; சில செய்திகள் அதீதமாகச் சொல்லப்பட்டவை; சில கதைகள் உண்மையானவை. ஆனால் அவரைப் பற்றிச் சொல்லப்பட்டவை வெகு சொற்பமே.

இந்த வாழ்க்கை வரலாறு, யோகி ஆதித்யநாத்தின் வாழ்க்கையின் நான்கு முகங்களை, நான்கு பகுதிகளில் உங்களுக்குக் காட்டும். இந்தப் புத்தகம் யோகியின் தற்போதைய அவதாரமான உத்தரப் பிரதேசத்தின் முதல்வர் எனும் புள்ளியில் துவங்குகிறது. 2017-ல் உத்தரப் பிரதேசத்தில் நடந்த சட்டசபைத் தேர்தல், யோகி உத்தரப்பிரதேசத்தின் முதல்வராகத் தேர்ந்தெடுக்கப்பட்டதன் பின்னிருக்கும் இயங்கு விசைகள், பஞ்சம் தல் எனும் உபி முதல்வர் அலுவலகத்தில் யோகியின் ஆரம்ப நாட்கள் ஆகியவை குறித்து முதல் பகுதியில் பேசப்பட்டுள்ளது.

இரண்டாம் அத்தியாயம் அவரின் நீண்ட கால சாதனையான ஐந்து முறை நாடாளுமன்ற உறுப்பினராக இருந்த காலத்தில் அவர் செய்தவற்றை விவரிக்கிறது. அவருடைய தேர்தல் வெற்றிகள், நாடாளுமன்றத்தில் அவருடைய செயல்பாடுகள், அவருடைய சர்ச்சைக்குரிய உரைகள் என அழைக்கப்படுபவற்றின் உண்மை முகம், லவ்-ஜிகாத், மதமாற்றம், ஹிந்து யுவ வாஹினி, பா.ஜ.க-வுடனான அவரின் தொடர்பு ஆகியவற்றுக்குப் பின்னிருக்கும் காரணங்கள் போன்றவை விரிவாக, அழுத்தமாகப் பேசப்பட்டுள்ளன.

மூன்றாம் அத்தியாயத்தில் நான் என் வாசகர்களை கோரக்நாத் மடத்தின் மஹந்த் வாழ்வியலுக்கு அழைத்து சென்றுள்ளேன். யோகி

ஆதித்யநாத்தின் கடுமையான அன்றாட யோகி வாழ்க்கை, நாத பந்த்தின் குருக்கள், பல ஆண்டுகளாக மேற்கொள்ளப்படும் மடத்தின் சமூக - அரசியல் செயல்பாடுகள் பற்றி விவரித்திருக்கிறேன்.

கடைசி அத்தியாயத்தில் உத்தரபிரதேசத்தின் உட்பகுதியில், பசுக்கள், பண்ணைகள், மலை, ஆறு இவற்றுக்கு இடையே வளர்ந்த இளஞ் சிறுவனான அஜய் சிங் பிஸ்த், பின்னாளில் மஹந்த் ஆகி, நாடாளுமன்ற உறுப்பினராகி, பின் முதல்வராக ஆன படிநிலையை நேரடித் தரவுகளுடன் என் வாசகர்களுக்கு வழங்கியுள்ளேன்.

பரந்த அளவிலான ஆய்வின் மூலம் பல அரிய புகைப்படங்களை, இதுவரைக் கேள்விப்பட்டிராத சம்பவங்களை, முதன்முறை வழங்கப் பட்ட நேர்காணல்களை, யோகிக்கு மிக நெருக்கமானவர்களிடம் இருந்து தொகுத்துள்ளேன். இந்தப் புத்தகம், மிகவும் கூச்ச சுபாவம் கொண்ட உத்திரகண்டின் மலைபகுதியில் வசிக்கும் ஒரு சிறுவன் அவருடைய அறிவியல் சார்ந்த நவீன கல்வியை கொத்வாரின் பெறுகிறார்; பின் சன்யாசம் பெற்று வேத கல்வியில் தீவிர பயிற்சி பெறுகிறார்; புரட்சிகரமான அரசியல்வாதியாக கட்சிக்கு உள்ளேயும் வெளியேவும் இருந்த அவர் இன்று ஏகமனதாக அனைவரும் ஏற்கும் தலைவராகப் பரிணமித்துள்ளார் என்பவற்றைப் பற்றிப் பேசுகிறது.

எவ்வாறு நாத பந்த் பாரம்பரியத்தைச் சேர்ந்த ஒரு ரிஷி அவருடைய குருவான மஹந்த் அவேதநாத்திடமிருந்து அரசியல் நுணுக்கங்களைக் கற்றுக்கொண்டார்; பின் எவ்வாறு உத்திர பிரதேசத்தின் அரசியலின் உயர் பதவியை அடைந்தார் என்பதை இந்தப் புத்தகம் வெளிக் கொணர்ந்துள்ளது. 22 கோடி மக்கள் தொகை கொண்ட ஒரு மாநிலம், மற்றும் 80 மக்களவைத் தொகுதிகளைக் கொண்ட இந்த மாநிலம் இந்திய அரசியல் புதிரில் ஒரு முக்கியமான அரசியல் களம். நாட்டின் பல பிரதமர்களை உருவாக்கிய மாநிலம் என்ற வரலாற்றைக் கொண்ட மா நிலம். பிரதமர் நரேந்திர மோதிக்குப் பிந்தைய காலகட்டத்தில் பிரதமராக வாய்ப்புள்ள ஒருவரை யோகியின் வடிவில் உருவாக்கியும் வைத்திருக்கிறது.

உங்கள் கையில் இருப்பது, 'ஒரு ரிஷி' அதிக மக்கள் தொகை கொண்ட மாநிலத்தின் முதல்வரான வரலாறின் அழுத்தமான ஆவணம்.

இந்த வாழ்க்கை வரலாறை எழுதும்போது, நான் பல மணி நேரங்களை கோரக்நாத் மடத்தில் நாத பந்த் பாரம்பரியம் குறித்துத் தெரிந்து கொள்வதற்காகச் செலவழித்திருக்கிறேன். ஆதி மஹாயோகி சிவபெருமானிடமிருந்து துவங்கி, குரு மத்ஸ்யேந்திரநாதர், குரு கோரக்சநாதா ஆகியோர் நாத பந்த் பாரம்பரியத்தின் போதனைகளை

எவ்வாறு வடிவமைத்தனர் என்பதை அறிந்துகொண்டேன். மேலும் நாத பந்த் பாரம்பரியத்தின் பல்வேறுவிதமான குறியீடுகள், சடங்குகள் குறித்தும் ஹட யோகா செய்பவர்கள் குறித்தும் அறிந்துகொண்டேன். இவையெல்லாம் தெரிந்தபோது எத்துணை புனிதமான இடத்தில் நிற்கிறேன் என்பதை உணர்ந்து மெய்சிலிர்த்தேன்.

முன்னொரு காலத்தில் குரு கோரக்சநாதா பயிற்சி செய்து யோகாவைக் கற்றுத் தந்த பூமி; பலதரப்பட்ட புனிதமான நிகழ்வுகளில் நூற்றுக் கணக்கான நாத பந்த்கள் ஒரே இடத்தில் கூடிய பூமி; நவீன காலத்தில் 'ராம ஜென்ம பூமி' இயக்கத்தின் கலந்தாய்வுகள் நடந்த இடம்; இந்த மடம் சமூக ரீதியாகவும் அரசியல் ரீதியாகவும் மிகவும் துடிப்புடன் விளங்கிய பூமி. இதன் மஹந்த் இந்தப் பகுதியின் மாநில சட்டசபை, தேசிய நாடாளுமன்றத்தின் உறுப்பினராகப் பிரதிபலித்தார். இந்த மடம் ஒரு நாத பந்த் யோகியை, கான்பத்தா சாதுவை உத்தரப்பிரதேசத்தின் 21-ஆம் முதல்வராக வழங்கியுள்ளது.

ஆதிநாதர் சிவபெருமானின் வழித்தோன்றலும் சீடருமான யோகி ஆதித்யநாத் 22 கோடி மக்களுக்குச் சேவையாற்றுவதால் இந்த மாநிலம் கடவுளின் அருளுக்குப் பாத்திரமாகியிருப்பதாகவே கருதுகிறேன். அந்த ராஜ ரிஷியின் கதையை என் வாசகர்களுக்குக் கொண்டுசேர்க்க முடிந்ததற்காக நானும் அதே அளவு அருளைப் பெற்றிருப்பதாகவே உணர்கிறேன்.

- சாந்தனு குப்தா

முன்னுரை

யோக எனும் சொல், இந்தியாவை வரையறுக்கக்கூடியது. ஆயிரமாயிரம் ஆண்டுகளாக நிலைபெற்றிருக்கும் தர்ம நாகரிகம் அது. நூறாண்டுகளுக்கு முன்பு சுவாமி விவேகானந்தர் முதல் முறையாக மேற்கு நோக்கிச் சென்றபோது, யோகா உலகளாவிய அளவில் பரவத் துவங்கியது. அதே வேளையில், இந்தியா ஒரு தேசமாக அதன் வளர்ச்சியை அடைந்தது.

மார்ச் 2017-ல், பெருமைமிகு கோரக்தம் மடத்தின் தலைவராக இருந்த யோகி ஆதித்யநாத் இந்தியாவின் அதிக மக்கள் தொகை கொண்ட மாநிலமான உத்தரப்பிரதேசத்தின் முதல்வரானார். முதல்வராக அவரின் நியமனம் பலரை ஆச்சரியத்தில் ஆழ்த்தியது. யோகத்துக்கும் இந்திய தேசத்தின் எழுச்சிக்குமான முக்கிய இணைப்பாக இந்தப் புதிய அத்தியாயம் துவங்கியிருப்பதாகப் பலரும் கருதினர்.

தற்போதைய இந்திய பிரதமர் திரு.நரேந்திர மோதி சர்வதேச யோகா தினத்தை தோற்றுவித்தது, பள்ளிக் கல்வியினுள் யோகாவை எடுத்து வந்ததன் மூலம் இந்தத் தொடர்பு மேலும் அழுத்தமாக வலியுறுத்தப் பட்டுள்ளது. மோதி தலைமையிலான பா.ஜ.க யோகி ஆதித்யநாத்தைத் தேர்வு செய்ததன் மூலம் புதிய இந்தியாவில் யோகா பார்வையை மேலும் அதிகரிக்க செய்துள்ளது.

யோகக் கலையின் மதிப்பும் அதைப் பயிற்சி செய்தலும் நம்முடைய கடமைகளை மென்மேலும் மேம்படுத்த உதவுகிறது, மகிழ்ச்சியை உருவாக்குகிறது, வளத்தை அதிகரிக்கிறது முக்கியமாக விழிப்புணர்வு மிக்க சமூகத்தை உருவாக்குகிறது. யோகத்தின் விளைநிலமான இந்தியாவில் இதுகுறித்து பேசப்படுவது மேலும் இதை உவந்த தாகவும் சாத்தியமானதாகவும் ஆக்குகிறது.

நம் நாட்டினுள், கோரக்தம் மடம் என்பது யோக ஞானத்தின் பெருமைமிகு பீடங்களுள் ஒன்று. மடத்தின் பிரதிநிதியான யோகி கோரக்நாத் இந்திய யோகிகளுள் கடந்த பல நூற்றாண்டுகளாக செல்வாக்கு மிக்க மனிதராகத் திகழ்ந்தவர். மேலும் இவர் ஹட யோகம், அதன் உடல் மற்றும் மனப்பயிற்சிகள், சித்த யோகம் அதன் ஆழ்ந்த தியான பயிற்சிகள் ஆகியவற்றில் தலைசிறந்த ஆளுமையாகத் திகழ்ந்தவர்.

கோரக்தம் மடத்தின் பிரதிநிதியாகத் திகழும் யோகி ஆதித்யநாத், இந்த நாத யோகத்தின் பழம்பெருமைகளைப் பின்பற்றுகிறார். இந்த மடாலயம் நெடும் காலத்துக்கு முன் யோகத்தின் வெளிச்சத்தை தென்னாசியா முழுவதிலும் உள்ள பகுதிகளில் பரவக் காரணமாக அமைந்தது. நாத யோகியாக இருந்ததால் ஆதித்யநாத்துக்கு பாரம்பரியம் குறித்த பயிற்சி இருந்தது. அதுவே இன்றைய அரசியல் பிரமுகர்கள் மத்தியில் இணையற்றவராக அவரைத் தனித்து அடையாளப்படுத்தியுள்ளது.

நாத யோகிகள் இந்து சைவர்கள்; ஆனால் சைவம் மற்றும் சனாதன தர்மத்தின் உலகளாவிய பார்வையின் அடிப்படையில் தங்களுடைய போதனைகளை மதம் மற்றும் கலாசாரம் கடந்து பகிர்ந்துகொள்ளக் கூடியவர்கள். அவர்கள் மிகக் கடினமான உறுதி மொழிகளை, பயிற்சிகளைப் பின்பற்றுபவர்கள். அதன் மூலம் தங்களின் ஆன்மிக ரீதியான உள்நிலை உச்சத்தை அடைதல், மனித இனத்துக்குச் சேவையாற்றுதல் ஆகிய இரண்டையும் இலக்காக வரித்தவர்கள். வரலாற்றுரீதியாக நாத யோகிகள் கோவிலையும் புனிதத்தளங்களையும் காக்கக்கூடியவர்கள்.

ஆதித்யநாத்தான் இந்தியாவில் முதல்வராகப் பதவியேற்ற முதல் யோகி. இந்த வேளையில் பெரும் யோகியான ஸ்ரீ அரவிந்தர் இந்தியாவின் சுதந்தரத்தில் ஆற்றிய அளப்பரிய பங்கையும் நாம் நினைவுகூர்தல் அவசியம். யோகீஸ்வரன் கிருஷ்ணனின் பகவத் கீதை இந்த இயக்கத்தை வெகுவாகச் செழுமையடையச் செய்தது. மேலும் இந்தியாவின் மிகச் சிறப்பான, பரந்த அளவில் வாசிக்கப்படும் புத்தகமாகவும் கீதை உள்ளது.

யோகி ஆதித்யநாத் அவருடைய தீக்கைஷயை 1994-ல் வணக்கத்துக்குரிய மஹந்த் அவேததியநாத்திடம் இருந்து பெற்றார். இவர் கோரக்நாத் மடத்தின் தலைவராகவும் மற்றும் புகழ்பெற்ற மஹந்த் திக்விஜய நாத்தின் சீடராகவும் இருந்தார். இச்சூழலில் அவேதநாத் மறைந்த பின் 2014-ல் இவரே மடத்தின் தலைவராகவும் ஆனார்.

யோகி ஆதித்யநாத், தம் 26-ம் வயதில் கோரக்பூர் சார்பாக 1998-ல் தேர்தலில் போட்டியிட்டு மக்களவை உறுப்பினரானார். இவரே மக்களவைக்கு இன்றைய தேதிவரையில் தேர்வு செய்யப்படவர்களில் இளம் உறுப்பினர். மேலும் இன்று வரையிலும் தோல்வியை தழுவாதவரும் இவரே. இதே யோக மதிப்புகளைத் தாங்கி இந்த நாட்டுக்காக பல ஆண்டு காலமாக பணியாற்றி வந்த, இதற்கு முன் அப்பதவியில் இருந்த அவருடைய குருவான மஹந்த் அவேத நாத்திடமிருந்து இந்த இடத்தைப் பெற்றார். சமூகத்தின் அனைத்து தரப்பினருக்கும் பெண்கள், இளைஞர்கள், ஏழை மக்கள் உட்பட அனைவருக்குமான மேம்பாட்டு நிகழ்ச்சிகளை இவருடைய மடம் முன்னெடுத்தது.

மக்களவையில் துடிப்பு மிகு பதவியில் இருந்திருக்கிறார். கமிட்டிகளில் பல ஆண்டுகள் பங்கு கொண்டிருக்கிறார். இப்படியாகப் பரந்து விரிந்த ஆன்மிகப் பாரம்பரியம் மட்டுமின்றி, உத்தரப்பிரதேசம் போன்ற மிக பெரிய மாநிலத்தை ஆள்வதற்கான பரந்து விரிந்த அரசியல் நிர்வாக அனுபவத்தையும் யோகி ஆதித்யநாத் பெற்றிருக்கிறார். தொடர்ச்சியாக ஜனதா தர்பார் எனும் மக்கள் குறைகேட்புக் கூட்டத்தை அவர் நடத்தினார்; அதன் மூலம் அனைத்துத் தரப்புப் பொதுமக்களின் பிரச்னைகளையும் கலந்துபேசித் தெரிந்துகொண்டார். யோகி ஆதித்யநாத் கல்வியை, கட்டமைப்பை மெருகேற்றும் பணியிலும் குற்றங்களையும் ஊழலையும் ஒழிக்கும் பணியிலும் தன்னுடைய யோக பாணியையும் அதன் மதிப்புகளையும் பிரதிபலித்தார்.

இவைபோன்ற, முன்னரே நிகழ்த்திய அசாதாரணமான சாதனைகளுடன் யோகி ஆதித்யநாத் தன் இளமை வயதான நாற்பத்தி நான்கில் இனி உதிக்கவிருக்கும் புதிய இந்தியாவின் முக்கிய ஆளுமைமிக்க தலைவராக உருவெடுத்துள்ளார். இந்தியாவின் வளர்ச்சி மற்றும் யோகாவை அனைவருக்கும் கொண்டு சேர்ப்பது இவ்விரண்டின் மீதும் ஸ்ரீ நரேந்திர மோதி கொண்டுள்ள அர்ப்பணிப்பு, யோகியின் உத்வேகத்தின் ஒரு பகுதியாக அமைந்தது எனலாம்.

உத்திர பிரதேசத்தில் 20 கோடி மக்களுக்கு மேல் உள்ளனர். உலகிலுள்ள சில நாடுகளைவிடவும் இந்த ஒரு மாநிலத்தின் மக்கள் தொகை மிக அதிகமானது. துரதிர்ஷ்டவசமாக இந்த மாநிலம் பல ஆண்டுகளாகத் தவறாக ஆளப்பட்டுள்ளது. முந்தைய நிர்வாகத்தால் நிகழ்ந்த பிரமாண்ட ஊழல் உள்ளிட்ட காரணங்களால் வளர்ச்சியற்று இருந்தது. கலாசாரரீதியாக உத்தரப்பிரதேசம் பாரம்பரியப் பெருமை மிகுந்த பகுதியாகத் திகழ்ந்தாலும் தவறான ஆளுகை, குடும்ப அரசியல் காரணமாக நாட்டின் மிகவும் பின்தங்கிய பகுதியாக மாறியுள்ளது.

இதன் மூலமாக இந்த மாநிலத்தை மேம்படுத்துவது மிகப் பெரிய சவாலாக மாறியுள்ளது. இதைச் சமாளிக்க யோகி ஆதித்யநாத் போன்ற ஓர் ஆளுமையின் வலிமையையும் உறுதியும் தேவையானதாக உள்ளது. இப்படியான சிறந்த பின்புலத்தைக் கொண்டவராக இருப்பதால், இன்றைய மக்களுக்கு யோகி ஆதித்யநாத் எதன் பிரதிநிதியாக விளங்குகிறார் என்பதை அறிதல் மிக மிக அவசியம்.

சமீபத்தில் சாந்தனு குப்தா, வாராவாரம் பிரதமர் மோதி வானொலியில் மக்களிடம் மன் கி பாத் நிகழ்ச்சி மூலம் ஆற்றிய உரைகளைத் தெளிவான விளக்கத்துடனும் ஆழ்ந்த சிந்தனை மற்றும் வழிகாட்டுதலுடனும் தொகுத்துள்ளார். மேலும் இந்தப் புத்தகத்தின் மூலம் யோகி ஆதித்யநாத்தின் வாழ்க்கை குறித்த விரிவான ஓர் பகுப்பாய்வை வழங்கியுள்ளார். இது யோகியின் தனிப்பட்ட வாழ்வு, பொது வாழ்வு, ஆன்மிக அம்சங்கள் குறித்து நன்கு ஆராய்ந்து எழுதப்பட்ட வாழ்க்கை வரலாறு. குறிப்பாக சமீபத்திய அவருடைய தேர்தல் தொடர்பான தகவல்களையும் உள்ளடக்கியிருக்கிறது.

புதிய இந்தியாவின் இளம் மற்றும் உருமாற்றம் பெற்ற தலைவரின் வாழ்க்கை நிகழ்வுகள் வாசகர்களை நிச்சயம் கவர்ந்திழுக்கும். இந்தப் புத்தகம் யோகியை நம் கண் முன் கொண்டு வரும். அவருடைய முக்கிய சிந்தனைகளை, சித்தாந்தங்களை இதன் மூலம் நம்மால் புரிந்துகொள்ள முடியம். அவருடைய வலிமையான பண்பையும் உறுதியையும் நீங்கள் கொண்டாடுவீர்கள்.

இந்தப் புத்தகம் நன்கு ஆராயப்பட்டு, தரவுகளும் குறிப்புகளும் திரட்டப்பட்டு எழுதப்பட்டுள்ளது. விரிவான உண்மைத் தகவல் களாலும் ஒளி நிறைந்த கருத்துகளாலும் நிரம்பியுள்ளது. யோகியின் வேலை சார்ந்த, மேலும் அவர் குறித்து எழுப்பப்பட்ட சர்ச்சைகள் குறித்தும் இதில் முழுமையாக அலசப்பட்டுள்ளன. வரும்காலத்தில் அதிகாரபூர்வ ஆய்வுக்கான முக்கிய பதிவாக இப்புத்தகம் இருக்கும்.

சில குழுக்கள், குறிப்பாக இடதுசாரிகள், இதற்கு முன்பு வரை நரேந்திர மோதியை எதிர்த்ததைப்போலவே யோகி ஆதித்யநாத் எதைச் செய்தாலும் அதைச் சந்தேகிக்கும் பண்புடன் இருப்பார்கள் என்பது உண்மை. இந்த எதிர்ப்பு மேற்கிலும் இருக்கும் சில பதிப்பகங்கள் வரை நீண்டு அவர்கள் தொடர்ந்து இந்தியா குறித்த எதிர்மறை காலனிய கதைகளையே எழுதி வருகின்றன. இத்தனை குழப்பங்களுக்கு இடையேயும் இந்தப் புத்தகம் யோகி குறித்த சமநிலையான பார்வையை வெளிப்படுத்தியுள்ளது. இதன் மூலம் எந்த ஒரு தவறான தகவல்களையும் எதிர்கொள்ள முடியும்.

தொழில்நுட்பத்தில் கோலோச்சும் காலத்தில் இன்றைய உலகம் உதிக்கத் துவங்கியிருக்கிறது. இதனுடன் 'பின் நேருவிய பின் மார்க்ஸிய' தேசமாக புதிய இந்தியாவும் உருவாகத் தொடங்கி இருக்கிறது. பிரதமர் நரேந்திர மோதியின் புதிய பார்வையின் கீழ் இந்தியா உலகரங்கில் வேகமாக முன்னேறும் பொருளாதாரமாக விளங்குகிறது. சர்வதேச உறவுகளிலும் உலகளாவிய ராஜதந்திரங் களிலும் செல்வாக்கு மிக்க நாடாகத் திகழ்கிறது. மனிதகுலத்தின் ஆன்மிகப் பாரம்பரியத்தைப் பாதுகாத்து, மேலும் அறிவியல் தகவல் தொழில்நுட்பத்தில் நிபுணத்துவம் பெற்று விளங்குவது இந்தியாவின் தனித்துவத்தன்மை; இந்த அரிய கலவையே யோகி ஆதித்யநாத் முன்வைப்பதும்கூட.

யோகி ஆதித்யநாத் வருங்காலத்தின் தேசிய மற்றும் சர்வதேசத் தலைவர். நம் நாட்டின் ஆழ்ந்த நாகரிகத்தன்மையைக் கைவிடாமல் நாட்டை முன்னேற்றும் லட்சியத்தைக் கொண்டுள்ள இந்தியாவின் புதிய தலைமுறையின் பிரதிநிதி அவர். அவருடைய வழிகாட்டுதல் எந்த மாற்றத்தை ஏற்படுத்தவிருக்கிறது என்பதைக் கவனமாகப் பின்தொடர்வோம். யோகத்தை அடிப்படையாகக்கொண்ட புது மாதிரியான தலைமைப் பண்பை உலகுக்கு வெளிப்படுத்தி இந்த மாநிலத்தையும் நாட்டையும் முன்னேற்றி அவருடைய விமர்சகர்களை ஆச்சரியப்படுத்தக்கூடும்.

- பத்ம பூஷண் டாக்டர். டேவிட் ப்ராவ்லி (வாமதேவ சாஸ்த்ரி)

வேத ஆய்வுக்கான அமெரிக்க நிறுவனத்தின் நிறுவனர்

பகுதி 1

யோகி ஆதித்யநாத் – உத்தரப்பிரதேசத்தின் முதலமைச்சர்

யோகி ஆதித்யநாத் உத்தரப்பிரதேசத்தின் 21-ஆம் முதலமைச்சராக உறுதிமொழி ஏற்றுக்கொண்டார்.

‘ஆதித்யநாத் ஆகிய நான், சட்டப்படி அமைக்கப்பட்ட இந்திய அரசியலமைப்பின்பால் உண்மையான நம்பிக்கையும் மாறாத பற்றும் கொண்டிருப்பேன் என்றும் இந்திய இறையாண்மையையும், ஒருமைப்பாட்டையும் நிலைநிறுத்துவேன் என்றும் கடவுளின் பெயரால் உறுதியளிக்கிறேன்.

உத்தரப்பிரதேச அரசின் முதலமைச்சராக உண்மையாகவும், உளச்சான்றின் படியும் என் கடமைகளை நிறைவேற்றுவேன் என்றும், அரசியல் அமைப்புக்கும், சட்டத்துக்கும் இணங்க அச்சமும் ஒருதலைச் சார்புமின்றி விருப்பு, வெறுப்பை விலக்கி, பலதரப்பட்ட மக்கள் அனைவருக்கும் நேர்மையானதைச் செய்வேன் என்றும், ஆண்டவன் மீது ஆணையிட்டு உறுதி மொழிகிறேன்.

உத்தரப்பிரதேச அரசின் முதலமைச்சர் என்ற முறையில் எனது கவனத்துக்கு உள்ளாவதும், தெரிய வருவதுமான எந்த விஷயத்தையும் முதலமைச்சரின் கடமைகளை நிறைவேற்றத் தேவையான அளவுக்கு அன்றி, ஒருவரிடமோ, பலரிடமோ, நேர்முகமாகவோ மறைமுக மாகவோ அறிவிக்கவோ வெளிப்படுத்தவோ மாட்டேன் என்று ஆண்டவன் மீது ஆணையிட்டு உறுதி மொழிகிறேன்.’

இந்த உறுதிமொழிக்குச் சற்று முன்பாக நிகழ்வின் தொகுப்பாளர் அறிவித்தார்: ‘மாண்புமிகு ஆளுநர் அவர்களின் அனுமதியுடன் முறையே உறுதி மொழி ஏற்கும் நிகழ்வு தொடங்குகிறது. அதன் பின், மாண்புமிகு ஆளுநர், யோகி ஆதித்யநாத் அவர்களை உத்தரப் பிரதேசத்தின் முதலமைச்சராக நியமிப்பார்.’ இந்த அறிவிப்புக்குப் பின் அரங்கமே அதிர்ந்து அடங்கியது. யோகி ஆதித்யநாத் எழுந்து நின்று கூப்பிய கரங்களுடன் அனைவருக்கும் தன் நன்றியைத் தெரிவித்தார்.

உறுதிமொழிக்குப் பின்பு, தன்னார்வத் தொண்டர்கள் எழுப்பிய உற்சாகமான வாழ்த்துக்கு மத்தியில், யோகி முதலில் தன் வணக்கத்தை ஆளுநருக்குத் தெரிவித்தார். பின்பு பிரதமர் நரேந்திர மோதிக்குத் தெரிவித்தார், அதனைத் தொடர்ந்து பா.ஜ.க கட்சியின் தலைவர் அமித் ஷா, மூத்ததலைவர்கள் ராஜ்நாத் சிங்,அத்வானி, முரளி மனோஹர் ஜோஷி, வெங்கையா நாயுடு, மற்ற முதல்வர்கள், கட்சியின் மூத்த தலைவர்கள் மற்றும் தேசிய ஜனநாயகக் கூட்டணித் தலைவர்களுக்கும் தன் வணக்கத்தைத் தெரிவித்தார்.

அதன் பின் மேடையில் பணிவுடனும் துணிவுடனும் யோகி நடந்த நடையில் இந்த தேசம் புதிதாக உருவாகிய ஒரு மக்கள் தலைவரைக் கண்டுகொண்டது. இன்றைய தேதியில், பல அரசியல் ஆலோசகர்கள் யோகியை அடுத்த இந்தியாவின் பிரதமர் எனக் கற்பனை செய்தும், டிவீட்டுகள் வெளியிட்டும், எழுதியும் குவித்து வருகின்றனர்.

•

ஏன் பா.ஜ.க யோகியை முதல்வர் பதவிக்குத் தேர்ந்தெடுத்தது?

கடுமையான போராட்டத்துக்குப் பின், 2017 சட்டமன்றத் தேர்தலில் உத்தரப்பிரதேசத்தில் பா.ஜ.க மாபெரும் வெற்றியைப் பெற்றது. ஆனால், அந்த மாநிலத்தின் முதல்வரைத் தேர்வு செய்வது பா.ஜ.க-வுக்கு அத்தனை எளிதானதாக இருக்கவில்லை. ஒரு மணி நேரத்துக்கு ஒருமுறை என ஒவ்வொரு பெயராக அறிவித்துக் கொண்டே இருந்தன ஊடகங்கள். ராஜ்நாத் சிங், யோகி ஆதித்யநாத், உமா பாரதி, மனோஜ் சின்ஹா, சுதந்தர தேவ் சிங், தினேஷ் ஷர்மா, கேஷவ் ப்ரசாத் மயூரியா, வருண் காந்தி, சதீஸ் மஹானா, சுரேஷ் கண்ணா மற்றும் பலர்.

பெரும் மக்கள் தொகை கொண்ட மாநிலத்தின், உச்ச பதவிக்கு யோகியின் பெயரை பா.ஜ.க தேர்வு செய்ததற்குப்பின் பல

கோட்பாடுகள், கதைகள் உலவுகின்றன. பெரும்பாலானவை, பாரம்பரியம் சார்ந்ததாக, இடம் சார்ந்ததாக, அரசியல் ரீதியாக, ஜாதிக் கணக்குகளின் அடிப்படையில் அமைந்தவை. உதாரணமாக, யார் ராஷ்ட்ரிய ஸ்வயம்சேவக் சங்கத்துக்கு (ஆர்.எஸ்.எஸ்) நெருக்கமாக இருக்கிறார்கள் என்ற அடிப்படையில், எந்த ஜாதி பா.ஜ.க-வுக்கு அதிகம் வாக்களித்துள்ளது என்ற பின்னணியில், குஜராத்தைச் சேர்ந்த பிரபலமான இரட்டையர்களான பிரதமர் நரேந்திர மோதிக்கும், கட்சியின் தலைவருக்கும் நெருக்கமானவர் யார் என்ற அடிப்படையில் முதல்வர் தேர்வு நடந்திருக்கும் எனப் பல கதைகள் பல திசைகளிலிருந்து முளைத்தெழுந்தன. இது போன்ற பெருவாரியான வெற்றி கிடைத்திருக்கும் நிலையில், அந்த எதிர்பார்ப்புக்கு இணையான பிரபலமான தலைவர் ஒருவரை உத்தரப்பிரதேச முதல்வராக்க பா.ஜ.க முடிவு செய்தது.

2017 நடந்து முடிந்த சட்டசபை தேர்தலுக்குப் பின், கட்சியின் தலைமையகத்தில், கட்சியினரிடம் பேசிய நரேந்திர மோதி, 'புதிய இந்தியாவுக்கான அறைகூவல் இது' எனப் பேசினார். ராஜ்நாத் சிங், உமா பாரதி ஆகியோர் தற்போது பழைய தளபதிகள். வருண் காந்தி கட்சியுடன் ஒத்திசைவுடன் பயணிக்கவில்லை; மாறாக அதற்கு இணையாக வேறொரு பயணத்தை மேற்கொண்டுள்ளார். இது கடந்த காலத்தில் மூத்த தலைவர்களாக இருந்தவர்களை அதிருப்திகொள்ளச் செய்திருந்தது. எனவே, இறுதியாக இத்தேடலின் காந்த ஊசி யோகி ஆதித்யநாத்தைக் கைகாட்டியபடி நின்றது.

ஆஜ்தக், என்ற ஹிந்தி தொலைக்காட்சிக்கு உத்தரப் பிரதேச சட்டமன்ற தேர்தலை ஒட்டி அளித்த பேட்டி ஒன்றில், உயர்மட்ட நாடாளுமன்றக் குழுவிடம், வெளிநாட்டு பயணத்துக்கு ஒப்புதல் பெறுவதற்காகத் தன்னுடைய கடவுச் சீட்டை பிரதமர் அலுவலகத்தில் கொடுத்திருந்த தாக யோகி தெரிவித்தார். பிரதமர் அலுவலகமோ, தற்சமயம் உத்தரப்பிரதேச மாநிலத்தின் தேர்தல் முடிவுகள் வெளிவர இருக்கிறது. இச்சூழலில் வெளிநாட்டுக்குச் செல்லவேண்டாம் என அறிவுறுத்தி உள்ளது. பிரதமர் அலுவலகத்தின் இந்தப் பதிலால் பெரிதும் வாடிப்போயிருந்த யோகி, அதன் பின் அவருக்கு வரவிருந்த பெரும் உவப்பான செய்தி குறித்து அப்போது அறிந்திருக்கவில்லையாம்.

நாற்பத்தி நான்கு வயதான யோகி, பிரதமரால் உருவாக்கப்பட்ட #IAmNewIndia என்ற முழக்கத்துக்கு மற்ற அனுபவம் வாய்ந்த தலைவர்களைவிடப் பொருத்தமானவரா? யோகியைப் பற்றி ஊடகங்கள் மூலமாக நாம் அறிந்திருந்தது எல்லாம் அவரொரு தீவிர ஹிந்து நிலைப்பாடு கொண்டவர் என்பதே. முன்னணி ஊடகங்களின் முகப்புப் பக்கங்கள் உத்தரப்பிரதேச முதல்வராகப் பதவியேற்ற

யோகியைத் தலைப்புச் செய்திகளில் 'முதல்வரானார் ஓர் இந்துத் துறவி' என வர்ணித்தன. 'ஆர்.எஸ்.எஸ் ஆதரவு பெற்ற முதல்வர்', 'ராமர் கோயிலுக்கான முதல்வர்' என இதே மாதிரியான தலைப்புகள் அன்றைய செய்தித்தாள்களில், ஊடகங்களில் நிரம்பி வழிந்தன.

நாடாளுமன்ற உறுப்பினராக அவருடைய செயல்பாடுகளை ஆராய்ந்து பார்க்கும் போதும், நாடாளுமன்றத்தில் அவர் எழுப்பிய கனல் கக்கும் கேள்விகள், அவர் பங்கேற்ற அறிவார்ந்த அனல் ததும்பும் விவாதங்களைக் கண்டபோதும், கோரக்நாத் மடத்தின் 'மக்கள் குறைகேட்பு' (ஜனதா தர்பார்) நிகழ்வில் அவர் மக்களிடம் பேசிய போதும் அவர் குறித்த வித்தியாசமான பார்வையே எனக்குக் கிடைத்தது. கடந்த இருபது ஆண்டுகளாக, மக்களவையிலும் சரி அவருடைய தொகுதியிலும் சரி தீவிரமாகச் செயலாற்றிய நாடாளுமன்ற உறுப்பினராகவே இருந்துள்ளார்.

மஹந்த் அவேதநாத்தின் காலம் தொடங்கி, இந்த மடம் குறைகளைக் களைவதற்கான அமைப்பு ஒன்றை மக்கள் குறைகேட்பு (ஜனதா தர்பார்) என்ற பெயரில் நடத்தி வருகிறது. இந்த அமைப்பு உள்ளூர்வாசிகளின் குறைகளைத் தீர்ப்பதற்காக, உள்ளூர் நிர்வாகத்தின் உதவியுடன் செயல்பட்டு வருகிறது. மடத்திலிருந்து ஒரு கடிதம் வந்தால், அது பா.ஜ.க ஆட்சியில் இல்லாத போதிலும் சரி, அந்தக் கடிதம் தொடர்பான வேலைகள் அனைத்தும் எளிதில்முடிந்துவிடும் என்றும் கூறுகின்றனர் உள்ளூர்வாசிகள்.

யோகி ஆதித்யநாத்துக்கு மிகவும் நெருங்கிய உதவியாளரும், மடத்தின் பல்வேறு நிறுவனங்களைக் கையாள்பவருமான பிரதீப் ராவ் கூறும் போது, மஹந்த் அவேதநாத் உள்ளூர் நிர்வாகத்திடம் தேவையானவர் களுக்கு உதவுமாறு கோருவார்; ஒருவேளை நிர்வாகச் சிக்கல் காரணமாக அந்த உதவியை நிர்வாகத்தினரால் செய்ய முடியவில்லை என்றால், மஹந்த் அவேதநாத்திடம் விஷயத்தை எடுத்துச் சொல்லி சமாதானம் செய்து விட முடியும்.

ஆனால், யோகி ஆதித்யநாத்தின் பாணி வேறுவிதமானது. நியாயமான பிரச்னைகள் தொடர்பாக, தேவையான அதிகாரிகளை முதலில் சந்தித்துப் பேசுவார். முறையாகக் கடிதம் எழுதி உதவி கோருவார், வேலை நடக்கவில்லையென்றால், அவருடைய பலத்தை அஹிம்சை வழியில் காட்டத் துவங்குவார். தன்னார்வத் தொண்டர்களின் படை சூழ அதிகாரிகளின் அலுவலகம் முன்பாகப் போராட்டங்களை முன்னெடுப்பார்.

காலப்போக்கில், தங்கள் அலுவலகத்தினுள் யோகியின் படைகள் மூலம் ஒரு புயலடிப்பதை விரும்பாத அதிகாரிகள், அந்த நிலையை

அடைவதற்கு முன்பாகவே அவர் அனுப்பும் கடிதத்துக்குச் செவி சாய்க்கத் துவங்குவதே நல்லதெனப் புரிந்து நடந்துகொள்ளத் துவங்கிவிட்டனர்.

உத்தரப்பிரதேசத்தின் முதல்வராக யோகி உயர்ந்தது, பா.ஜ.க-வின் ஒட்டுமொத்த ஆட்சிஅமைப்பில் குறிப்பிடத்தகுந்த முக்கிய நகர்வு. உள்ளூரில் புகழ்பெற்ற தலைவர்களை மெருகேற்றிப் பார்க்கும் இந்தச் செயல்பாடு கடந்த 40 ஆண்டுகளாக பா.ஜ.க-வுக்குக் கைகொடுத்து வருகிறது. பா.ஜ.க-வின் மூத்த தலைவர்களான அத்வானி, முரளி மனோஹர் ஜோஷி மற்றும் நாடாளுமன்றத்தின் இரு அவைகளில் இருந்த சுஷ்மா ஸ்வராஜ், அருண் ஜெட்லி ஆகியோரை மீறி 2014 தேர்தலில் பிரதமர் வேட்பாளராக மோதி முன்னிலைபெற்றதும் இப்படியான ஒரு சாதனைச் செயல்பாடுதான்.

வாய்ப்புகள் வாய்க்கிற போதெல்லாம் வலிமைமிக்க உள்ளூர்த் தலைவர்களைக் கொண்டு மத்திய அரங்கைஅலங்கரிக்கச் செய்யும் பா.ஜ.க-வையும் அதன் உள்ளார்ந்த கட்டமைப்பையும் ஒருவர் பாராட்டியே ஆகவேண்டும். இதை நாம் காங்கிரஸுடன் ஒப்பிட்டுப் பார்த்தால் நமக்குக் கிடைக்கிற காட்சிகளே வேறுவிதமானதாக இருக்கும். 'வலுவான மையம் மற்றும் உறுதியான அதிகாரம்' என்ற சூத்திரம் இந்திராகாந்தியால் உருவாக்கப்பட்டபிறகு அதை மாற்றுவதற்கான தைரியமோ, திடமோ காங்கிரஸ் கட்சியில் யாருக்குமில்லை. கடந்த காலத்தில் காங்கிரஸ் பல வலிமைமிகுந்த உள்ளூர் தலைவர்களை அவமானப்படுத்தி ஒதுக்கியிருக்கிறது. இது பலதரப்பட்ட பிளவுகளையும் வெளியேற்றங்களையும் கட்சிக்குள் நிகழ்த்தியுள்ளது. மூப்பனார், சரத் பவார், மம்தா பானர்ஜி, பிஜு பட்நாயக், ஜகன் ரெட்டி இன்னும் பல பிரமுகர்கள் தங்களுக்கான சரியான இடம் கிடைக்காததால் காங்கிரஸிலிருந்து வெளியேறியுள்ளனர்.

யோகிஇளைஞர்கள் மத்தியிலும் பா.ஜ.க வாக்காளர்கள் மத்தியிலும் வெகு பிரபலம். டிஜிட்டல் தளத்தில், அவருக்காக நடத்தப்படும் பிரசாரங்களிலும், அவருக்காக முன்னெடுக்கப்படும் ஆதரவாளர் பக்கங்களின் மூலமும் இது நமக்கு நிரூபணமாகிறது. அது மட்டுமின்றி இவர் ஐந்து முறை நாடாளுமன்றத்துக்குத் தேர்ந்தெடுக்கப்பட்டவர். இவருடைய அசாத்தியமான நாடாளுமன்றத் திறன், இவர் எழுப்பிய கேள்விகளில், பங்கெடுத்த விவாதங்களில் இவர் கொண்டு வந்த தனி நபர் மசோதாக்களில் வெளிப்பட்டன. நவீனக் கல்வி மற்றும் வேதக் கல்வி என இரண்டையும் ஒருங்கே கற்றவர். கோரக்நாத் மடத்தைப் போன்ற பெரும் நிறுவனங்களைக் கையாண்ட இவரின் அனுபவம் இவையனைத்தும் வலிமையான மற்றும் பிரபலமான உள்ளூர்

தலைவர்களை உச்சத்துக்கு உயர்த்தும் எண்ணம் கொண்ட பா.ஜ.க-வின் தத்துவத்துக்கு முழுமையாக ஒத்திசைவுடன் இருந்தது.

எது எப்படியாயினும் இந்தியாவின் அதிக மக்கள் தொகை கொண்ட மாநிலத்தின் முதல்வராக காவி உடை தரித்த ஒருவர் உயர்ந்திருப்பதைத் தேசிய மற்றும் சர்வதேச ஊடகங்களால் ஏற்றுக்கொள்ளவே முடியவில்லை. ஏராளமான சதிக் கோட்பாடுகள், யூகங்கள் எழத் துவங்கின. மோதி மற்றும் அமித்ஷாவின் விருப்பத்துக்கு எதிராக ஆர்.எஸ்.எஸ்ஸின் மூலம் உத்தரப்பிரதேச முதல்வராக யோகி நியமிக்கப்பட்டார் என்ற யூகத்தைச் சுழலவிட்டது. ஆங்கில வலைதளப் பத்திரிகை'கேட்ச் நியூஸ்'பத்திரிகை மே 27, 2017 அன்று பிரசுரித்த செய்தியில் 'ஆதித்யநாத்துக்கும் மோதிக்கும் இடையே குறிப்பிடத்தக்க இடைவெளி இருப்பதாகத் தெரிகிறது. ஆதித்யநாத்துக்கு ஆர்.எஸ்.எஸ் ஆதரவு மட்டுமே இருக்கிறது' எனக் குறிப்பிடப்பட்டிருந்தது.

உத்தரப்பிரதேசத்தில் யோகியை முதல்வராக்குவது சங்கத்தின் சித்தாந்தங்களை தேசம் முழுவதும் பலப்படுத்த உதவியாக இருக்குமென்று ஆர்.எஸ்.எஸ். கருதுகிறது. மேலும் பல ஆய்வாளர்கள் கூறும் போது, 'கோரக்பூரின் மஹந்த் ஆக இருந்த ஒருவரை உத்தரப் பிரதேசத்தின் முதல்வராக நியமித்ததன் மூலம், ஆர்.எஸ்.எஸ் தன்னுடைய பெரும்பான்மை பலத்தை வெளிப்படையாக அறிவித்துவிட்டிருக்கிறது; தங்களுடைய அரசியல் விரிவாக்கத்தின் அடுத்த கட்டத்துக்கு சாமர்த்தியமான திட்டத்தைத் தீட்டிவிட்டது' என்று தெரிவித்தனர்.

மோதி மற்றும் அமித் ஷாவின் பார்வையிலிருந்து பார்த்தால், இந்த இருவரின் கருத்துருவாக்கத்திலிருந்து முற்றிலும் மாறுபட்டவர் யோகிஆதித்யநாத். இன்றுவரை இவ்விருவரும் நியமித்த முதல்வர்கள் அனைவரும் சிறிய பின்புலத்தைக் கொண்ட தலைவர்கள் அல்லது வலுவான ஆர்.எஸ்.எஸ் பின்புலம் கொண்டவர்கள். மனோஹர் லால் கத்தார் (ஹரியானா) மற்றும் ரகுபர் தாஸ் (ஜார்கண்ட்) ஆகியோர் இப்படியானவர்களே. மேலும், பல முதல்வர்கள் அவர்கள் சார்ந்த மாநிலத்தில் எண்ணிக்கை அடிப்படையில் வலுவற்றிருக்கும் சமூகத்தைச் சார்ந்தவர்களாக இருக்கிறார்கள். ஜாட் இனம் கோலோச்சும் ஹரியானாவில், கத்தார் கத்ரி இனத்தைச் சேர்ந்தவர். ஜார்கண்ட் முதல்வர் ரகுபர் தாஸ் பழங்குடி இனத்தைச் சாராத முதல்வர். மராத்தாக்கள் நிறைந்த மஹாராஷ்ட்ரத்தில் தேவேந்திர பட்னாவிஸ் தான் பிராமண முதல்வராகத் தேர்வு செய்யப்பட்ட இரண்டாவது நபர். அசாமின் சிறுபான்மை பூர்வகுடி இனத்தைச் சேர்ந்தவரான சர்வானந்த சோனொவால் தான் அசாமின் முதல்வர்; குஜராத் முதல்வர் விஜய்

ரூபானி ஒரு சமணர். ஆனால் ஆதித்யநாத் இந்த இரண்டு வழிமுறைகளுக்கும் விதிவிலக்கானவர்.

அவரைப் பெரும்பாலான மக்கள் பின்தொடர்கிறார்கள் மற்றும் வலுவான சமூகமான தாக்கூர் சமூகத்திலிருந்து வந்தவராகவும் இருக்கிறார். இந்த உண்மைகளை ஒருபுறமும், ஆர்.எஸ்.எஸ்ஸின் ஆதரவை மறுபுறமும் வைத்து பார்க்கிறபோது யோகி ஆதித்யநாத் மத்திய அரங்கை வசப்படுத்தப் போகும் தலைவராக வேகமாக வளர்ந்து வருவது தெளிவாகிறது. இந்த உண்மைதான் மோதியையும், அமித் ஷாவையும் இவர் விஷயத்தில் அதீதக் கவனம் கொள்ளச்செய்கிறது.'

ஆனால் நிதர்சனம் என்னவெனில், மோதியும் அமித் ஷாவும் பிரபலமான மற்றும் வலுவான ஓர் முகத்துக்கான தேடலில் இருந்தனர். அந்த இரண்டையும் ஒரு சேர யோகியிடம் கண்டனர். வலிமையான இருப்பாலும், துடிப்பான செயல்பாடுகளின் மூலமும் அமித்ஷாவை முன்னமே கவர்ந்திருந்தார் யோகி ஆதித்யநாத். **2014**-ஆம் ஆண்டு நடைபெற்ற மக்களவைத் தேர்தலை ஒட்டி **2013**-ஆம் ஆண்டு உத்தரப்பிரதேசத்தின் பொறுப்பாளராக உத்தரப் பிரதேசத்துக்கு அனுப்பப்பட்டிருந்தார் அமித் ஷா.

உத்தரப்பிரதேச மாநிலத்தின் நாடித்துடிப்பைத் தெரிந்துகொள்ளவும், மக்களைப் புரிந்துகொள்ளவும் விரிவான ஒரு பயணத்தை மேற்கொண்டார் அமித் ஷா. அப்போது அவர் கோரக்பூர் வழியாக வந்தார். அப்போது அங்கிருந்த உள்ளூர்வாசிகளின் மூலம் அவரின் வருகைக்குக் கடுமையான எதிர்ப்பு எழுந்தது. அப்போது அவரோடு எந்த பாதுகாவலர்களும் இருக்கவில்லை. அச்சமயத்தில் அமித்ஷா உதவிக்கு அழைத்தது யோகி ஆதித்யநாத்தைத்தான். மிகக் குறுகிய காலத்தில், போதிய அவகாசம் இல்லாத போதும், ஹிந்து யுவ வாகினி என்ற அமைப்பைச் சார்ந்த பல இளம் தன்னார்வத் தொண்டர்களை இரு சக்கர வாகனத்தில் திரட்டி அந்த எதிர்ப்புக் கூட்டத்தைக் கலைந்து போகச்செய்தார் யோகி. அமித் ஷா செல்வதற்கான வழியையும் ஏற்படுத்திக் கொடுத்தது ஆதித்யநாத்தின் குழு.

இதை அடிப்படையாகவைத்து, யோகியும் அவருடைய மடமும் 'ஹிந்து யுவ வாஹினி' அமைப்பைச் சேர்ந்தவர்களுக்குத் தேர்தலில் இடம் ஒதுக்குமாறு கடந்த காலத்தில் பா.ஜ.கவுக்கு அழுத்தம் தந்ததாக ஊடகத்தின் ஒரு பகுதியினர் குற்றம்சாட்டுவதும் உண்டு. கோரக்பூரில் சொல்லப்படும் ஒரு பொதுவான குட்டிக்கதை என்னவெனில், **2002**-ஆம் ஆண்டில் யோகி, டாக்டர்.ராதா மோகன் தாஸ் அகர்வால் என்ற வேட்பாளரை பா,ஜ.க-வின் வேட்பாளரான சிவ் பிரதாப் சுக்லாவை எதிர்த்து நிறுத்தியதாகவும், அந்தத் தேர்தலில் டாக்டர்

அகர்வாலுக்கு அவர் வெளிப்படையாகப் பிரசாரம் மேற்கொண்டதாகவும் சொல்லப்படுகிறது. அந்தத் தேர்தலில் டாக்டர்.அகர்வால் வெற்றி பெற்றார். அந்த வெற்றிக்குப் பிறகு டாக்டர்.அகர்வாலை பாஜகவில் சேர வைத்தார் யோகி. அதன் பின் 2007, 2012, மற்றும் 2017 ஆகிய ஆண்டு நடைபெற்ற தேர்தல்கள் அனைத்திலும் பா.ஜ.க-வின் வேட்பாளராக டாக்டர்.அகர்வாலே நிறுத்தப்பட்டார். அதனைத் தொடர்ந்து கோரக்பூர் தேர்தல் அரசியலில் இருந்து சிவ் பிரதாப் சுக்லா ஓரங்கட்டப்பட்டார்' என அக்கதை விவரிக்கிறது.

கடந்த மூன்று சட்டசபை தேர்தல் போராட்டங்களை விட 2017-ஆம் ஆண்டு தேர்தல் பா.ஜ.கவுக்கு இசைவானதாகவே இருந்துள்ளது. 2017-ல் அனைத்து சக்திகளும் ஒன்றிணைந்து யோகியை நட்சத்திர பிரசாரகராக முன்னிறுத்தின. துவக்ககாலத் தடைகளைத் தாண்டி, வேட்பாளர்களுக்கான இட ஒதுக்கீட்டில் கட்சியுடன் இணைந்து சிறந்த ஒருங்கிணைப்பை நல்கினார் யோகி. உண்மையைச் சொன்னால், ஒழுங்கீனம் காரணமாக ஹிந்து யுவ வாகினியின் மாநிலத் தலைவர் சுனில் சிங்கையும் பொது செயலாளர் ராம் லக்ஷ்மணனையும் அமைப்பைவிட்டே விலக்கினார். 2017-ஆம் ஆண்டு தேர்தல், மும்முனைத் தேர்தலாக இருந்தது. இதில் மூர்க்கமாகப் போராடி வென்றது பா.ஜ.க. அங்கு பாஜகவுக்கு உருவாகியிருந்த நற்பெயருடன், ஒத்த சிந்தனையுடைய மற்ற கலாசார குழுக்களும் ஒன்றிணையப் பல ஆண்டுகளாக வேரூன்றியிருந்த மாநிலக் கட்சிகளை வென்றது பா.ஜ.க.

•

உத்தரப்பிரதேச சட்டசபை தேர்தல், 2017

உத்தரப்பிரதேசத்தில் கடந்த மூன்று (2002, 2007, 2012) சட்டசபைத் தேர்தலிலும் தம் கட்சி மோசமான செயல்பாட்டையே வழங்கியிருக்கிறது என பா.ஜ.க நன்கு அறிந்திருந்தது. எனவே 2014-ஆம் ஆண்டில் பெற்ற பெருவாரியான நாடாளுமன்ற வெற்றிக்குப் பின் (73/80) அந்தக் களிப்பிலேயே மனம் மகிழ்ந்து அமர்ந்து விடவில்லை. கட்சியைச் சீராக நெறிப்படுத்தவும், மறுசீரமைப்பைச் செம்மையாகச் செய்யவும் தன்னிடமுள்ள சிறந்த திறனாளிகளில் ஒருவரான சுனில் பன்சாலைப் பொறுப்பாளராக நியமித்தார் அமித் ஷா. உத்தரப் பிரதேச மாநில பா.ஜ.க-வின் பொதுச் செயலாளரான சுனில் பன்சால் கடைநிலை வாக்குச்சாவடிகளை அணுகுவதிலிருந்து தன்னுடைய பணியைத் துவங்கினார். அகில பாரதிய வித்யார்த்தி பரிஷத் (ABVP) அமைப்பில் இருந்த நாட்களில் அவர் கற்றுக்கொண்ட

வலுவான நிர்வாக யுக்திகளுடனும், ஐஐடி மாணவர்களை உள்ளடக்கிய பலமிக்க தொழில்நுட்பக் குழுவின் துணையுடன் உறுப்பினர் இயக்கம், தொடர்புகளை வலுப்படுத்தும் இயக்கம், பயிற்சி இயக்கம், கொடியேந்தும் இயக்கம், மாற்றத்துக்கான யாத்திரை (பரிவர்த்தனை யாத்ரா), தாமரைத் திருவிழா (கமல் மேளா), மற்றும் நேர்த்தியாக வடிவமைக்கப்பட்ட பல வலுவான இயக்கங்களை நடத்தினர். பன்சால் மற்றும் குழுவினரால் மாநிலத்தில், மாவட்டத்தில், மண்டல அளவில் மற்றும் சாவடி அளவில் சரியான நபர்களைப் புதிய பொறுப்புகளுக்காக வெகு சரியாக அடையாளம் காண முடிந்தது.

இந்த இயக்கங்களின் மூலம் பகுஜன் சமாஜ் மற்றும் சமஜ்வாதி கட்சிகளின் திறனற்ற தன்மையையும், அப்பட்டமான ஊழல்களையும் வெளிச்சம் போட்டுக் காட்டியது பா.ஜ.க இவற்றோடு ஆர்.எஸ்.எஸ்ஸின் நிர்வாக ஆதரவும், மாநில ஒருங்கிணைப்பாளரான ஓம் மாத்தூரின் நீண்ட கால அரசியல் அனுபவமும் கை கொடுத்தன. மாநில பா.ஜ.கவின் பொதுச் செயலாளரான ஸ்வதந்திர தேவ் சிங்கின் உன்னிப்பான கண்காணிப்பின் கீழ் பிரதமரின் பிரமாண்டப் பேரணிகள் திட்டமிடப்பட்டன. மற்ற பிற்படுத்தப்பட்ட வகுப்பின் ஈர்ப்புமிகு தலைவரும் கட்சியின் அப்போதைய மாநிலத் தலைவருமான கேசவ் பிரசாத் மவுரியாவின் செயல்பாடும் கட்சியின் வளர்ச்சிக்குப் பலம் சேர்த்தது.

22 கோடி மக்கள் தொகையைக் கொண்ட பிரமாண்டமான மாநிலம் உத்தரப்பிரதேசம். உலகில் வெறும் ஐந்து நாடுகளில் மட்டுமே உத்தரப் பிரதேசத்தின் அளவுக்கு அதிக எண்ணிக்கையிலான மக்கள் வசிக்கிறார்கள். 80 மக்களவை இடங்களைக் கொண்ட மாநிலம்; அதிக எண்ணிக்கையில் பிரதமர்களை உருவாக்கிய மாநிலம் என்ற பெருமைகளையும் கொண்டிருப்பதால் உத்தரப் பிரதேசத்தின் தேர்தல் அரசியல்வாதிகளுக்கும் அரசியல் பார்வையாளர்களுக்குமான பெரிய திருவிழா. 2017 உத்தரப் பிரதேசச் சட்டமன்றத் தேர்தலில் கடுமையான போட்டி நடந்தது. இறுதியில் அதன் முடிவுகள் மார்ச் 11, 2017 அன்று வெளியானது. பா.ஜ.கவும் அதன் கூட்டணிக் கட்சிகளும் மொத்தமுள்ள 403 இடங்களில் 325 இடங்களை அனாயாசமாக வென்று எதிரிகளை மிரண்டு போகச்செய்தன. கிட்டத்தட்ட 42% ஓட்டுகளைப் பெற்று அனைவரையும் ஆச்சரியத்தில் ஆழ்த்தின.

டுடேஸ் சாணக்கியாவைத் (Today's Chanakya) தவிர வேறெந்த கருத்துக்கணிப்பும் இந்த மக்கள் தீர்ப்புக்கு அருகில் கூட வரவில்லை. பெரும்பாலான அரசியல் மேதைகளும் தேர்தல் ஆய்வாளர்களும் இந்த வெற்றிக்கான காரணத்தை வெளிக்கொணர முடியாமல் தவித்தனர். இவர்கள் எல்லோரும் அரசியல் பிரசாரத்துக்கும் வெற்றிக்குமான

கோட்பாடை வரையறுக்க நன்கு பயிற்சி பெற்றவர்கள். சாதி, மதம், வயது, பாலினம் மற்றும் பகுதி என எல்லா வகைகளிலும் வகைப்படுத்தி எண்ணிக்கை கணிதத்தை அரங்கேற்றும் மேதைகள். ஆனாலும் இத்தேர்தலின் ஓட்டு முறை இத்தனை காலம் வேரூன்றிப் போயிருந்த பாரம்பரியமிக்க முறையையும் யுக்திகளையும் உடைத்தெறிந்தது. தாரூல் உலாமெனும் இஸ்லாமிய பள்ளிக்குப் பெயர் போன தியோபந்த் தொகுதியை பா.ஜ.க-வின் பிர்ஜேஷ் சிங் வென்றார்! ராஜீவ் காந்தி காலம் தொட்டு காங்கிரஸின் ஆதிக்கம் நிலவிய அமேதி தொகுதியில் பா.ஜ.க-வின் கரிமா சிங் வெற்றி பெற்றார். அமேதி மற்றும் ராய்பரேலி தொகுதியில் நெடுநாட்களாகக் கொத்தளங்களுடன் நின்றிருந்த நேரு-காந்தி குடும்பத்தைப் பெயரிடப்படாத இந்த பா.ஜ.க புயல் அடித்து நொறுக்கியிருந்தது.

முலாயம் சிங் யாதவ் குடும்பத்தின் மருமகளான அபர்னா யாதவ் அவருடைய இடத்தை லக்னோவில் இழந்தார். சமாஜ்வாதி கட்சியும், பகுஜன் சமாஜ் கட்சியுமே பெரும்பாலும் ஆதிக்கம் செலுத்திவந்த பந்தேல்கண்ட் பகுதியை பா.ஜ.க வசமாக்கியது. ஹரியானாவின் இடஒதுக்கீடு பிரச்னை காரணமாக உத்தரப் பிரதேசத்தின் மேற்கில் இருக்கும் 'ஜாட் மக்கள்' பா.ஜ.க-வின் மீது கடும் கோபத்திலிருப்பதாக அரசியல் மேதாவிகள் கணித்திருந்தனர். ஆனால் ஆச்சரியகரமாக மேற்கு உத்தரப் பிரதேச மக்களும் பெரும்பான்மையாக பா.ஜ.கவுக்கே வாக்களித்திருந்தனர்.

வெறும் *19/403* இடங்களை மட்டும் உத்தரப் பிரதேசச் சட்டசபை தேர்தலில் வென்றிருந்த பகுஜன் சமாஜ் மாநிலங்களவையில் ஒரு இடத்தைப் பிடிக்கக்கூட அதிகம் போராட வேண்டியதாய் அமைந்தது முடிவு. தங்களின் அடித்தளத்தை இழந்த எரிச்சலில் மின்னணு வாக்குப்பதிவு இயந்திரத்தை வசை பாடினார் மாயாவதி. காங்கிரஸ் கட்சியின் ப.சிதம்பரமும், தேசியக் கூட்டமைப்பின் உமர் அப்துல்லாவும் இங்கே நிகழ்ந்த மாற்றத்தின் காரணம் மோதி அலை என்பதை ஒப்புக் கொண்டனர். சிலர் இதை ஹிந்து ஒருங்கிணைப்பு என்கிறார்கள், மற்ற சிலர் மாயாவதி பணமதிப்பிழப்பு நடவடிக்கையின் காரணமாகப் பணபலத்தை இழந்து விட்டார் என்றும் அதன் காரணமாக அவர் பிரசாரங்களைச் சரிவரச் செய்யவில்லையெனவும் தெரிவிக்கின்றனர். மேலும் சமாஜ்வாதி கட்சியின் தலைவர்கள் சிலர் காங்கிரஸுடனான கூட்டணிதான் அவமானகரமான இந்தத் தோல்விக்குக் காரணம் என்றும் முணுமுணுக்கின்றனர்.

அரசியல் மேதாவிகள், மேதைகள், அறிஞர்கள், ஆய்வாளர்கள் சமூக விஞ்ஞானிகள், கருத்துக் கணிப்புகளை மேற்கொள்ளும் நிபுணர்கள், பத்திரிகையாளர்கள் என அனைவருக்கும் நாம் சொல்லிக் கொள்வது:

நெடுங்காலமாகப் புரையோடிப்போன இந்த வழக்கமான கணிப்பு முறையை முதலில் நிறுத்துங்கள். சாதி, மதம், வயது மற்றும் பகுதிகளின் அடிப்படையில் வாக்குகளையும் வெற்றியையும் கணிக்கும் இந்தக் குறுகிய மனப்பான்மையை நிறுத்துங்கள். புதிய இந்தியாவுக்குப் புத்துணர்வோடு தயாராகுங்கள். இந்தப் புதிய பாரதம் புதிய கனவுகளுக்காக, வளர்ச்சிக்காக, வலிமைமிகு தேசத்தைக் கட்டமைப்பதற்காக வாக்களிக்கிறது என்பதைப் புரிந்துகொள்ளுங்கள்.

பலர் இதைக் கவனித்திருக்கமாட்டார்கள். மாற்றம் நிறைந்த இப்புதிய தேர்தல் பிரசங்கம் 2014-ஆம் ஆண்டிலேயே துவங்கிவிட்டது. 2014-ஆம் ஆண்டு மக்களவைத் தேர்தல் பல வகையிலும் வித்தியாசமான அனுபவமாக இருந்தது.மத்தியில் பாஜகவுக்கு முதன் முறையாக வரலாற்று சிறப்புமிக்க அறுதிப் பெரும்பான்மை கிடைத்திருந்தது. உ.பி.யில் பா.ஜ.க தலைமையிலான கூட்டணியும், நரேந்திரமோதி அவர்களின் நேர்மறைப் பிரசாரப் படையும் மாநிலத்தின் வளர்ச்சி மற்றும் ஆட்சிமுறையை மையப்படுத்தியே பிரசாரம் செய்தன. இது அரசியல் அரங்கம் இதுவரை காணாத புதிய இலக்கணமாக இருந்தது. மேலும் இதற்கு வலுவூட்டும் வகையில் அண்ணா ஹசாரே, பாபா ராம்தேவ் ஆகியோர் நாட்டின் ஊழலுக்கு எதிரான கூர்மையான பிரசாரங்களை முன்னெடுத்தனர். வரலாற்றில் முதன்முறையாக ஒருவர் மிக வலிமையான மனதிடத்துடன் எதிர்மறை மற்றும் பழிவாங்கும் மொழியைப் பேசாமல் நாட்டின் வளர்ச்சிமொழியை மட்டுமே மக்களிடம் பெருங்குரலெடுத்துப் பேசியுள்ளார். இது தான் வாக்குபெறும் முறையில் புதிய யுக்தியாக இருந்தது.

அதற்கும் மேலாக மோதியின் பல புதிய கொள்கைகள், கோட்பாடுகள் உதாரணமாக ‘குறைந்தபட்ச அரசு, அதிகபட்ச ஆளுமை’, ‘துளிகள் சில பயிர்கள் பல’, ‘வாணிப வேலையில் அரசுக்கு எந்த வேலையும் இல்லை’, ‘சுற்றுலாத்துறை இணைக்கிறது. தீவிரவாதம் பிரிக்கிறது’ போன்ற வித்தியாசமான மையக்கருக்களைக் கொண்ட 14 திட்டங்கள் ‘மோதித்துவம்’ எனும் அடையாளத்துடன் புதிய வடிவை எடுத்தன. இது கட்சியின் கொள்கை விளக்க அறிக்கையை விடவும் அதிகம் பேசப்பட்டது.

‘2017 உத்தரப் பிரதேசச் சட்டமன்ற தேர்தல் குருக்ஷேத்ர’ போர்க்களம் போன்று விளங்கியது உத்தர. இத்தேர்தலில் மக்களின் வாக்குகளைப் பெறுவதற்கு ஆக்கபூர்வமான வளர்ச்சித் திட்டங்களைப் போட்டியிடும் அனைத்துக் கட்சிகளும் வரையறுக்க வேண்டிய கட்டாயம் இருந்தது. அந்த நிர்பந்தத்தை பா.ஜ.க-வின் புதுமையான அணுகுமுறை ஏற்படுத்தியிருந்தது. மோதி தலைமையிலான பா.ஜ.க, ‘லோக்கல்யாண்

சங்கல்ப் பத்ர' (மக்கள் நலத் தேர்தல் அறிக்கை) என்ற திட்டத்தின் மூலம் மிக விரிவான பல யுக்திகளுடன் களம் கண்டது. யோகி தான் முதல்வராகத் தேர்வாகப் போகிறார் என்பது தேர்தலின் போதே கண்கூடாகத் தெரிந்ததாகச் சிலர் சொல்கிறார்கள். சட்டவிரோதமாக நடைபெறும் இறைச்சிக்கூடத்தைத் தடை செய்வது, பெண்களுக்கு எதிராக அராஜகம் செய்பவர்களை எதிர்ப்பது என பா.ஜ.கவால் உருவாக்கப்பட்ட 'லோக் கல்யாண் சங்கல்ப் பத்ர' அறிக்கையின் சில முக்கிய அம்சங்கள் யோகியின் பிரசாரங்களில் பல ஆண்டுகளாக இடம்பெற்று வந்துள்ளது. மேலும் அவர் இந்தத் தேர்தலில் மாநிலம் முழுவதிலும் மிகத் தீவிரமாகப் பிரசாரத்தில் ஈடுபடவும் செய்தார்.

குடும்பப் பிரச்சனையில் சிக்கியிருந்த அகிலேஷை வெளிக் கொண்டுவர 'சுத்தமான தலைவர்' என்ற அடைமொழியுடனும் 'காம் போல்தா ஹை' (செய்து காட்டிய சாதனைகள் பேசுகின்றன) என்ற அதிரடியான வரிகளைக் கொண்ட பிரசாரத்தின் மூலமும் சமாஜ்வாதி கட்சி பல திட்டங்களைத் தீட்டி ஒருபுறம் போராடிக் கொண்டிருந்தது.

மற்றொருபுறம் '27 சால் உத்தரப் பிரதேஷ் பேஹால்'(27 ஆண்டுகள் ...உ.பியின் அவலங்கள்) என்ற முழக்கத்துடன் காங்கிரஸ் கட்சி கடந்த கால அரசுகளின் தோல்விகளைத் திரும்பத் திரும்பச் சொல்லி வந்தது. 2017 ஜனவரி வரை மிக மூர்க்கமாக ஒருவருக்கொருவர் எதிர்த்துக் கொண்டாலும் தேர்தல் சந்தர்ப்பவாதத்தைப் பயன்படுத்தி காங்கிரஸும் சமாஜ்வாதி கட்சியும் திடீரெனக் கைகுலுக்கிக் கொண்டன. 'காம் போல்தா ஹை' என்ற வாசகத்தை உரக்கச் சொல்லி ஒருங்கிணைந்த சாலைவிழா ஒன்றில் ராகுல் காந்தியும் அகிலேஷும் கைகளைக் கோர்த்துக்கொண்டு நின்ற போது அவர்கள் முன் முரண்கள் அனைத்தும் முரசு கொட்டிச் சிரித்தன. இதற்கிடையே மாயவதி அவருடைய பழங்காலத் தேர்தல் யுக்திகளான சமூக சீர்திருத்தம், சாதி கணக்குகள், தலித்-பிராமணர், தலித்-முஸ்லீம் போன்ற சூத்திரங்களை எல்லாம் பயன்படுத்திக்கொண்டிருந்தார். அவருடைய ஆட்சி காலத்தில் சட்ட ஒழுங்குப் பிரச்னைகள் ஒப்பீட்டளவில் சற்று மேலாக இருந்ததைச் சுட்டிக்காட்டுவதைத்தவிர மக்களிடம் எடுத்துச் சொல்ல மாயாவதியிடம் வேறு எதுவும் இருந்திருக்கவில்லை.

அப்படியாக, தேர்தல் போர்க்களத்தின் வழிமுறைகளை மாற்றி அமைத்தவர் தற்போதைய பிரதமர் நரேந்திர மோதியே என்பது தெளிவாகிறது. அந்தப் புதிய வழிமுறைகளில் அவர் கை தேர்ந்தவராகவும் இருந்தார். வணிகத்தைச் சுலபமாக்கும் எளிமையான தொழில் கொள்கைகள், தடையற்ற மின் விநியோகம், சர்வதேசத் தரத்திலான பொதுக் கட்டுமானம் போன்ற வளர்ச்சி மிகுந்த மாற்றங்களைப் புகுத்தி, நிலையான ஆட்சியை மூன்று முறை

குஜராத்தில் வழங்கிய முதிர்ந்த அனுபவம் அவருக்கு உண்டு. மத்தியில் இரண்டரை ஆண்டுகள் அவர் பிரதமராகக் காலத்திலும் அவருக்கு நேர்மறையான வரவேற்புகள் ஏராளமாக இருந்தன.

மக்கள் மத்தியில் தொடர்ந்து தொடர்பில் இருப்பது, இந்தியாவைச் சுத்தமாக வைத்துக் கொள்ளச் சொல்லி மக்களை இசைவுபடுத்துவது, மேலும் அவர்களுக்கு நிலைமையைப் புரியவைத்து மானியம் தேவையற்றவர்களை விட்டுக்கொடுக்குமாறு செய்தது, கணக்கில் வராத பணத்தைச் செல்லாததாக்க வரிசைகளில் நெடுநேரம் காத்திருக்கும் சிரமத்தை மக்கள் பொறுமையுடன் ஏற்கச் செய்தது என மக்களோடு எப்போதும் தொடர்பிலிருக்கும் பிரதமர் ஒருவரை நீண்ட நாட்களுக்குப் பிறகு மக்கள் கண்டு கொண்டனர். உத்தரப்பிரதேசத்தைப் பொறுத்தவரை 'வளர்ச்சி' என்பதன் பொருளே வேறாக இருந்தது. அகிலேஷ், மாயாவதி, ராகுல் காந்தி ஆகியோரின் முந்தைய செயல்பாடுகளும் அதற்கான ஆய்வறிக்கைகளும் அவர்களின் பேச்சளவில் மட்டுமே இருந்தன. செயலில் நொண்டியடித்துக் கொண்டிருந்தனர். 'வளர்ச்சி' என்ற வார்த்தையை அவர்கள் பயன்படுத்த முயன்று தோற்றுப்போனது தான் மிச்சம்.

என்னுடைய முந்தைய படைப்பான 'உத்தரப்பிரதேஷ் - விகாஷ் கி ப்ரதிக்ஷா மேய்ன்' (உத்தரப்பிரதேசம் வளர்ச்சிக்காக காத்துக் கொண்டிருக்கிறது) என்ற புத்தகத்தில், கடந்த 15 ஆண்டுகாலமாக உத்தரப்பிரதேசத்தை ஆண்ட அரசுகள் வளர்ச்சி என்ற பெயரில் கொடுத்த 'தேர்தல் வாக்குறுதிகளை' மிகத் தெளிவாக ஆய்வு செய்துள்ளேன். இந்தப் புத்தகம் உத்தரப்பிரதேசத்தின் வரலாறு, கலாசாரம், சமூகப் பின்புலம் ஆகியவற்றைப் பேசுவதோடு தற்சமயத்திலும் கடந்தகாலத்திலும் துளிர்த்து எழுந்த அரசியல் காட்சிகளில் முக்கியமானவற்றையும் வெளிக்கொணர்ந்துள்ளேன். உத்தரப்பிரதேச மாநிலம் அரசியல் அரங்கில் பெருமுக்கியமான இடத்தை வகித்தாலும் 'வளர்ச்சி' என்கிற நிலைப்பாட்டில் அது எப்போதும் தடுமாறிக் கொண்டேயிருக்கிறது என்கிற கருத்தை அதில் வலியுறுத்தியுள்ளேன்.

இம்மாநிலத்தில், மோசமான மின்சாரம், தரமற்ற சாலைகள், பரிதாபகரமான நிலையிலிருக்கும் சட்ட ஒழுங்கு, தரமற்ற கல்வி, தொழில் தொடங்குவதற்குப் போதிய வசதிவாய்ப்புகள் இல்லாமல் இருத்தல் போன்றவை இன்றளவும் இங்கு நிலவும் அவலங்கள். இவை எல்லாமுமாகச் சேர்ந்து வேலை வாய்ப்பின்மை உச்சத்தில் இருக்கும் மாநிலம். என்னுடைய கடந்த புத்தகத்துக்காக நான் செய்த சில ஆய்வுகளின் அறிக்கைகளை இங்கே குறிப்பிடுகிறேன். வரவிருந்த 2017 உத்தரப் பிரதேச சட்டமன்றத் தேர்தலில் யோகி ஆதித்யநாத்

முதல்வராவார் என்ற உண்மையை நாம் முன்கூட்டியே அவற்றிலிருந்து அறிந்துகொள்ள முடியும்.

உத்தரப் பிரதேச மாநிலம் இந்தியாவின் மொத்த மக்கள் தொகையில் 16.5%-த்தைக் கொண்டுள்ளது. ஆனால், ஜிடிபியில் வெறும் 8.5% சதவீதம் மட்டுமே பங்களிக்கிறது. இதை நாம் குஜராத்தோடு ஒப்பிட்டுப் பார்த்தால், குஜராத் மாநிலம் மொத்த மக்கள் தொகையில் வெறும் 5%-த்தை மட்டுமே பிடிக்கிறது ஆனால், ஜிடிபியில் 7.5% சதவீதம் பங்களிக்கிறது. இதன் மூலம் உத்தரப் பிரதேச மாநிலம் இந்தியாவின் வளங்களை அதிகமாக எடுத்துக்கொண்டு அதன் வளர்ச்சிக்குப் போதிய பங்கை வழங்காமல் இருப்பது தெளிவாகிறது.

ஆரம்பக் கல்வியின் நிலை படுமோசமாக உள்ளது. ப்ரதாம் குழுமம் நடத்திய ASER-இன் கருத்துக்கணிப்பின்படி, உத்தரப் பிரதேச மாநிலத்தின் ஐந்தாம் வகுப்பு படிக்கிற மாணவர்களின் மொத்த விகிதத்தில் 50% மாணவர்கள் கூட இரண்டாம் வகுப்பு ஹிந்தி பாடங்களைப் படிக்க இயலாதவர்களாக இருக்கிறார்கள். மேலும், உத்தரப் பிரதேசத் தொழில்நுட்ப பல்கலைக்கழகத்தால்(க்ககூக்) சரியான வேலைவாய்ப்புகளையும் தொழில்துறை வாய்ப்புகளையும் ஏற்படுத்திக் கொடுக்க முடியாததால் 50% பொறியியல் இடங்கள் காலியாகவே விடப்பட்டுள்ளன. இந்தப் பல்கலைக்கழக விஷயத்தில் அகிலேஷ் அரசால் எடுக்கப்பட்ட ஒரே நடவடிக்கை உத்தரப்பிரதேசத் தொழில்நுட்ப பல்கலைக்கழகம் என்றிருந்த பெயரை டாக்டர். ஏ.பி.ஜே. அப்துல்கலாம் தொழில்நுட்ப பல்கலைக்கழகம் என மாற்றியது மட்டும்தான். இது கலாம் அபிமானிகளின் கவனத்தை கவர்வதற்கான முயற்சி மட்டுமே. மற்ற மாநிலங்கள் மனிதவளத்தைப் பெருக்கும் முயற்சியிலும் முதலீட்டாளர்களை, தொழிற்சாலைகளைக் கவரும் முயற்சியிலும் ஈடுபட்டிருந்தன. ஆனால், ராஜ்நாத் சிங்கின் மோசடி தடுப்புச் சட்டத்துக்குக் கடும் எதிர்ப்புத் தெரிவித்து வந்த முலாயம் சிங் யாதவ் உத்தரப்பிரதேசத்தின் தேர்வு அறை ஜன்னல்களுக்கு வெளியே மாஃபியா கும்பல்கள் நிறைந்திருந்து பெரும் ஏமாற்று வேலைகளை எளிமையாகச் செய்ய வழி செய்து கொண்டிருந்தார்.

உத்தரப் பிரதேசத்தின் மின்வாரியத்துறை மிகப் பரிதாபகரமான சூழலில் இருந்தது. உத்தரப் பிரதேசத்துக்கு மொத்தம் 25,000 மெகாவாட் மின்சாரம் தேவை. ஆனால் அது உற்பத்தி செய்வதோ வெறும் 2500 மெகாவாட் மின்சாரத்தை மட்டுமே. அதற்குத் தேவைப்படும் மீதி மின்சாரத்தை அது வெளிமாநிலங்களிடமிருந்தே பெற்று வருகிறது. ஆனாலும் ஒவ்வொரு வருடமும் 5000-9000 ஷூவி மின்சாரம் தட்டுபாடாகவே இருக்கிறது. மாநிலத்தில் பற்றாக்குறையாக இருக்கும்

மின்சாரத்தை உற்பத்தி செய்யவோ வாங்கவோ எந்தவிதமான நடவடிக்கையையும் அரசு எடுப்பதில்லை என்பதே இதிலிருக்கும் முரண். ஆனால் மின் வெட்டு மற்றும் மின் விநியோகத்துக்கான பட்டியலை மட்டும் மிகுந்த சிரத்தையோடு தயார் செய்கிறார்கள். ஆட்சியிலிருக்கும் அரசுக்கு ஆதரவாக வாக்களிக்கும் பகுதிகளைப் பரிசீலனை செய்த பிறகே எந்தப் பகுதியில் மின்வெட்டு செய்யப்பட வேண்டும் என்ற முடிவு எடுக்கப்படுவது குறிப்பிடத்தக்கது.

மாயாவதியின் ஆட்சி காலத்திலிருந்து தொடர்ந்து வரும் மீகீஏஞு ஊழலின் மூலம் மாநிலத்தின் சுகாதாரக் கட்டமைப்பு அழிவைச் சந்தித்துள்ளது. பல தலைமை மருத்துவ அதிகாரிகள் கொல்லப்பட்டுள்ளனர். அதற்கான குற்றப்பத்திரிகை கூட இதுவரை பதியப்படவில்லை. காவல் அதிகாரிகளைத் தேர்வு செய்வதில் மோசடி, ஜனனி சுரக்ஷா யோஜ்னா திட்டத்தில் மோசடி, கும்ப மேளா திட்டத்தில் மோசடி மற்றும் மாயாவதி சிலை சர்ச்சை போன்ற மோசடிகளும் ஊழல்களுமே அம்மாநிலத்தின் 'பெருமிதங்களாக' இருந்து வந்துள்ளன.

மாயாவதியின் ஆட்சி காலத்தில் ஜனனி சுரக்ஷா யோஜ்னா ஊழலில் இந்திய தலைமைக் கணக்குத் தணிக்கையாளர் (CAG) அறிக்கையின் படி கர்ப்பவதிகளுக்கும் பாலூட்டும் தாய்மார்களுக்கும் வழங்கப்படும் உதவி தொகையை, அதிகாரிகள் போலி ரசீதுகளைச் சமர்ப்பித்துப் பெற்றுள்ளது தெரியவந்துள்ளது. மேலும் மாவட்ட மாஜிஸ்ட்ரேட்கள் அதிகாரப்பூர்வ காரின் ரசீதுகளைத் தனியார் டாக்ஸியென போலியாகக் கணக்குக் காட்டியதும் சில நேரங்களில் ஒரே பெண்ணை ஒரே வருடத்தில் மூன்று முறை கர்ப்பமெனப் போலியாகக் கணக்குக் காட்டியவைகளெல்லாம் தெரியவந்துள்ளன.

மாநிலத்தின் சட்டம் ஒழுங்கு, ஒட்டுமொத்த மறுசீரமைப்பு செய்தாகவேண்டிய நிலையில் மிக மோசமாக இருக்கிறது. தேசியக் குற்ற ஆவணக் காப்பகத்தின் தரவுகளின்படி, அனைத்துவிதமான குற்றங்களிலும் உத்தரப் பிரதேசமே முதலிடம் வகிக்கிறது. அதிலும் குறிப்பாகக் கடந்த அரசின் அரசியல் அழுத்தம் காரணமாகக் காவலர்களாலேயே அதிகக் குற்றங்கள் நிகழ்த்தப்பட்டிருப்பதாகவும் அதில் தெரிவிக்கப்பட்டுள்ளது. பதவுன், பரெய்லி, புலந்த்சாஹர் மற்றும் முஷாபர்நகர் - சாஹர்பூரில் நடத்தப்பட்ட கலவரத்தில் பெண்களுக்கு எதிராக மிருகத்தனமாக நடத்தப்பட்ட கொடுமைகளின் மூலமும், மாநிலத்தைச் சரிவர ஆட்சி செய்யத் தவறியதன் மூலம் முதுகெலும்பற்ற அரசாகக் கடந்த சமாஜ்வாதி கட்சியின் அரசு திகழ்ந்தது.

யாதவ் சிங் மோசடியைக் காண்கிறபோது அதன் இரண்டு நூலிழைகளில் ஒன்று சமாஜ்வாதி கட்சியுடனும், மற்றொன்று பகுஜன் சமாஜ் கட்சியுடனும் இணைந்திருப்பதை நம்மால் உணரமுடிகிறது. நொய்டா முனிசிபல் மாநகராட்சிக்கு உறுப்பினர்களைத் தேர்வு செய்யும் மக்களின் உரிமையைத் திட்டமிட்டு நிறுத்தியது யாத சிங்கின் முக்கிய மோசடிகளுள் ஒன்று. இவ்வாறு மக்களின் உரிமையைத் தடுத்ததன் மூலம், அதிகார வர்க்கத்தின் டாக்டர். ராமராமன் போன்றோரை வைத்து நொய்டாவின் நில விஷயங்களை மாநிலத்தின் முதல்வர் நேரடியாகக் கையாள வழிபிறந்தது. டாக்டர். ராமராமன், மாயாவதி மற்றும் யாதவ் குடும்பம் ஆகிய இரண்டு பேருடனும் நெருங்கிய தொடர்பு கொண்டவராக இருந்தவர். யோகி ஆட்சிக்கு வந்ததும் முதல் வேலையாக டாக்டர் ராமராமனை வேறு துறைக்கு மாற்றி, காத்திருப்போர் பட்டியலில் வைத்தார்!

உத்தரப்பிரதேச மாணவர்களுக்குத் தன்னுடைய அரசு 15 - 18 லட்சம் கணினிகளை வழங்கியிருப்பதாக அகிலேஷ் யாதவ் பேரணிகளில் தெரிவித்துள்ளார். ஆனால், என்னுடைய முந்தைய புத்தகத்தின் ஆய்வின் படி காணக் கிடைத்த காட்சியே வேறு. தன்னுடைய கட்சிக்கு வாக்களிக்கும் விசுவாசிகளுக்கு மடிக்கணினிகள் ஒருதலைப்பட்சமாக முதலில் விநியோகிக்கப்பட்டுள்ளன. தகவல் அறியும் உரிமை சட்டத்தின் படி லக்னோவிலிருந்து விநியோகத்துக்காகக் கிளம்பிய மடிக்கணினிகள் சரியான வித்த்தில் மாணவர்களைச் சென்று சேரவில்லை. ஒவ்வொரு மாவட்டத்திலும், பெறப்பட்ட மடிக் கணினிக்கும் விநியோகிக்கப்பட்ட மடிக்கணினிக்கும் இடையே 5000 முதல் 50,000 வரை இடைவெளியுள்ளது. அலஹாபாத்துக்கு மொத்தம் 69,395 மடிக்கணினிகள் கொடுக்கப்பட்டன. ஆனால் விநியோகிக்கப் பட்ட மடிக்கணினிகளின் எண்ணிக்கை வெறும் 20,341 மட்டுமே. அமேதி தொகுதிக்கு 13,165 மடிக்கணினிகள் கொடுக்கப்பட்டன. ஆனால் விநியோகிக்கப்பட்டவை வெறும் 3,820 மடிக்கணினிகள் மட்டுமே. அசாம்கருக்கு மொத்தம் 43,011 மடிக்கணினிகள் கொடுக்கப் பட்டன. அதில் விநியோகிக்கப்பட்டவை வெறும் 10,099 மட்டுமே. இது குறித்து அதிகாரிகளிடம் நான் விசாரித்த போது, அதிகாரிகள் அலட்சியமாகச் சொன்ன பதில், அவர்கள் தரவுகளைப் பதிவேற்ற மறந்து விட்டார்கள் என்பதே. ஆனால், நாம் நடத்திய கள ஆய்வில் நமக்குக் கிடைத்த தகவலின் படி இந்த மடிக்கணினிகள் அனைத்தும் உத்தரப் பிரதேசத்தின் மாவட்டங்கள் தோறும் 7 முதல் 8 ஆயிரம் வரையில் விலைக்கு விற்கப்பட்டுள்ளன. முலாயம் மற்றும் அகிலேஷ் இருவரும் ஜோடியாக இருக்கும் ஸ்டிக்கர் மடிக்கணினியில் ஒட்டப் பட்டிருப்பதும் அதே உருவம் மடிக்கணினியின் முகப்புப் பக்கத்தில் வருவதும் கட்சிக்கான விளம்பர நடவடிக்கையன்றி வேறென்ன?

ஆக்ராவுக்கும் லக்னோவுக்கும் இடையேயான விரைவு பாதை, அகிலேஷ் ஆட்சியின் நட்சத்திரத் திட்டமாகப் பேசப்படுகிறது. ஆனால் தேர்தல் நேரம் வரை, இந்த விரைவுபாதை முழுவதுமாக முடிக்கப் படவில்லை. அந்தப் பாதையில் பலமுறை பயணிக்கும் பயணிகள் கட்டுமானபணி நடைபெறாத மாற்று வழிகளில் பயணிக்க வேண்டியிருந்தது. முடிக்கப்படாத ஆக்ரா-லக்னோ விரைவு பாதையையும், லக்னோ மெட்ரோ திட்டத்தையும் முடித்துவிட்டதாகக் கூறி தேர்தல் பிரசாரங்களிலும், பதாகைகளிலும், துண்டு பிரசுரங்களிலும் சமாஜ்வாதிகட்சி பொய்யாகப் பயன்படுத்தியதை அலஹாபாத் உயர்நீதிமன்றம் கூடக் கண்டித்துள்ளது. இதை நாம் நிதின் கட்கரியின் தலைமையின் கீழ் இயங்கும் தேசிய நெடுஞ்சாலைத் துறையுடன் ஒப்பிட்டுப் பார்த்தால் அவர்கள் ஒரு நாளில் 20கி.மீ தேசிய நெடுஞ்சாலையைக் கட்டமைக்கிறார்கள்; 15 நாட்களில் 300 கி.மீ தொலைவுடைய உயர்தர தேசிய நெடுஞ்சாலையைக் கட்டமைக் கிறார்கள். ஆனால் துருதிர்ஷ்டவசமாக, கடந்த 15 ஆண்டுகளில் மக்கள் எதிர்பார்த்த உத்தர வளர்ச்சி என்பது சாதி,மதம், குடும்ப அரசியல் மற்றும் அதிகார துஷ்பிரயோகம், ஆகியவற்றால் உத்தரப்பிரதேசத்தில் வேரோடு அழிக்கப்பட்டுள்ளது. மேலும் மாநிலத்தின் முன்னேற்றம் குழித்தோண்டி புதைக்கப்பட்டுள்ளது, அரசு செய்யும் உதிரி வேலைகளைத் தங்களின் ஆதர்சமான திட்டங்களெனப் போலியாக முரசறைந்து வெகு சாமர்த்தியமாகத் தப்பித்து வந்துள்ளது முந்தைய உத்தரப் பிரதேச அரசு.

80-களில் ஆஷிஷ் போஸ் என்பவர் பிகார் (Bi), மத்தியபிரதேசம் (Ma), ராஜஸ்தான் (R) மற்றும் உத்தரப்பிரதேசம் (U) ஆகிய மாநிலங்களின் ஆங்கில வடிவத்தின் முதல் எழுத்துகளைத் தொகுத்து BiMaRU *(பீமாரு - நோய்வாய்ப்பட்ட என்று அர்த்தம்)* என்கிற வார்த்தையை அதல பாதாளத்தில் உள்ள அந்த மாநிலங்களின் சமூக-பொருளாதாரத்தின் குறியீடாக உருவாக்கினார். இதற்கிடையில் ராஜஸ்தான் மற்றும் மத்தியப்பிரதேஷ் மாநிலங்கள் தங்களின் நிலையை உயர்த்தி நோய்வாய்ப்பட்ட 'பீமாரு' நிலையிலிருந்து விடுபட்டுவிட்டன. பிகார் மாநிலம் இந்தத் துயர நிலையிலிருந்து வெளியேறுவதற்கான சரியான பாதையில் சென்று கொண்டிருந்த நேரத்தில் பிகார் அரசியலில் நடைபெற்ற லாலுபிரசாத் யாதவின் மறுபிரவேசத்தால் சட்டம் ஒழுங்கு சீர்குலைந்து, குடும்ப அரசியல் தழைத்தோங்கி, கடத்தல் போன்ற சக்கரவியூகங்கள் வகுக்கப்பட்டு மீண்டும் அதே 'பீமாரு' வில் மாட்டிக் கொண்டது பிகார். இதற்கிடையே உத்தரப்பிரதேசம் வளர்ச்சிக்காக ஏங்கும் சூழலில் சமாஜ்வாதி மற்றும் பகுஜன் சமாஜ் கட்சிகள் மக்களின் எதிர்பார்ப்புகளைக் கடந்த 15 ஆண்டுகளாக நிறைவேற்றத் தவறியுள்ளன.

இது போன்ற நுட்பமான தரவுகளையும் உண்மைகளையும் சிரமப்பட்டுப் பார்க்கவேண்டிய அவசியமே இல்லை; உத்தரப் பிரதேச மக்களின் அன்றாட வாழ்வைக் கூர்ந்து நோக்கினாலே அவர்கள் எவ்வளவு பரிதாபகரமான சூழலில் வாழ்கிறார்கள் என்பது நமக்குப் புலப்படும். 'எங்கள் சாதனைகள் பேசுகின்றன' என்ற முழக்கத்தை அகிலேஷ் யாதவின் பேரணியில் அலங்காரமாகக் கூவிய மக்கள் வீட்டுக்குத் திரும்பும்போது மோசமான சாலைகள், கடும் போக்கு வரத்து நெரிசல்கள், சட்டம் ஒழுங்கற்ற சமூகம், மின் பற்றாக்குறை, அரசு வேலைக்கான தேர்வுகளில் புரையோடிப்போன ஊழல், எதிர்காலமற்ற குழந்தைகள் என்பவை போன்ற பல சொல்லொண்ணா துயர்மிகு சூழல்களைத் தான் எதிர்கொள்ளவேண்டியிருந்தது.

உத்தரப் பிரதேசத்தின் வருங்காலக் கனவுகளுக்காக, வரும் தலைமுறையின் ஏற்ற மிகு வருங்காலத்துக்காக வளமிகுந்த உத்தரப் பிரதேசத்தை உருவாக்குவதற்காகத்தான் உத்தரப் பிரதேச மக்கள் பா.ஜ.கவுக்கு வாக்களித்துள்ளனர் என்பது இதன் மூலம் நிரூபண மாகிறது. எனவே, புதிய முதல்வராகப் பொறுப்பேற்றிருக்கும் யோகி ஆதித்யநாத் நிறைவேற்ற வேண்டிய எதிர்பார்ப்புகள் ஏராளம் உண்டு என்பதை எப்போதும் நினைவில் கொண்டே செயலாற்றவேண்டும்.

•

முதல்வராகப் பதவியேற்ற பின் யோகி நிகழ்த்திய முதல் உரை

இத்தனை ஆண்டுகாலமும் ஊடகங்கள் யோகியின் காரசாரமான தேர்தல் பிரசார உரைகளில்தான் கவனம் செலுத்தி வந்தன. ஆனால், மார்ச் 19, 2017-ல் காவி தரித்த இளம் துறவி ஒருவர் முதல்வராகப் பதவியேற்று மாநிலத்துக்காகத் தன்னுடைய தலைமையின் கீழான அரசு ஆற்றவிருக்கும் தலையாய விஷயங்கள் குறித்து என்ன பேசப்போகிறார் என்பதைக் கேட்க அனைத்து பத்திரிகையாளர்களும் காதைத் தீட்டிக்கொண்டு காத்துக்கிடந்தனர்.

மிகவும் மென்மையான மற்றும் திடமான உடல்மொழியுடன், ஊடகங்களை எதிர்கொண்ட யோகி, கம்பீரமாகப் பேசத் தொடங்கினார்: என்னுடைய துணை முதல்வர்கள் கேஷவ் பிரசாத் மவுரியா, தினேஷ் ஷர்மா அவர்களுடன் இணைந்து நம்முடைய முதல் பத்திரிகையாளர் சந்திப்புக்கு வருகைபுரிந்திருக்கும் அனைத்து ஊடக நண்பர்களையும் வரவேற்கிறேன். இது உத்தரப்பிரதேச மாநிலத்தின்

வரலாற்றுச் சிறப்பு மிக்க நாள். பாரதிய ஜனதா கட்சி முன் எப்போதுமில்லாத வாக்குறுதிகளை இந்த 2017 சட்டசபைத் தேர்தலில் வழங்கியுள்ளது. புதிய அரசின் அதிகாரபூர்வமான பதவியேற்பு விழா தற்போது முடிவடைந்துள்ளது. சிறந்த நிர்வாகம், வளர்ச்சியை முதன்மைப்படுத்திய கருத்துருவாக்கம் ஆகிய எதிர்பார்ப்புகளுடன் பெருவாரியான ஆதரவை பா.ஜ.கவுக்குக் கொடுத்ததற்காக மக்களுக்கு என் நன்றிகளைத் தெரிவித்துக்கொள்கிறேன். பண்டிட் தீன் தயாள் உபாத்யாயா, 'ஒருங்கிணைந்த மனிதத்தை' தோற்றுவித்தவர். இவர் பிறந்ததும் வாழ்ந்ததும் உத்தரப்பிரதேசத்தில்தான்! பண்டிட் தீன் தயாளின் அறிவுரைக்கிணங்க 'அந்த்யோதய்' அதாவது நசுக்கப்பட்ட அடிதட்டு மக்களின் மேன்மைக்கான பாதையை என்னுடைய அரசு பின்தொடர உறுதி கொண்டுள்ளது. மாநிலத்தின் வளர்ச்சிக்காகவும், செழுமைக்காகவும் அனைத்து முயற்சிகளையும் செய்வோம் என்பதை இந்நிகழ்வில் உங்கள் மூலமாக இம்மாநில மக்களுக்குத் தெரிவித்துக் கொள்கிறோம்.

தேர்தல் அறிக்கையில் தெரிவித்திருந்த தேர்தல் அறிக்கையை முழுமையாக நிறைவேற்ற என்னுடைய அரசு உறுதி கொண்டுள்ளது. மரியாதைக்குரிய பிரதமர் நரேந்திர மோதி அவர்களின் சீரிய வழிகாட்டுதலின் படி 'சப்கா சாத் சப்கா விகாஸ்' (அனைவருடனும் சேர்ந்து, அனைவரின் வளர்ச்சிக்காகவும் பாடுபடும் அரசு) என்ற திட்டத்தின் மூலம் மத்திய அரசு, மாநிலத்தின் சிறப்பான ஆளுகைக்கும் வளர்ச்சிக்குமான வெளிச்சக்கீற்றை ஏற்றியுள்ளது.

அதே நன் மதிப்பீடுகளின் அடிதொட்டே இந்த அரசும் மக்களுக்குச் சேவை செய்யும். வளர்ச்சி என்கிற ஓட்டப்பந்தயத்தில், உத்தரப்பிரதேச மாநிலம் கடந்த 15 ஆண்டுகளாகப் பெரும் பின்னடைவைச் சந்தித்திருப்பது நீங்கள் அனைவரும் அறிந்ததே.

கடந்த ஆண்டுகளில், ஊழல், குடும்ப ஆதிக்கம் மற்றும் மோசமான சட்டம் ஒழுங்கு பிரச்னை ஆகியவற்றின் மூலம் கடுமையான அழுத்தத்தை மக்களின் மீது சுமத்தியுள்ளது முந்தைய ஆளும் அரசு. ஆனால் எங்களின் அரசு மக்களின் நலனின் மீது எந்தவிதத் தாமதமும் இன்றி உடனடியாகச் செயல்படத் துவங்கும். என்னுடைய அரசு அனைத்து சமூகத்தின் அனைத்து நிலை மக்களின் நலனின் மீதும் எந்தவிதப் பாரபட்சமுமின்றி உடனடியாகச் செயல்படத் துவங்கும். இதற்காக எங்கள் அரசும் நிர்வாகமும் மக்களுக்குப் பதிலளிக்கவும் அதற்கான பொறுப்பேற்கவும் கடமைப்பட்டுள்ளது.

மக்களின் அடிப்படைத் தேவைகளான உணவு, உறைவிடம், சாலைகள், கழிப்பறை ஆகியவற்றை மேம்படுத்த எங்கள் அரசு அயராது

உழைக்கும். குறிப்பாக, மாநிலத்தின் சட்ட ஒழுங்குச் சூழலை வலுப்படுத்தவும் கூடுதல் முயற்சிகள் எடுக்கப்படும். பாரதிய ஜனதா கட்சி அரசு மாநிலத்தின் கல்வித் தரம் மேம்படவும், இளைஞர்களுக்கு வேலைவாய்ப்பை உருவாக்கித் தரவும் உயர்தரத்திலான போக்குவரத்து மற்றும் சுகாதார சேவைகளை வீதிகளில் இருக்கும் பாமரருக்கும் கொண்டு சேர்க்கவும் தன்னாலான உச்சபட்ச முயற்சிகள் அனைத்தையும் மேற்கொள்ளும். ஏழை எளிய அடிதட்டு மக்கள், பின்தங்கிய வகுப்பினர் ஆகியோரின் வாழ்க்கை தரத்தை மேம்படுத்தக் கூடுதல் கவனம் செலுத்தப்படும்.

மாநில மக்கள்தொகையில் பெரும்பகுதி மக்கள் கிராமப்புறங்களில் வசிக்கின்றனர். அவர்கள் தங்களின் வாழ்வாதாரத்துக்கு விவசாயத்தையே நம்பியிருக்கின்றனர். மாநிலத்தின் வளர்ச்சிக்கான முக்கியகாரணியாக விவசாயத்தை இந்த அரசு மாற்றும் என்று நம்பிக்கை கொண்டுள்ளனர். எனவே, விவசாயத்தின் வளர்ச்சிக்கும், விவசாயிகள் மற்றும் பண்ணை தொழிலாளர்களின் நலத்துக்கும் தேவையான மற்றும் சாத்தியமான அனைத்து நடவடிக்கைகளையும் இந்த அரசு மேற்கொள்ளும். மேலும், பெண்கள் முன்னேற்றத்தையும், அவர்களின் பாதுகாப்பையும் உறுதிப்படுத்தி அவர்களுக்கு சமமான உரிமையையும் வழங்குவதற்குச் சாத்தியமான அனைத்து முயற்சிகளையும் இம்மாநில அரசு மேற்கொள்ளும்.

கடந்த ஆட்சியின் மோசமான நிர்வாகத்தின் விளைவுகளனைத்தையும் இளைஞர்கள் சந்திக்க வேண்டியதாக இருந்துள்ளது. ஆனால் இந்த அரசு இளைஞர்களுக்குத் தரமான கல்வியை வழங்குவதன் மூலமும், வளர்ச்சி வாய்ப்புகளுக்கு ஏற்றமாதிரியான திறன்மேம்பாட்டு பயிற்சிகளை வழங்குவதன் மூலமும் அவர்களுக்கான வேலை வாய்ப்புகளை மேம்படுத்தப் பல முன்னெச்சரிக்கை நடவடிக்கைகளை முன்னெடுக்கும். அரசு வேலைகளுக்கான பணிநியமனம் என்பது ஊழலற்றதாகவும் வெளிப்படைத்தன்மை நிறைந்ததாகவும் இருக்கும். நிலையான தொழில் வளர்ச்சியை உருவாக்கிப் பலதரப்பட்ட முதலீடு களையும் ஈர்க்கும் சூழலை மாநிலத்தில் உருவாக்குவோம். இதன் மூலம் ஒருபுறம் மாநிலத்தின் வளர்ச்சி விகிதம் உயர்வதை நம்மால் கண்கூடாகப் பார்க்க முடியும் மற்றொருபுறம் இதன் மூலம் இளைஞர் களுக்கான வேலை வாய்ப்பு மாநிலத்துக்குள்ளாகவே கிடைக்கவும் செய்யும்.

இறுதியாக, உத்தரப்பிரதேச மக்கள் பா.ஜ.க-வுக்கு வழங்கியிருக்கும் இந்த அபரிமிதமான ஆதரவுக்குப் பெருமரியாதை செலுத்தக் கடமைப்பட்டுள்ளேன் என்பதை மீண்டும் ஒருமுறை வலியுறுத்த விரும்புகிறேன். அதே வேளையில், நாங்கள் உங்களை நிச்சயம்

கைவிடப்போவதில்லை என்பதையும் மற்றொருமுறை அழுந்த சொல்லிக்கொள்கிறேன். வெகுவிரைவில் புதிய ஆட்சியின் நேர்மறை மாற்றங்களை நீங்கள் கண் கூடாகக் காண்பீர்கள். இன்று நீங்கள் அனைவரும் புதிய அரசு பதவியேற்றுக் கொண்ட விழாவைக் கண்டுகளித்திருப்பீர்கள். பதவியேற்பு விழாவிலும் சரி, அதற்குப் பின் நான் தேர்வு செய்த அமைச்சர் குழுவிலும் சரி எப்போதுமே 'அனைவருடனும் சேர்ந்து, அனைவரின் வளர்ச்சிக்காகவும் பாடுபடும் அரசு குறித்தே நாம் பேசி வந்துள்ளோம். நீங்கள் இதைக் கவனித்திருப்பீர்கள். நாம் அனைவரும் ஒன்றிணைந்து மாநிலத்தின் வளர்ச்சிக்காகப் பணியாற்றுவோம். அனைவருக்கும் நன்றி.'

உத்தரப் பிரதேச மாநிலத்தின் கிழக்குப் பகுதியில் ஆரம்பநிலை கல்வி மற்றும் சுகாதாரம் போன்றவற்றின் வளர்ச்சி திட்டம் குறித்துக் கேள்வியெழுந்தது. அதற்கு யோகி 'பாரதிய ஜனதா கட்சி தன்னுடைய தேர்தல் அறிக்கையை (லோக் கல்யாண் சங்கல்ப் பத்ரம்) மக்களின் முன் வெளிப்படையாகவே வெளியிட்டுள்ளது. அதில் என்னவெல்லாம் குறிப்பிடப்பட்டுள்ளதோ எதற்கெல்லாம் வாக்குறுதிகள் அளிக்கப் பட்டுள்ளதோ அவை அனைத்தும் நடைமுறைப்படுத்தப்படும்' என்றார். மேலும் தன்னுடைய மூத்த அமைச்சர்களான சித்தார்த் நாத் சிங், ஸ்ரீகாந்த் சர்மா ஆகியோர் அமைச்சரவைக் கூட்டங்கள், முடிவுகள் மற்றும் பல்வேறு துறை சார்ந்த மாநில அரசின் திட்டங்கள் குறித்தும் அலுவல்ரீதியாகப் பத்திரிகையாளர்களுக்கு விளக்குவார்கள் என்றார். ஊடக நண்பர்களிடமிருந்து மேலும் எழுந்த பல கேள்விகளுக்கு யோகி நம்பிக்கை மிகுந்த புன்னகையை உதிர்த்து, 'இன்றைக்கு இது போதும். என்மீது நம்பிக்கை கொள்ளுங்கள். நாம் விரைவில் பேசுவோம்' என்று சொல்லி விடைபெற்றார்.

வெகு வித்தியாசமான யோகி ஆதித்யநாத்தைக் கண்டு மிகவும் ஆனந்த ஆச்சரியத்தில் ஆழ்ந்தனர் பத்திரிகையாளர்கள். கட்சியின் தேர்தல் அறிக்கை, பண்டிட் தீன தயாளின் தத்துவங்கள், பிரதமர் நரேந்திர மோதியின் தீர்க்கமான பார்வை ஆகியவைகுறித்துப் பேசி, யோகி பாரதிய ஜனதா கட்சியின் ஆளுமைமிகுந்த உதாரண புருஷராகத் தன்னை அடையாளப்படுத்திக் கொண்டார். மிகவும் நிதானமாக, முதிர்ச்சியுடன் வளர்ச்சியின் மையக்கருவையும் அதன் சவால்களையும் மிகத்தெளிவாகப் பேசினார்.

பத்திரிகையாளர் சந்திப்பையடுத்து நடந்த உரையாடலின் போது சிலர் 'யோகியை முதல்வர் பதவியைக் காட்டி பேரம் பேசி கட்சி அடக்கியுள்ளது' என்றனர். மற்ற சிலரோ 'கடும்கொள்கையாளரான யோகி, மோதியைப்போல தன்னை அடுத்த வளர்ச்சி நாயகனாக மாற்றிக் கொண்டிருக்கிறார்' என்றனர். வேறு சிலரோ 'கடந்த இருபது

ஆண்டுகளில் யோகி அவர்களின் நாடாளுமன்றச் செயல்பாடுகள் சரிவர யாராலும் கவனிக்கப்படவில்லை; ஒரு சில தேர்தல் பிரசார உரைகளைத் தவிர அவருடைய மற்ற உரைகள் அனைத்துமே வளர்ச்சியை மையப் படுத்தியே இருந்துள்ளது' என்றும் பேசிக்கொண்டனர்.

•

முதல்வராகப் பதவியேற்ற பின் யோகி ஆர்.எஸ்.எஸ் பத்திரிகையான 'பாஞ்சஜன்யா'வுக்கு அளித்த முதல் நேர்காணல்

அனைவரையும் ஆச்சரியத்தில் ஆழ்த்தும் விதமாக யோகி தன்னுடைய முதல் அலுவல்ரீதியான அச்சுவடிவ நேர்காணலை ஆர்.எஸ்.எஸ் சார்புள்ள ஹிந்தி பத்திரிகையான 'பாஞ்சஜன்யா'-வுக்கு ஏப்ரல் 3, 2017-ல் வழங்கினார்.

அந்நேர்காணல் 'ஹோம்வர்க் ஹோ சுக்கா ஹை, அப் பஸ் நிர்நய்' (அடிக்கட்டுமான வேலைகள் முடிந்துவிட்டன, இனி இது செயல்படுவதற்கான தருணம்) என்ற தலைப்புடன் வெளிவந்தது. பத்திரிகையின் ஆசிரியர் ஹித்தேஷ் சங்கரும் நிருபர் அஷ்வின் மிஸ்ராவும் இந்த நேர்காணலைச் சேர்ந்து மேற்கொண்டனர்.

அரசமைத்த இரண்டே வாரங்களில் அவர் இந்த நேர்காணலை வழங்கினார். ஆனாலும் கூட யோகி மாநிலத்தில் நிலவும் பிரச்னை குறித்தும் அதற்கான தீர்வுகள் குறித்தும் முழுமையாக அறிந்து வைத்திருந்தார். மேலும், யோகி தேர்தல் நேரத்தில் மிகவும் துணிச்சலுடன் உத்தரப் பிரதேசக் கள நிலவரத்தைப் பிரசுரித்த பாஞ்சஜன்யா பத்திரிகை குழுமத்துக்குத் தன் வாழ்த்துகளைத் தெரிவித்தார். அதற்கடுத்து உத்தரப்பிரதேச வெற்றிக்கான முழு அங்கீகாரத்தையும் அமித் ஷாவின் நிர்வாகத்திறமைக்கும் பிரதமர் நரேந்திர மோதி அவர்களின் தலைமைபண்புக்கும் வழங்கிக் கௌரவித்தார்.

அவர் மீது எழுப்பப்படும் எதிர்மறையான விமர்சனங்கள் குறித்தும், மாநிலத்தின் முதல்வராக உயர்ந்தபின் தேசிய மற்றும் சர்வதேச ஊடகங்களின் வெளிச்சத்தில் ஒவ்வொரு நொடிப்பொழுதும் நனைவது குறித்தும் கேள்வி எழுப்பியபோது,

யோகி , 'யார் ஒருவர் இந்தியாவின் மீது பொறாமை கொள்கிறாரோ, யார் ஒருவரால் இந்தியாவின் வளர்ச்சியை, செழுமையை ஜீரணிக்க முடியவில்லையோ அவர்கள் தான் நிகழும் நன்மைகள் குறித்துத்

தவறான விமர்சனங்களை முன்வைப்பார்கள்' என்றார். சிலருக்குக் காவி உடை என்றாலே ஒவ்வாமையிருக்கும். அது போன்ற மக்களுக்கு இவரை ஏற்றுக் கொள்வதில் சில சிரமங்கள் இருக்கலாம். மதச்சார்பற்ற தன்மை என்ற போர்வையில், அரசியல் அரங்கத்தைத் திருப்திப்படுத்து வதற்காகத் தேசியப் பாதுகாப்பு குறித்து வலிந்து பேசுபவர்கள் தற்போது கடும் நெருக்கடியான சூழலை யோகி ஆட்சியின் மூலம் எதிர்கொண்டு வருகின்றனர். மேலும், யோகி, 'தனக்கும் தன் கட்சிக்கும் உத்தரப்பிரதேச மாநிலத்தில் பெருவாரியான ஆதரவும் அன்பும் கிடைத்துள்ளது. பிரதமர் மோதியால் துவங்கப்பட்ட பல்வேறுவிதமான நலத்திட்டங்களாலும் தொலைநோக்கு நடவடிக்கைகளாலும் தெருவில் இருக்கும் கடைகோடி மனிதன் வரை நாங்கள் சென்றடைவோம்' என உறுதிப்படத் தெரிவித்தார்.

பந்தேல்கண்ட் பகுதியில் நிலவும் தண்ணீர் தட்டுப்பாடு குறித்தும் அதனால் ஏற்படும் பெருமளவிலான இடமாற்றம் குறித்தும் கேள்வி எழுப்பியபோது, யோகி, 'பந்தேல்கண்ட் மற்றும் பூர்வாஞ்சல் பகுதிகளுக்குக் கூடுதல் ஒத்துழைப்புத் தேவைப்படுகிறது' என்றார். நாங்கள் பந்தேல்கண்ட் வளர்ச்சி வாரியம் மற்றும் பூர்வாஞ்சல் வளர்ச்சி வாரியத்தை ஏற்படுத்தி அதன் மூலம் இவ்விரு பகுதிகளிலும் நிலவும் சவால்களை நிவர்த்தி செய்து வருகிறோம். முன்னரே ஒரு குழு அப்பகுதியைச் சென்றடைந்துவிட்டது. மற்றொரு நிபுணர் குழு, மிக விரைவில் அங்கு செல்லும். பந்தேல்கண்ட் புதிரை மிக விரைவில் அவிழ்க்க நாங்கள் உறுதி கொண்டுள்ளோம். நானே பந்தேல் கண்ட்டுக்கு நேரடியாகச் சென்று கள ஆய்வை மேற்கொள்வேன் என்றார். இவை அனைத்தும் யோகி அரசமைத்த இரண்டே வாரங்களில் என்பது குறிப்பிடத்தக்கது.

மேலும் கிழக்கு உத்தரப்பிரதேசத்தின் முக்கிய பிரச்னைகளான வெள்ளம், மூளைக்காய்ச்சல் நோய், சர்க்கரை ஆலைகளை மூடுவது தொடர்பான பிரச்னைகளுக்குத் தீர்வு காண அனைத்துத் திட்டங் களையும் வகுத்து வருகிறோம் என்றார்.

தொழிற்துறை வளர்ச்சி குறித்துக் கேட்டபோது, யோகி 'நாங்கள் புதிய தொழிற்துறை கொள்கைகளை வகுத்து வருகிறோம்; உத்தரப் பிரதேசத்தில் இருந்து வேறு மாநிலங்களுக்கு தொழிற்சாலைகள் இடமாறுவதைத் தடுக்க நடவடிக்கை எடுத்து வருகிறோம். உத்தரப் பிரதேசத்தில் முதலீடு செய்வதற்கான சரியான களத்தை நாங்கள் முதலீட்டாளர்களுக்கு ஏற்படுத்திக் கொடுப்போம். அவர்களுக்குத் தேவையான பாதுகாப்பை வழங்குவோம். மாநிலத்தில் தொழிற் சாலைத் திட்டங்களை நடைமுறைப்படுத்த 'ஒற்றைச் சாளர முறையை'

துவங்கவுள்ளோம். நாங்கள் வைக்கும் நிபந்தனை ஒன்றே ஒன்று தான்: 90% வேலைவாய்ப்பை உள்ளூர்வாசிகளுக்கு வழங்க வேண்டும் என்பதே. இது குறித்து இப்போதே பல முதலீட்டாளர்களிடமிருந்து அழைப்புகள் வரத் துவங்கியிருப்பது எங்களை மகிழ்ச்சியில் ஆழ்த்தியுள்ளது.

எங்களிடமிருப்பது இரண்டு முனை யுத்தி. அதாவது, ஒரு புறத்தில் புதிய இடத்தில், புதிய முதலீட்டில் புதிய தொழிற்சாலைகளைத் துவங்குவது. மற்றொரு புறம், இங்கிருக்கும் பாரம்பரிய தொழிற்சாலைகளான மொராதாபாத்தின் பித்தளை தொழிற்சாலை. அலிகர் பகுதியின் பூட்டுத் தொழிற்சாலை, ஃபிரோஷாபாத்தின் வளையல் தொழிற்சாலை, பாதோய் பகுதியின் தரைவிரிப்புத் தொழிற்சாலை போன்றவற்றை வலுப்படுத்துவது.

சர்க்கரை ஆலை குறித்துக் கேட்ட போது, யோகி வரவிருக்கும் ஆறு மாதங்களுள் ஐந்து முதல் ஆறு ஆலைகளைத் துவங்கவிருக்கிறோம் என்றார். இது சர்க்கரை விவசாயிகளின் பருவகாலம், இதில் அவ்விவசாயிகள் அவர்களுக்குச் சேரவேண்டிய நிலுவைகளைச் சரியான நேரத்தில் பெறுவதை நாங்கள் உறுதி செய்வோம் என்றார்.

சட்டமன்றத்தில் பா.ஜ.க மற்றும் அதன் கூட்டணி கட்சியைச் சேர்ந்தவர்களின் எண்ணிக்கை அதிகமாக இருப்பதால் பெரிய எதிர்ப்பு எதுவும் இருக்காதே என்ற கேள்விக்கு யோகி ‘நாங்கள் சட்டமன்றத்தை ஒரு களமாகத்தான் பார்க்கிறோம். மாநிலத்தின் அனைத்து சட்டமன்ற உறுப்பினர்களும் ஒன்று கூடி, பிரச்னைகள் குறித்துக் கலந்துரையாடி அதற்கான தீர்வை எட்டுமிடம். சட்டமன்ற உறுப்பினர்களின் சட்டமன்ற செயல்பாடுகள், நெறிமுறைகளைக் குறித்தும் அறிந்து கொள்ள நாங்கள் அனைத்துச் சட்டமன்ற உறுப்பினர்களுக்கும் இரண்டு நாள் பயிற்சி முகாம் ஒன்றையும் ஏற்பாடு செய்துள்ளோம்’ என்றார்.

கடந்த ஆட்சியில் அரசு வேலை வழங்குவதிலும் கல்விக்கான ஊக்கதொகை வழங்குவதிலும் குறிப்பிட்ட சமூகத்துக்கு மட்டுமே சிறப்புக் கவனம் செலுத்தப்பட்டதே என்ற கேள்விக்கு, யோகி ‘அந்த நிகழ்வு என் கவனத்துக்கு வந்தது. அது குறித்து நானும் அறிந்துள்ளேன். தேர்தல் ஆணையத்தால் நடத்தப்பட்ட நடத்தைக்கான மாதிரிக் குறியீட்டில்கூடத் தங்களுடைய ஓட்டு வங்கியைத் தக்கவைத்துக் கொள்வதற்காக முந்தைய அரசு தேர்வு முறையைக் குறிப்பிட்ட ஒரு சமூகத்தினருக்கு மட்டுமே சாதகமாக்கி வைத்திருந்தனர். மேலும், அவர் ‘தேர்வு முறை’ முழுமையையும் நாங்கள் ஆராய்ந்து வருகிறோம். பா.ஜ.க அரசு குருப் 3 மற்றும் குருப் 4 வேலைகளுக்கான நேர்காணலை நடத்தி இதுநாள் வரை தேர்வு முறையில் நிலவிய

ஒருதலைப்பட்சத்தை ஒழிக்கும்; அதோடு இந்தச் செயல்முறையை வெளிப்படைத்தன்மை வாய்ந்ததாகவும் மாற்றும்' என்றார்.

முந்தைய அரசு மடிக்கணினியை விநியோகித்தது; ஆனால் அதைப் பயன்படுத்த மின்சாரம் இருக்கவில்லையே என்று கேள்வி எழுப்பியபோது யோகி 'மாவட்டத் தலைமையகங்களுக்கு 24 மணி நேரமும் மின்சாரம் வழங்கவேண்டும் என்று எங்களுடைய முதல் அமைச்சரவைக் கூட்டத்தில் முடிவு செய்துள்ளோம். 20 மணிநேர மின்சாரத்தை தாசில் தலைமையகத்துக்கும் 18 மணி நேர மின்சாரத்தைக் கிராமப்புறங்களுக்கும் வழங்க வேண்டும் என்ற முடிவு எட்டப்பட்டுள்ளது. 2019-ஆம் ஆண்டுக்குள் மொத்த மாநிலத்துக்கும் 24 மணி நேரமும் மின்சாரம் வழங்கப்படும். மின்மாற்றிகளில் ஏதேனும் பிரச்னையெனில் மாவட்டத் தலைமையகத்தில் 48மணி நேரத்துக்குள் பழுது பார்க்கப்படும். மற்ற கிராமப்புறங்களில் 72 மணி நேரத்துக்குள் பழுதுபார்க்கப்படும். இதற்கான களப்பணிகள் ஏற்கனவே துவங்கப் பட்டுவிட்டன; இனி அது குறித்த முடிவுகள் எட்டப்பட்டு நடை முறைப்படுத்துவது மட்டுமே நாங்கள் செய்ய வேண்டியது' என்றார்.

ராமர் கோவில் குறித்த பிரச்னைக்கு, யோகி இந்த விஷயத்தை விரைவுபடுத்த மரியாதைக்குரிய உச்ச நீதிமன்றத்தின் கருத்தகளை வரவேற்பதாகத் தெரிவித்தார். இந்த வழக்குக்கும் அரசுக்கும் எந்தத் தொடர்பும் இல்லை. இந்த வழக்கில் சம்பந்தப்பட்ட இரண்டு தரப்புகளும் கலந்து பேசி, சுமுகமான தீர்வை எட்டவேண்டும். இதற்கு அரசிடமிருந்து எந்த உதவி தேவைப்பட்டாலும் அதைச் செய்வதற்கு இந்த அரசு தயாராகவே உள்ளது. மரியாதைக்குரிய உயர்நீதிமன்றம் இவ்வழக்கின் மீது தெளிவான தீர்ப்பை ஏற்கனவே வழங்கி விட்டது, எனவே இரண்டு தரப்புகளும் சுமூகமாகப் பேசித் தீர்வு காண வேண்டும்.

மேலும் யோகி விவசாயிகளுக்கான அரசின் திட்டம் குறித்துப் பேசினார். மாநிலத்தின் வளர்ச்சிக்காக அயல் நாடுவாழ் இந்திய குடிமகன்களை ஈடுபடுத்துவது குறித்தும் பேசினார். சட்டவிரோதமாக நடத்தப்படும் இறைச்சிக்கூடங்களைத் தடைசெய்வதற்காகச் சுற்றுச்சூழலைக் கருத்தில் கொண்டு அரசு மேற்கொண்டுள்ள நடவடிக்கைகளை நியாயப்படுத்தினார். வரவிருக்கும் தேர்தல்களுக்கு மாபெரும் கூட்டணி அமைத்து (Mahagathbhandhan) சந்தர்ப்ப வாதிகளாக எதிர்கட்சிகள் செயல்பட்டால் அதற்கான சாத்தியங்களை உடைத்தெறிவோம் என்றார்.

இந்த நேர்காணலை நிறைவு செய்யும் வேளையில் 'ஆட்சிக்கான யோகியின் மந்திரம் என்ன?' என்ற பாஞ்சஜன்யா குழுவின் கேள்விக்கு, மாநிலத்துக்கு நல்ல நிர்வாகத்தை மீண்டும் கொண்டு வர வேண்டும்

என்றார். ஊழலற்ற குற்றமற்ற சமூகம்தான் நம் தலையாய கடமை. இதற்கான மிகச் சிறந்த வழிகாட்டுதலை பிரதமர் நரேந்திர மோதி அவர்களின் தலைமையில் இயங்கும் மத்திய அரசிடமிருந்து பெற்று வருவதாகவும் தெரிவித்தார்.

யோகியின் தலையாய பணிகள் குறித்த சித்திரத்தை முதல்வராகப் பதவியேற்ற பின் அவர் வழங்கிய முதல் அச்சு வடிவ நேர்காணல் மூலம் நாம் அறிந்துகொள்ள முடிகிறது. இதன் மூலம் மாநிலத்தின் முதல்வராகப் பதவியேற்றிருக்கும் யோகி, தற்போது நடைபெறும் ஆட்சி குறித்துச் சரியான மொழியையே தங்களிடம் பேசுகிறார் என்பதை மக்கள் அறிந்து கொள்ள முடிந்துள்ளது. இதனால், இந்நேர்காணல் அதீத முக்கியத்துவம் வாய்ந்ததாகக் கருதப்படுகிறது.

●

உத்தரப்பிரதேசத்தின் முதல்வராகப் பதவியேற்ற யோகியின் துவக்க நாட்களில்...

1994-ல் கோரக்பூர் மடத்துக்கு வருகை புரிந்த நாளிலிருந்து ஒரு யோகியைப் போலவே வாழ ஆரம்பித்தார் யோகி ஆதித்யநாத். அவர் ஒரு நாளில் 18 - 20 மணி நேரங்கள் வரை உழைப்பவர். அதே உழைப்பைத் தன்னுடைய குழுவிடமிருந்தும் எதிர்பார்ப்பவர். துறைசார்ந்த கூட்டம் ஒன்றில் பேசிய ஆதித்யநாத், 18-20 மணி நேரம் வரை பணியாற்ற முடியாத அதிகாரிகள் தாராளமாக வெளியேறலாம் என அறிவித்தார். அமைச்சர்களின் திடீர் ஆய்வுகளால், மாநில அரசு ஊழியர்கள் காலை 9 முதல் மாலை 6 வரை மிகச்சரியாகப் பணியாற்றுகிறார்கள். பதவியேற்ற முதல் நாள் தொட்டே யோகியும் அவர் குழுவினரும் பணியைத் துவங்கிவிட்டனர். கள ஆய்வுகள், அலுவலகங்களை ஆய்வு செய்வது, விளக்கம் கோருவது, தேவையான விளக்கங்கள் அளிப்பது மற்றும் மக்களைச் சந்திப்பது எனப் பரபரப்பாகவே இருக்கின்றனர்.

முதல்வரான யோகியின் துவக்க நாட்கள் குறித்து நாம் இப்போது பார்க்கலாம்.

பின்னிரவில் நடைபெற்ற துறை சார்ந்த கூட்டங்கள்

யோகியின் அரசாங்கம் எப்படிப்பட்டது என்ற முடிவை, இவ்வளவு விரைவில் நம்மால் எடுக்க முடியாது. ஆனால் அவருடைய துவக்க மாதப் பணிகள் மிகவும் நம்பிக்கையளிப்பதாக இருக்கின்றன.

அவருடைய நிர்வாகத்திறன், கவனமான நகர்வுகள், நல்ல நிர்வாகம் மீதான விடாமுயற்சி ஆகியவற்றைக் கண்டு அவரின் எதிர்ப்பாளர்கள் கூட ஆச்சரியத்தில் ஆழ்ந்தனர். பதவியேற்ற முதல் மாதத்தில் யோகி அரசின் அனைத்து அமைச்சர்களும், ஒருவருக்கொருவர் தங்களின் துறை சார்ந்த தகவல்களைத் திரட்டுவதற்கும், அறிவைப் பெருக்கு வதற்குமென நேரத்தைச் செலவிட்டு முதல் மதிப்பெண் எடுக்கும் மாணவனைப் போல அதீத கவனத்துடன் கற்றுக்கொள்ள ஆர்வமாக இருந்தனர். இந்தக் கூட்டங்கள் அனைத்திலும் முதல்வர் நேரடியாகவே பங்கேற்றார். துணை முதல்வரான தினேஷ் சர்மா தொலைகாட்சி ஒன்றுக்குப் பேட்டியளித்த போது ‘இது போன்ற கூட்டங்களுக்கு துவக்க நேரம் உதாரணமாக மாலை ஆறு மணி என நிர்ணயிக்கப்படும். இதனுடைய முடிவு நேரம் நிர்ணயிக்கப்படாத ஒன்று. சில நேரங்களில் அந்தக் கூட்டம் இரவு 11 மணிக்கு நிறைவடையும். சில நாட்கள் அடுத்த நாட்களுக்கு நகர்ந்து சென்ற கூத்துகளெல்லாம் அரங்கேறியுள்ளது’ என்று தெரிவித்தார்.

மாநிலத்தின் மூத்த அதிகாரிகள், முதல்வர் அலுவலகத்தின் மூத்த அதிகாரிகள் அனைவரும் இந்தக் கூட்டத்தில் பங்கெடுத்தனர் மற்றும் ஒவ்வொரு அமைச்சரும் அவருடைய குழுவும் தாங்கள் செய்த சாதனை, சந்தித்த சவால் இனி வரவிருக்கும் 100 நாட்களுக்கு தங்கள் துறை செயல்படுத்தவிருக்கும் திட்டம் என அனைத்தையும் விளக்கினர். பெயர்சொல்ல விரும்பாத அதிகாரி ஒருவர் தெரிவித்த தகவலின்படி, இந்தக் கூட்டங்களில் அமைச்சர்கள் வழங்கிய தகவலின் ஊடே யோகி பல குறுக்குக் கேள்விகள் கேட்டிருக்கிறார்; அவர்களின் விளக்கத்தின் மீது கேள்விகள் தொடுக்கப்பட்டு, விவாதம், வாக்குவாதம் மற்றும் களத்தின் நிதர்சனம் குறித்து எடுத்துச் சொல்லப்பட்டு அதற்கான அறிவுரைகளும் வழங்கப்பட்டது எனவும் தெரிவித்தார்.

படுதீவிரமாக நடைபெற்ற இந்தச் செயல் விளக்கக் கூட்டத்தால் அமைச்சர்கள் அனைவரும் தங்கள் துறை மற்றும் மற்ற துறைகளின் தலையாய பணி என்ன என்பதை அறிந்து கொண்டார்கள் மிக முக்கியமாகத் தம் அரசின் நாயகனான யோகி ஆதித்யநாத் அவர்களின் எண்ணவோட்டம் என்ன என்பதையும் அறிந்துகொண்டார்கள். இந்தச் செயல் விளக்கக் கூட்டத்தில் அனைவரையும் வியப்பில் ஆழ்த்தும் வகையில் யோகி தன்னுடைய அபாரமான நிர்வாக அறிவையும், பட்ஜெட் குறித்த ஆழமான புரிதலையும், இதர அரசாங்கச் செயல் பாடுகள் குறித்த தகவல்களையும் மிக சாமர்த்தியமாக வெளிப்படுத்தி உள்ளார். கடந்த இருபதாண்டுகாலமாக ஓயாமல் நாடாளுமன்றத்தில் இவரின் குரல் ஓங்கி ஒலித்துள்ளது. தொகுதி குறித்த இவரின் அடிப்படை அறிவு மற்றும் பணிகள் அளப்பரியவை. மேலும் பெரும்

நிறுவனமான பழங்கால கோரக்நாத் மடத்தின் நிர்வாகப் பணி போன்ற செயல்பாடுகளின் மூலம்மிகுந்த அனுபவமும் அறிவும் பெற்றிருக்கிறார். இவையெல்லாம் இவரை இயல்பாகவே ஒரு மிகப் பெரிய தலைவராக மாற்றியிருப்பதை இவரின் குழு உறுப்பினர்களும் அதிகாரிகளும் அன்று உணர்ந்துகொண்டனர்.

யோகியின் அமைச்சரவையிலிருக்கும் மூத்த அமைச்சர் திரு.எஸ்.பி.சிங் பஹேல், தன்னுடைய அரசியல் வாழ்க்கையில் பல ஆண்டுகளை சமாஜ்வாதி கட்சியிலும் பகுஜன் சமாஜ் கட்சியிலும் செலவிட்டவர். இவரிடம் 'ஆஜ்தக் பஞ்சாயத்' என்கிற நேர்காணல் நிகழ்ச்சியில் இந்தக் கட்சிகளின் நிர்வாக முறையில் நீங்கள் கண்ட வித்தியாசம் என்ன என்ற கேள்வியைக் கேட்ட போது, திரு.பஹேல் சொன்னார்:'மாயாவதி அரசில் அமைச்சரவை கூட்டம் வெறும் 3.5 நிமிடம் முதல் 7 நிமிடம் வரைதான் நடைபெறும். முலாயம்சிங் காலத்தில் அது 15 நிமிடங்களாக இருந்தது. ஆனால், இப்போது அமைச்சரவை கூட்டத்தை விடுங்கள், வெறும் துறைசார்ந்த விளக்கக் கூட்டத்துக்கே அனைத்து அமைச்சர்கள் மற்றும் மூத்த அதிகாரிகள் பின்னிரவு வரை அமர வேண்டியுள்ளது. எளிமையாகச் சொன்னால், வெற்றிபெற்ற திரைப்படங்களைக் கூட வெகு சில முறை தான் அடுத்தடுத்த காட்சிகளில் திரையரங்கில் தொடர்ந்து பார்த்திருப்பார்கள். ஆனால் இங்கு ஒருவர் துறையை மற்றொருவர் புரிந்து கொள்ள மாலை 6 மணி முதல் நள்ளிரவு 12 மணிவரை மாதக்கணக்கில் அமர்ந்திருந்தோம்.

மாயாவதி ஆண்ட நாட்களில் கட்சியின் சட்டமன்ற உறுப்பினர்களே அவரை நேரடியாகச் சந்திப்பதென்பது மிகவும் கடினம். எதிர்பாரத நிகழ்வுகள் ஏதும் நடந்துவிட்டால் சம்மன்களை அனுப்பி சட்டமன்ற உறுப்பினர்களுக்கு பயத்தை ஏற்படுத்துவார் மாயவதி. ஆனால், அனைத்துக்கும் மாறாக இங்கு யோகி தனியாக இதற்கென்றே தினங்களையும் நேரத்தையும் ஒதுக்கி சட்டமன்ற உறுப்பினர்களையும், நாடாளுமன்ற உறுப்பினர்களையும் சந்திக்கிறார்' என்றார்.

ஜனதா தர்பார் (மக்கள் சந்திப்பு)

மக்களின் பிரச்னையைக் கேட்பதும் அதற்கான தீர்வை அளிப்பதும் யோகி ஆதித்யநாத்துக்குப் புதிதல்ல. இருபதாண்டுகாலம் தன்னுடைய தொகுதியில் தொடர்ச்சியாக ஜனதா தர்பாரை நடத்தித் தேர்ந்த நாடாளுமன்ற உறுப்பினராக இருப்பதைத் தன்னுடைய பழக்கமாகவே மாற்றிக்கொண்டுவிட்டார். சமீபத்தில் ரஜத் ஷர்மா உடனான நேர்காணலில் யோகி, 'நடைபெறும் ஜனதா தர்பார் மக்களின் எண்ணவோட்டத்தைப் பறைசாற்ற உதவுவதாகவும் அரசு அலுவலகங்கள் மற்றும் அதிகாரிகளின் செயல்பாடுகள் குறித்த

அனைத்துத் தரவுகளும் இதன் மூலம் கிடைக்கின்றன' என்றும் தெரிவித்துள்ளார்.

சமீபத்தில், புற்றுநோயால் அவதியுற்ற நோயாளி ஒருவர் லக்னோவில் நடைபெற்ற ஜனதா தர்பாருக்கு வந்திருந்தார். அவர் தன்னை அவதியுறச்செய்யும் அவ்வுயிர்கொல்லி நோயிலிருந்து தன்னைக் காப்பாற்றுமாறு கோரிகை விடுத்துள்ளார். அதற்கு யோகி, அவரை அகிலேஷ் அரசாங்கத்தால் துவங்கப்பட்ட புதிய புற்றுநோய் மருத்துவ மனைக்குப் பரிந்துரை செய்ய நினைத்துள்ளார். அதன் தொடர்ச்சியாக அத்துறையின் அமைச்சரை அழைத்து அந்த மருத்துவமனையை நேரில் சென்று அதன் ஏற்பாடுகள் அனைத்தையும் பார்வையிடச் சொல்லி உள்ளார். மருத்துவமனையை ஆய்வு செய்து திரும்பிய அமைச்சரின் கூற்றைக் கேட்டு யோகி கடும் அதிர்ச்சி அடைந்தாராம்.

காரணம், அங்கு வெறும் கட்டடம் மட்டுமே கட்டப்பட்டுள்ளது. கீமோதெரபி செய்வதற்கான எந்த உபகரணங்களும் அங்கில்லை. எந்தக் கதிரியக்க சிகிச்சையும் அளிக்கப்படுவதில்லை. மருத்துவர்கள் இல்லை. எந்தவொரு பணியாளர்களும் இல்லை. அதை விடக் கொடுமையாக, துவக்க விழாவுக்கென சில படுக்கைகளை மட்டும் கிங் ஜார்ஜ் மருத்துவப் பல்கலைக்கழகம் மருத்துவமனையிலிருந்து கொண்டு வந்ததாகவும் விழா நிறைவு பெற்ற பின் அவை மீண்டும் திரும்பக்கொண்டுசெல்லப்பட்டு விட்டதாகவும் அமைச்சர் தெரிவித்துள்ளார்.

அதே நேர்காணலில், யோகி, 'ஜனதா தர்பாரில் ஒரு நாளில் 25-30 இஸ்லாமியப் பெண்கள் தன்னிடம் புகார் கொடுப்பதாகத் தெரிவித்துள்ளார். அந்த அபலைப் பெண்கள் அவர்களின் பெற்றோர், சகோதரர்கள் அல்லது உறவினர்களை உடன் அழைத்து வருகிறார்கள். அந்த இஸ்லாமியப் பெண்கள் அனைவருக்கு ஒரே பிரச்னைதான்: அதாவது, அவர்களின் கணவன்மார்கள் தொலைபேசி வழியாகவும் கடிதம் மூலமும் முத்தலாக் சொல்லி விவாகரத்து செய்திருக்கிறார்கள்' என்றார்.

முதல்வரைத் தொடர்ந்து அவருடைய அமைச்சர்களும் அவர்களின் அலுவலகங்களிலும் மற்றும் பா.ஜ.க மாநில அலுவலகத்திலும் அமர்ந்து சுழற்சி முறையில் பொது மக்களைச் சந்தித்து அவர்களின் குறைகளைக் கேட்டு வருவது குறிப்பிடத்தக்கது.

யோகி மற்றும் உத்தரப்பிரதேசத்தின் அதிகார வர்க்கம்

புதிதாகப் பொறுப்பேற்ற முதல்வர்கள், முன்பிருந்த அதிகார வர்க்கத்தைச் சீரமைப்பதன் மூலம் தங்களின் பணியைத்

துவங்குவார்கள். ஆனால், ஆதித்யநாத் பதவியேற்றதும் எந்தவித மாற்றங்களையும் கொண்டுவரவில்லை. அவர் முன்னாள் முதல்வர் அகிலேஷ் யாதவின் அதே அதிகாரவர்க்கத்தையே வைத்துக் கொண்டார். ஆனால் துறைகுறித்த விழிப்பின்றி மந்தமாக இருந்த அதிகாரிகளை எச்சரித்தார். ஆனாலும் அவர் பதவியேற்ற மூன்றாம் வாரத்தில், அதாவது ஏப்ரல் மாதத்தின் இரண்டாம் வாரத்தில் யோகி 20 மூத்த ஐஏஎஸ் அதிகாரிகளை இடம் மாற்றம் செய்தார், அதில் 8 பேரைக் காத்திருப்போர் பட்டியலில் வைத்தார். காத்திருப்போர் பட்டியலில் மிக முக்கியமானவர், நொய்டா ஆணையத்தின் புகழுக்குச் சொந்தக்காரர் டாக்டர் ராமராமன் மற்றும் நவநீத் சேஹல். கடந்த ஆட்சியில் ஏராளமான பலன்களை அனுபவித்தவர்கள்.

ரஜத் ஷர்மாவின் புகழ்பெற்ற 'ஆப் கி அதாலத்' தொலைகாட்சி நிகழ்ச்சியில், உத்தரப்பிரதேசத்தில் அதிக ஊழல் புரிந்த அதிகாரிகளாக இந்த இருவர் பெயரையும் உரக்கச் சொன்னார் அமர்சிங். பெரும் பாலான பா.ஜ.க விசுவாசிகள் இவர்களைக் காத்திருப்போர் பட்டியலில் வைத்தது மட்டுமே தீர்வாகாது. இவர்கள் புரிந்த அப்பட்டமான ஊழலுக்கும், அதிகாரத்தை துஷ்பிரயோகம் செய்ததற்கும் இவர்கள் தண்டிக்கப்பட வேண்டுமென விரும்பினர்.

1984 ஆம் ஆண்டு பேட்ச்சை சேர்ந்த, உத்தரப் பிரதேசத்தின் மிக இளைய 'காவல்துறை தலைமை இயக்குனராக' இருந்த ஜாவேத் அஹமத்துக்குப் பதிலாக 1980 ஆம் பேட்ச்சைச் சேர்ந்த மூத்த ஐஏஸ் அதிகாரியான சுல்கான் சிங்கை, உத்தரப்பிரதேச மாநிலத்தின் சட்ட ஒழுங்கு நிலையின் பிடியினைக் கடுமையாக்குவதற்காக யோகி நியமித்தார். 2017 உத்தரப் பிரதேசச் சட்டமன்றத் தேர்தலில், பா.ஜ.க தேர்தல் ஆணையத்திடம் சமர்ப்பித்த மனுவில் கூட திரு.அஹமத் சமாஜ்வாதி அரசின் கட்டளைக்கிணங்க நடப்பதாகக் குற்றம்சாட்டி அவரை பதவியிலிருந்து விலக்குமாறு கோரியிருந்தனர்.

ஆனால் இப்போது நிலையே வேறு. சுல்கான் சிங் நேர்மைக்கும் அர்ப்பணிப்புக்கும் பெயர் போனவர். பந்தன் பகுதியிலிருக்கும் அவருடைய தந்தைவழி இல்லம் இன்றளவும் கிராம்புறங்களில் பயன்படுத்தும் 'கப்ரைல்' எனப்படும் பழங்காலத் தரையினால் உருவாக்கப்பட்டுள்ளது. அவருடைய ஆகப் பெரிய சொத்தே லக்னோ வளர்ச்சி ஆணையத்திடமிருந்து அவர் வாங்கிய அந்த ஒரு வீடு மட்டுமே. அதற்கு இன்றளவும் மாதத் தவணையைச் செலுத்திக் கொண்டிருக்கிறார். தன்னை அழுத்துகிற அரசியல் அழுத்தம் எப்பேற்பட்டதாக இருப்பினும் அதற்குப் பணிந்து போகாமல் விதிமுறைகளை மிகக் கடுமையாகப் பின்பற்றுபவர் என அனைவராலும் அறியப்பட்டவர். அவருடைய வளர்ச்சிக்குத்

தடையாக அமைந்ததும் இந்த நேர்மையே. அவர் மட்டும் 2007- ல் முலாயம் ஆட்சியில் நடைபெற்ற காவலர் தேர்வு முறை ஊழலை வெளிப்படுத்தாமல் இருந்திருந்தால் எப்போதோ காவல்துறை தலைமை இயக்குனராக ஆகியிருப்பார். இப்பேர்ப்பட்டவரை உத்தரப் பிரதேசத்தின் காவல் துறையின் தலைமை பொறுப்பில் கொண்டு வந்ததன் மூலம் தன்னுடைய நோக்கம் என்ன என்பதை வெளிப் படையாகவே காட்டிவிட்டார் யோகி.

சசி பிரகாஷ் கோயல், இவர் 1989 ஆம் பேட்ச்சைச் சேர்ந்த முதல்நிலை ஐஏஎஸ் அதிகாரி. உத்தரப் பிரதேசக் காவல்துறையின் உயர் அதிகாரி. மிகச் சமீபத்தில் மத்திய பதவியிலிருந்து திரும்பியிருக்கிறார். இவரை முதல்வரின் புதிய தலைமைச் செயலராக நியமித்துள்ளனர். மேலும் இவர் உள்ளூர் விமானப் போக்குவரத்து, எஸ்டேட் மற்றும் நெறிமுறை துறையின் முதன்மை செயலராகவும் இருப்பார் என்று தெரிவிக்கப் பட்டது.

1987 பேட்ச்சைச் சேர்ந்த மூத்த ஐஏஎஸ் அதிகாரி அவ்னீஷ் அவஸ்தி அவர்களை அரசாங்கத்தின் மிக முக்கிய தகவல் பிரிவின் தலைமைப் பொறுப்புக்கு நியமித்தார். திரு.அவஸ்தி ஐஐடியில் பட்டம் பெற்றவர். இதற்கு முன் கோரக்பூரின் மாவட்ட மாஜிஸ்ட்ரேட்டின் பொறுப்பை ஏற்றிருந்தார்.

1995 பேட்ச்சைச் சேர்ந்த மிக இளைய மற்றும் துடிப்புமிக்க ஐஏஎஸ் அதிகாரியான மிருத்யுஞ்ஜெய் குமார் முதல்வரின் செயலாளராக நியமிக்கப்பட்டுள்ளார். இவர் இளங்கலை பொறியியலும், பொது கொள்கை மற்றும் நிர்வாகத்தில் முதுநிலை பட்டத்தை லண்டன் கிங்க்ஸ் கல்லூரியிலிருந்தும் பெற்றுள்ளார். தொழில்நுட்பப் பிரிவில் நிபுணரான மிருத்யுஞ்ஜெய், மின்னணு நிர்வாகத்துக்காகப் புதுமையான பல திட்டங்களை வடிவமைத்தற்காக ‘டிஜிட்டல் இந்தியா விருது 2016’ இன் கீழ் பல உயரிய விருதுகளை வென்றுள்ளார்.

இந்திய ரயில்சேவையில் பணிபுரிந்தவரான அமித் சிங், இவர் இதற்கு முன் லக்னோவின் உள்ளூர் கடவுச் சீட்டு அதிகாரியாகப் பணிபுரிந்தவர். இவரை முதல்வர் அலுவலகத்துக்குள் நுழைத்துக்கொண்டனர். மூத்த ஐஏஎஸ் அதிகாரியான நிதீஷ் குமார் முதல்வரின் சிறப்புச் செயலாளராக நியமிக்கப்பட்டுள்ளார்.இதற்கு முன் நிதீஷ் குமார் கூட்டுறவுச் சங்கங்களின் கூடுதல் பதிவாளராக நியமிக்கப்பட்டிருந்தார்.

ரிக்ஸின் சம்பேல் அவர்களை உத்தரப் பிரதேச முதல்வர் யோகி ஆதித்யநாத் அவர்களுக்குச் சிறப்புச் செயலராக நியமித்ததே, முதல்வரின் தலைமை செயலகத்தால் வழங்கப்பட்ட முதல் நியமன ஆணையாகும். இவர் 2003-ஆம் பேட்ச்சை சேர்ந்த ஐஏஎஸ் அதிகாரி,

சமாஜ்வாதி கட்சியின் ஆட்சியில் தலைசிறந்த அதிகாரிகளுள் ஒருவராகத் திகழ்ந்தவர் சம்பேல். இதற்கு முன் 2002-ஆம் ஆண்டில் உத்தரப் பிரதேசத்தின் பந்தேல்கண்ட் பகுதியில் ஜலூன் மாவட்டத்தின் மாவட்ட மாஜிஸ்ட்ரேட்டாகப் பணியாற்றியவர்.

மேலும் யோகி ஆதித்யநாத்தின் நெருங்கிய சகாவான ராஜ்பூஷன் சிங் ராவத், யோகியின் கல்லூரி நாட்களில் சக வகுப்புத் தோழராகவும் இருந்தவர். இவரும் யோகிக்கான உதவிகளைப் புரிவதற்கு லக்னோவுக்கு இடம்பெயர்ந்துள்ளார்.

அலுவலக வெளி, நேரம்தவறாமை, பொருளாதார நேர்மை

ஹிந்துஸ்தான் டைம்ஸ் பத்திரிகையை சேர்ந்த பங்கஜ் ஜெய்ஸ்வால் எழுதியிருந்த கட்டுரையில், வெறும் ஒரு மாத காலத்தில் ஆதித்யநாத் அரசு அலுவலகங்களில் தன்னுடைய சாதுரிய நடவடிக்கைகளின் மூலம் பெரும் ஒழுங்கைக் கொண்டுவர ஆரம்பித்துவிட்டார். அரசு அலுவலகங்களில் பான் மற்றும் குட்கா போன்றவற்றுக்குத் தடை என்பதில் தொடங்கி அலுவலகங்களுக்கு நேரம் தவறாமல் வந்து முழு நேரமும் இருந்து பணிபுரியவேண்டும் என்பது வரை மிகக் கடுமையாக விதிமுறைகளை அமல்படுத்தி அவற்றைக் கறாராகக் கண்காணித்தும் வருகிறார்.

அவர் பதவியேற்ற ஒரு மணி நேரத்திலேயே அதாவது மார்ச் 19 தேதியன்று, ஆதித்யநாத் அனைத்து அமைச்சர்களையும் அவர்களின் வருமானக் கணக்கையும், அவர்களின் அசையும் மற்றும் அசையா சொத்துக்கள் குறித்த முழு விபரங்களையும் முதல்வரின் தலைமைச் செயலகத்தில் சமர்ப்பிக்கச் சொல்லியுள்ளார். தன்னுடைய அரசு ஊழலைத் துளிகூடப் பொறுத்துக்கொள்ளாது என்பதைத் திட்டவட்ட மாக இதன் மூலம் தெளிவுபடுத்தியுள்ளார்.

ஆதித்யநாத் சுகாதாரம் குறித்தும் நேர்மை குறித்தும் அவர் குழுவினரை உறுதியேற்கச் செய்தார். அவர் மாநிலத்தின் அரசாங்க அலுவலர்கள் அனைவரும் தங்கள் பணியாற்றும் இடத்தைச் சுத்தப்படுத்த வேண்டிய நாளாக வெள்ளிக்கிழமையை நிர்ணயித்துள்ளார். வாரத்தில் இரண்டு மணி நேரத்தைச் சுத்தத்துக்கென ஒதுக்குங்கள் என அனைவரையும் கேட்டுக்கொண்டுள்ளார். மேலும் அவர் அலுவலகத்தில் பணிபுரியும் அனைவரையும் பா.ஜ.க-வின் 2017-ஆம் ஆண்டின் தேர்தல் அறிக்கையை முழுமையாகப் படிக்கச் சொல்லியுள்ளார். பின் அதில் குறிப்பிட்டுள்ளவற்றை நிதி ஒதுக்கீடு நீங்கலாக அவரவர் துறைகளில் எப்படி நடைமுறைப்படுத்தலாம் என்ற விளக்கத்தையும் கொடுக்கச் சொல்லியுள்ளார்.

இந்தியா தொலைகாட்சிக்கு சமீபத்தில் வழங்கிய நேர்காணலில், கடந்த ஆட்சியில் முதல்வர் உட்பட அனைத்து அமைச்சர்களும் எப்போதாவது தான் அலுவலகத்துக்கு வருவார்கள். அவர்கள் அனைவரும் அவர்களின் கேம்ப் ஆபீஸில் (இல்லத்தில்) வெகு சௌகரியமாக அமர்ந்து கொண்டு இயங்கினர். இதை வலியுறுத்தும் விதமாக யோகி ஒரு நிகழ்வைக் குறிப்பிட்டார். கடந்த ஆட்சியின் வேளாண்துறை அமைச்சராக இருந்தவரையும் அவர் துறை சார்ந்த வேளாண் செயலாளரையும் வேளாண் கமிஷனரையும் கோரக்பூர் ரயில் நிலையத்தில் சந்தித்ததாகவும் அமைச்சர் பதவியில் ஆறு மாத காலம் அவர் இருந்த போதும் அவருடைய துறை அதிகாரிகளுக்கே அமைச்சரின் முகத்தை அடையாளம் காண முடியவில்லை. யோகி தான் ஒருவருக்கொருவரை அறிமுகம் செய்து வைத்தாராம். ஆனால் இந்த அவல நிலை இப்போது மாறியுள்ளது. கேம்ப் ஆபீஸிலிருந்து பணியாற்றும் கலாசாரத்தை இந்த மாநிலம் முழுவதிலும் நாம் மாற்றியுள்ளோம் எனத் தெரிவித்துள்ளார்.

மேலும் யோகி அரசு விரைவாகக் கோப்புகள் நகர்வதற்காக 'குடிமகனின் அதிகாரபத்திரம்' ஒன்றை உருவாக்கியுள்ளது. அதாவது, அந்தப் பட்டயத்தின் படி, ஒரு கோப்பு ஒரு அதிகாரியின் மேஜையில் மூன்று நாட்களுக்கு மேல் நிலுவையில் இருக்கக் கூடாது. அத்துறையின் தலைமை அந்த பிரச்னையை அதிகபட்சம் ஏழு நாட்களுக்குள் முடித்துவிட வேண்டும்.

மார்ச் 21 அன்று ஆதித்யநாத் தன்னுடைய அமைச்சர்களுக்கு வழங்கப்பட வேண்டிய இலாக்காக்கள் குறித்து பிரதமர் நரேந்திர மோதி அவர்களைச் சந்தித்துக் கலந்துரையாடுவதற்காக டெல்லிக்குச் சென்றார். மேலும் அவர் பிரதமரிடம் சில நாடாளுமன்ற உறுப்பினர்கள் பணியிட மாற்றத்துக்காகத் தன்னை அணுகுவதாகவும், சில அதிகாரிகளை நியமிக்கக் கோரி நிர்வாகத்தில் தலையிடுவதாகவும் தெரிவித்துள்ளார். மார்ச் 23-ல் பிரதமர் மோதி, பணியிட மாற்றம், அதிகாரிகளை நியமித்தல் ஆகியவற்றில் எந்தக் குறுக்கீடும் தலையீடும் இருக்கக் கூடாது என அனைத்து நாடாளுமன்ற உறுப்பினர்களுக்கும் கட்டளையிட்டார்.

எதிர்கட்சிகள் அனைத்தும் யோகியை விமர்சிப்பதில் சுறுசுறுப்பாக இருக்கும் வேளையில், யோகி தன் மீது சுமத்தப்படும் விமர்சனங்கள் குறித்து எந்தவிதக் கலக்கமும் அடையாமல் இதற்கு முன் மாநிலம் பார்த்திராத சிறப்பான நிர்வாகத்தை வழங்கி வருகிறார். தேர்தலில் கொடுக்கப்பட்ட வாக்குறுதிகளை நிறைவேற்றுவதற்காக அதீதக் கவனத்துடன் பல்வேறு அமைச்சகத்திலும் 100 நாள் திட்டங்கள் வடிவமைக்கப்பட்டு செயல்படுத்தப்பட்டன.

சட்டவிரோதமான இறைச்சிக் கூடங்களை ஒழித்த விதம்

சட்டவிரோதமான இறைச்சிக் கூடங்களைத் தடை செய்வதே 2017-ஆம் ஆண்டின் பா.ஜ.க தேர்தல் அறிக்கையில் அதிகம் பேசப்பட்ட விஷயம். முதல்வர் யோகி சட்டவிரோதமாக நடைபெற்ற இறைச்சிக் கூடங்களையும், இறைச்சிக் கடைகளையும் பசு கடத்தலையும் பதவியேற்ற முதல் மாதத்திலேயே தடை செய்தார். இந்த முடிவு ஏராளமான பின்னடைவுகளைச் சந்திக்கவேண்டியிருந்தது. இதற்கு அரசாங்கம், ‘சட்டவிரோதமாகச் செயல்படும் இறைச்சிக் கூடங்கள் மட்டுமே தடை செய்யப்படுவதாக’ விளக்கமளித்தது. இந்திய அரசியலமைப்பு சட்டத்தில் 48-ஆம் பிரிவினுள் தொகுக்கப்பட்டுள்ள பசுக்களையும் கன்றுகளையும் பாதுகாப்பது மாநில வழிகாட்டிக் கொள்கைகளுள் ஒன்றெனவரையறை செய்யப்பட்டுள்ளது. ஆனாலும் முழுமையான தடை என்பது மாநிலத்தின் அதிகார வரம்புக்குள்ளாகவே உள்ளது.

உள்ளூர் மக்களின் விருப்பத்துக்கும், உணவு முறைக்கு ஏற்ப பல்வேறு மாநிலங்கள் பசுவதையைச் சட்டவிரோதச் செயலாக மாற்றியுள்ளன. 1955-ஆம் ஆண்டு முதலே உத்தரப் பிரதேசத்திலும் இந்தியாவின் மற்ற பல மாநிலங்களிலும் பசுவதை சட்டவிரோதமானது என்பது கூடப் பெரும்பாலான மக்களுக்குத் தெரிந்திருக்கவில்லை. உத்தரப் பிரதேசத்தின் பசு வதை தடுப்புச் சட்டம் 1955, (12)-ன் கீழ் மாநிலத்தில் கால்நடை வதைகள் குறித்த விதிகள் நிர்வகிக்கப்பட்டு வருகின்றன. இச்சட்டத்தின் படி பசுக்களை வதை செய்வது (இளம் பசு மற்றும் கன்றுகள் உட்பட) தடைசெய்யப்பட்டுள்ளது. வதை செய்வதற்காகப் பசுக்களை மாநிலம் விட்டு வெளியே கொண்டு செல்வதும் தடை செய்யப்பட்டதாகும்.

பர்ஸ்ட்போஸ்ட் பத்திரிகையின் ஊடகவியலாளர்கூறும்போது, இதில் மிக முக்கியமாக உற்று நோக்க வேண்டிய விஷயம், இச்சட்டம் சுற்றுச்சூழலையும் கருத்தில் கொண்டே உருவாக்கப்பட்டது. ஆனால் சில சட்டவிரோத கும்பல்களுக்கு உள்ளூர் நிர்வாகம் மற்றும் சில அரசியல்வாதிகள் உடந்தையாக இருக்கும் காரணத்தால், அவர்கள் அப்பட்டமான அவமதிப்புச் செயல்களில் ஈடுபட துவங்கிவிட்டனர். ஹிந்து சமூகத்தில் பசுக்களை வழிபடுகின்றனர். அது குறித்த மதரீதியான உணர்வுகள் அனைத்தும் விவாதத்துக்குள்ளாகின. ஆனாலும் சுற்றுச்சூழல் பாதிப்பு குறித்த பார்வைகள் விவாதங்களில் இருந்து முற்றிலுமாக நிராகரிக்கப்பட்டுள்ளது.

பசுவதை கூடங்கள் தொழிற்சாலைகளின் ‘சிவப்பு’ நிறப் பட்டியலில் (அதாவது அதீதக் கழிவுகளை வெளியேற்றி சுற்றுசூழலுக்கு மாசு

ஏற்படுத்தும் தொழிற்சாலை) வகுக்கப்பட்டுள்ளது. இவை அனைத்தும் அதீத மாசுகளை ஏற்படுத்தும் தொழிற்சாலைகளாகக் கணக்கில் கொள்ளப்பட்டு, மத்திய செயல் திட்டத்தின் வரைவுக்குள் கொண்டு வரவேண்டிய ஒப்புதலுக்காகக் காத்திருக்கின்றன. பசுவதைக் கூடங்கள் மாசுக்களை ஏற்படுத்தும் தொழிற்சாலைகளின் பட்டியலில் சேர்க்கப்படுவதற்கான முக்கிய காரணம் இதன் மாசுகள் நீர்நிலைகளில் கலந்து அவற்றைக் கடுமையான பாதிப்புக்குள்ளாக்குகின்றன. இதைச் சரியாக முறைப்படுத்தத் தவறினால் மக்களின் சுகாதாரம் கேள்விக்குறியாகிவிடும். 2015-ஆம் ஆண்டில் உத்தரப்பிரதேசத்தின் மாசு கட்டுப்பாட்டு வாரியம் சுற்றுச்சூழலுக்கு மிக அபாயகரமான விளைவுகளை ஏற்படுத்தும் 129 தொழிற்சாலைகளின் பெயர் கொண்ட பட்டியலை வெளியிட்டது. இந்த 129 தொழிற்சாலைகளில் மாசுக் கட்டுப்பாட்டு உபகரணங்கள் எதுவும் பொருத்தப்படவில்லை. இதில் 44 பசுவதை கூடங்களும் அடங்கும்.

இந்தப் புத்தகத்துக்கான ஆய்வுக்காக கோரக்பூர் மடத்துக்கு நேரில் சென்று ஆராயப்பட்டது. அங்கிருக்கும் கோ-சாலை பசுக்களுடன் நேரம் செலவிடுவது யோகி ஆதித்யநாத்தின் தினசரி நடைமுறையில் ஒருங்கிணைந்த ஒரு பகுதி என்பதை அறிந்துகொண்டோம். எனவே, சட்டவிரோதமான பசுவதைக்கூடங்களைத் தடுப்பதில் யோகிக்கு இருக்கும் தனிப்பட்ட ஈடுபாடு இயல்பானதாகவே தெரிகிறது. யோகியின் தலைமையில், இனி வரவிருக்கும் நாட்களில் இதை விடவும் கடுமையான நடவடிக்கைகள் உத்தரப்பிரதேசப் பசுவதை தடுப்புச் சட்டத்தின் கீழ் எடுக்கப்படுமென்றால் அதில் ஆச்சரியம் கொள்ள ஏதுமில்லை.

சட்டவிரோதமான பசுவதைக் கூடங்களுக்குப் பின்னிருக்கும் உண்மை நிலவரம்

இந்தியாவில் ஒருவர் வதை கூடத்தைத் திறக்க வேண்டுமெனில், முதலில் அவர் நிலப் பயன்பாட்டு அனுமதி கேட்டு விண்ணப்பிக்க வேண்டும். இது ஒருபுறமிருக்க, இத்துறை தொடர்பான ஏராளமான ஆய்வுகளையும் விதிமுறைகளையும் கடக்க வேண்டும். உத்தரப் பிரதேசத்தின் கட்டுமானம் மற்றும் தொழிற்சாலை வளர்ச்சி துறையின் அறிவுறுத்தலின் படி இவர்கள், உத்தரப்பிரதேச மாசு கட்டுப்பாட்டு வாரியத்திடமிருந்தும், மாவட்ட நிர்வாகிகளிடமிருந்தும் 'தடையின்மை சான்றிதழ்' வாங்கவேண்டும். வரையறுக்கப்பட்ட விதிகளுக்கு உட்பட்டே இந்தக் கூடம் அமைக்கப்பட்டுள்ளதா என்பதை உறுதி செய்ய இந்த இரண்டு அமைப்புகளுமே தனித்தனியாக ஆய்வை மேற்கொள்ளும்.

உத்தரப் பிரதேசத்தின் மாசு கட்டுப்பாட்டு வாரியத்தால் சுற்றுச்சூழல் அனுமதி வழங்கப்பட்ட பின் அக்கூடத்தின் உரிமையாளர் வேளாண் மற்றும் பதனிடப்பட்ட உணவு பொருட்கள் ஏற்றுமதி வளர்ச்சி வாரியத்தை அணுக வேண்டும். அனைத்து விதமான ஏற்றுமதி களையும் நெறிப்படுத்தும் மத்திய அரசின் அங்கமாக இவ்வாரியம் செயல்படுகிறது. இறைச்சிகளை ஏற்றுமதி செய்வதற்கான அனுமதியை வழங்கும் முன் அந்த வாரியம் தனக்கென சில வழிமுறைகளை, தொடர்ச்சியான ஆய்வுகளையும் மேற்கொண்ட பின்பே 'தடையின்மை' சான்றிதழை வழங்கும்.

கூடுதலாக, மிருக வதை தடுப்பு (வதை கூடங்கள்) விதிகள் 2001 படி, வதை செய்யப்படும் கால்நடைகளின் நலனையும் ஆரோக்கியத்தையும் வதை கூடங்கள் உறுதி செய்ய வேண்டும். இவை எல்லாவற்றையும் விடக் காற்றோட்டமான, விசாலமான முகப்புப் பகுதி, கால்நடைகள் ஓய்வு கொள்வதற்கான இட வசதி, கால்நடைகள் வதை செய்யப் படுவதற்கு 24 மணி நேரம் முன்பாகக் கால்நடை மருத்துவரால் கட்டாயம் பரிசோதனைக்கு உட்படுத்தப்பட்டிருக்க வேண்டும். மேலும் வதை கூடங்கள், உணவு பாதுகாப்பு மற்றும் தரநிர்ணயச் சட்டம் (உணவு தொழிலுக்கான உரிமம் மற்றும் பதிவை வழங்குவது) 2011 கீழ், இந்தியாவின் உணவுப்பாதுகாப்பு மற்றும் தரப்படுத்துதல் ஆணையத்தில் பதிவு செய்யப்பட்டு அவர்களிடமிருந்து முறையே உரிமத்தைப் பெற்றிருக்க வேண்டும்.

மேல் கூறிய அனைத்து அனுமதிகளைப் பெற்ற பின்பும் வதை கூடங்கள் தங்களின் தினசரி பணிகளில் சுற்றுச்சூழல், சுகாதாரம், சுத்தம் மற்றும் மிருக வதை நெறிமுறைகள் ஆகியவற்றைச் சரியான தரத்தில் கடைபிடிக்க வேண்டும். மே 2015, சுற்றுச்சூழல் ஆர்வலரால் தாக்கல் செய்யப்பட்ட மனுவின் மீதான விசாரணையின் போது, தேசியப் பசுமை தீர்ப்பாயம் 'உள்ளூர் அதிகாரிகளின் குறிப்பாக உத்தரப் பிரதேசத்தின் மாசு கட்டுப்பாட்டு வாரியத்தின் அனுமதியின்றிச் செயல்படும் எந்தவொரு வதை கூடமும் இனி இயங்கக்கூடாது எனத் தெரிவித்தது. இந்தியன் எக்ஸ்பிரஸ் வெளியிட்ட செய்தியில், இந்த ஆணையை மேற்கோள் காட்டியே வதை கூடத்தைத் தடை செய்யும் நடவடிக்கைக்கு நியாயம் கற்பிக்கிறது யோகி அரசு எனக் குறிப்பிட்டுள்ளது.

மேலும் தேசியப் பசுமை தீர்ப்பாயம் இந்தப் பிரச்னைக்கென ஒரு தனி ஆணையத்தை அமைத்து அதன் மூலம் குறுந்தொழில் புரிவோருக்குக் காலாண்டு அடிப்படையில் சான்றிதழ்களை வழங்க வேண்டுமென உத்தரப் பிரதேசத்தின் மாசுக் கட்டுப்பாட்டு வாரியத்தைக் கேட்டு கொண்டுள்ளது. 'வதை செய்யப்படும் மிருகங்களின் ரத்தத்தையும்,

தூய்மைக்குக் கேடு விளைவிக்கும் அசுத்தமான கழிவுகளையும் வதை கூடங்கள் திறந்த வடிகால்களில் வெளியேற்றுகின்றன, இது கங்கையிலும் யமுனையிலும் சென்று கலந்து அந்நதிகளை மாசுறச் செய்கிறது' என்று மனுவில் குறிப்பிட்டிருந்த குற்றச்சாட்டை விசாரித்ததன் விளைவாய்த் தேசியப் பசுமை தீர்ப்பாயம் இந்த ஆணையை வெளியிட்டது. PTI வெளியிட்ட இந்த அறிக்கையை அடிப்படையாகக் கொண்டு ஒன் இந்தியாவில் அச்சமயத்தில் வெளியான தகவல் இது:

'ஓர் ஆண்டுக்கு உத்தரப் பிரதேசத்தில் 8.5 லட்சத்துக்கும் மேற்பட்ட கால்நடைகள் வதை செய்யப்படுவதாக அதிகாரப்பூர்வ அறிக்கைகள் தெரிவிக்கின்றன. இதில் 115 வதை கூடங்கள் பதிவு செய்யப்பட்டவை. ஆனால் இந்த மாநிலத்திலிருந்து மொத்தமாக ஏற்றுமதி செய்யப்படும் அளவைக் கவனித்துப் பார்த்தால் அது உத்தரப் பிரதேச அரசால் நிர்வகிக்கப்படும் தரவுகளில் குறிப்பிடப்பட்டுள்ள அளவை விடப் பல மடங்கு அதிகமானதாக உள்ளது' என மனுதாரர் தெரிவித்துள்ளார். சட்டவிரோதமான வதைக்கூடங்கள் மாநிலத்தில் இயங்குவதற்கான எந்தவித அதிகாரப்பூர்வ அறிக்கையும் இல்லை. ஆனால் கிட்டத்தட்ட 140 வதை கூடங்களும் 50,000 க்கும் மேற்பட்ட இறைச்சிக் கடைகளும் எந்தவித அனுமதியுமின்றி இயங்கி வருகின்றன என்ற தகவலை இத்துறை வட்டாரங்கள் தெரிவிக்கின்றன. இந்த அதிரடி நடவடிக்கை காரணமாக அரசு தற்சமயம் 20 சட்டவிரோத வதை கூடங்களையும் ஏராளமான வதை கூடங்களையும் வளைத்துப் பிடித்துள்ளது. இந்த அனைத்து உண்மைகளையும் சாயம் பூசி மறைத்து விட்டு, பிரபல ஊடகங்களும் எதிர்கட்சிகளும் யோகி ஆதித்யநாத் அவர்களைச் சிறுபான்மையினருக்கு எதிரானவர் என்ற பிரசாரத்தை மிக விறுவிறுப்பாக முன்னெடுத்து வருகின்றனர்.

பெண்களைக் கேலி செய்வதைத் தடுக்கும் படை

பா.ஜ.க-வின் தேர்தல் அறிக்கையான 'லோக் கல்யாண் சங்கல்ப் பத்ரா'வில், பெண்களின் பாதுகாப்பைக் கருத்தில் கொண்டு 'ஈவ் டீசிங் தடுப்புப் படை'யை மாநிலத்தில் உருவாக்குவது குறித்துத் தெரிவிக்கப் பட்டிருந்தது. பெண்களுக்கு எதிரான குற்ற வழக்குகளில் உத்தரப் பிரதேச மாநிலமே முதலிடத்திலிருப்பதாகத் தேசியப் பெண்கள் ஆணையம்தெரிவித்துள்ளது. தேசியப் பெண்கள் ஆணையத்தின் உறுப்பினரான ரேகா சர்மா, பத்திரிகையாளர் சந்திப்பின்போது, தேசியப் பெண்கள் ஆணையத்துக்கு வரும் புகார்களில் 60% உத்தரப் பிரதேச மாநிலத்திலிருந்தே வருவதாகத் தெரிவித்துள்ளார். மேலும் அவர் உத்தரப் பிரதேசத்தில் குற்றச் செயல்கள் அதிகம் நடைபெறும்

நகரங்களின் வரிசையில் காசியாபாத் முதலிடம் வகிப்பதாகவும், ஒவ்வொரு மாதமும் குறைந்தபட்சம் 50 புகார்கள் இங்கிருந்து வருவதாகவும் தெரிவித்தார்.

தேசியக் குற்ற ஆவணக் காப்பகத்தின் தரவின் படி, பெண்களுக்கு எதிரான குற்றங்கள் அதிகம் நடக்கும் மாநிலங்களின் பட்டியலில் உத்தரப் பிரதேச மாநிலமே முதலிடத்தில் கோலோச்சுவதாக தெரிவிக்கிறது. அதன் தரவுகளின்படி, 2015-ஆம் ஆண்டில் உத்தரப் பிரதேச மாநிலம் பெண்களுக்கு எதிரான 35,527 குற்ற வழக்குகளைப் பதிவு செய்திருக்கிறது. இது மொத்த இந்தியாவின் குற்றச் செயல்களில் 10.9% பங்கை வகிக்கிறது. மேலும் மற்ற மாநிலத்தை ஒப்பிடுகையில் உத்தரப் பிரதேசம்தான் அதிகமான பங்கு வகிப்பதாகவும் தெரிவிக்கப்பட்டுள்ளது. பதவியேற்ற முதல் வாரத்திலேயே முதல்வர் யோகி, பெண்களுக்கு எதிரான அராஜகங்களை ஒடுக்குவதற்காக 'ஈவ் டீசிங் தடுப்புப் படையை' மாநிலம் முழுவதும் அமைக்க உத்தரவிட்டார்.

காவல் துறையின் சில விசித்திரமான நடவடிக்கைகளின் காரணமாக 'ஈவ் டீசிங் தடுப்புப் படை'யின் செயல்பாடுகள் மீது சில குழப்பங்கள் நிலவின. இது குறித்து மார்ச் 25, 2017 அன்று பேசிய ஆதித்யநாத் இந்தப் படைக்கெனச் சில பிரத்யேக வழிமுறைகள் வரையறுக்கப் பட்டிருப்பதாகவும் அதைக் காவல்துறையின் நடைமுறைப் படுத்துகையில் பகுத்தாராய்ந்து நடந்து கொள்ள வேண்டும் என்றும் அறிவுத்தியுள்ளார். 'ஈவ் டீசிங் தடுப்புப் படை' என்பது இரண்டு காவலர்கள் (பெரும்பாலும் ஒரு ஆண், ஒரு பெண்) அடங்கிய குழு. இது போன்ற இரண்டு அல்லது மூன்று குழுக்கள் ஓர் காவல்நிலையத்தின் சட்ட எல்லைக்குட்பட்ட பகுதியினுள் நிறுவப்பட வேண்டும். எத்தனை குழுக்கள் நிறுவப்பட வேண்டுமென்பது அப்பகுதியில் உள்ள மொத்தப் பள்ளி மற்றும் கல்லூரிகளின் அடிப்படையில் அமையும். இந்தப் படை அதிகப் பெண்கள் இருக்கும் பள்ளி மற்றும் கல்லூரியைச் சுற்றி ரோந்துப் பணியில் ஈடுபடுவார்கள். பெண்களைச் சீண்டி, தொந்தரவுக்கு உள்ளாக்குபவர்களைப் பிடிப்பதே இவர்களின் பணி.

இவர்கள் சில நேரங்களில் சீருடையிலும் சில நேரங்களில் சாதரணமான உடையுடுத்தியும் கண்காணிப்பார்கள். கான்ஸ்டபிள், தலைமை கான்ஸ்டபிள், உதவி ஆய்வாளர் மற்றும் துணை ஆய்வாளர் ஆகியோரை உள்ளடக்கியது அக்குழு. தவறு செய்பவர்களை எச்சரித்து விடுவது, அவர்களின் பெற்றோரின் கவனத்துக்கு விஷயத்தை எடுத்துச் செல்வது, தேவைப்பட்டால் அவர்களுக்கு எதிராகக் குற்ற வழக்கைப்

பதிவு செய்வது என வழக்கின் தீவிரத்தன்மையைப் பொறுத்து எவ்வித நடவடிக்கை எடுப்பது என்பதை 'ஈவ் டீசிங் தடுப்புப் படை' முடிவு செய்யும்.

மாநிலத்தின் சட்டம் ஒழுங்கின் பிடியை இறுக்குதல்

மாநிலத்தின் சட்டம் ஒழுங்கு வடிவத்தை இறுக்கிப் பிடிப்பதில் மிகுந்த கவனம் செலுத்தி வருகிறது யோகி அரசு. இந்த நடவடிக்கையில் யோகி எத்தனை தீவிரமாக இருக்கிறார் என்பதை, சுல்கான் சிங் அவர்களை இந்தத் துறைக்கான தலைமைப்பொறுப்பில் அமர்த்தியதிலேயே நாம் தெரிந்து கொள்ளலாம். மாவட்ட மாஜிஸ்ட்ரேட் மற்றும் காவல் துறை கண்காணிப்பாளர் ஆகியோர் பொது மக்களை தினசரி காலை 9 மணி முதல் 11 மணி வரை சந்திக்க வேண்டும் என அறிவுறுத்தப் பட்டுள்ளனர். அதனைத் தொடர்ந்து வீட்டிலிருந்து பணியைச் செய்வதைப் போன்ற கேம்ப் ஆபீஸ் கலாசாரத்துக்கு முடிவு கட்டப்பட்டு உள்ளது. இந்தியா டிவிக்கு சமீபத்தில் அளித்த நேர்காணலில், யோகி, 'குடிமக்களுக்குத் தேவையான பாதுகாப்பை எந்த அரசு தரத் தவறினாலும் அது வெட்கக்கேடானதே' என்றார்.

சமீபத்தில் நடைபெற்ற பல்வேறு குற்றச் செயல்கள் குறித்துக் கேள்வி எழுப்பிய போது, இதுவே அராஜகவாதிகளின் கடைசி குற்றச் செயல் களாக இருக்கும். ஏனெனில் காவல்துறையினரால் இப்போதுதான் அவர்கள் சிறை சுவற்றுக்குள் அடைக்கப்பட்டுக் கொண்டிருக்கிறார்கள் என யோகி தெரிவித்தார். இக்கருத்தைக் கூடுதலாக வலியுறுத்த நினைத்த யோகி, தற்போது குற்றவாளிகள் அரசியல்வாதிகளின் பாதுகாப்பு அரணை அனுபவிப்பதில்லை; மாறாகக் காவல்துறையின் துப்பாக்கி குண்டுககளை எதிர்கொள்ளவேண்டியிருக்கிறது' என்றார்.

மேடு பள்ளங்களற்ற சாலைகள்

மேடு பள்ளங்களற்ற சாலை அனைவருக்குமே மிகவும் அவசியம். விவசாயிகளுக்கு இதன் மூலம் அவர்களின் உற்பத்தியை 'மண்டி'களுக்கு சரியான நேரத்தில் கொண்டு சேர்க்க முடிகிறது. மாணவர்களால் சரியான நேரத்தில் கல்லூரியை அடைய முடிகிறது; நோயாளிகள் மருத்துவமனையையும், அலுவலகப் பணியாளர்கள் பணியிடத்தையும் சரியான நேரத்தில் அடைய ஏதுவாக அமைகிறது. இந்த பிரச்னையை யோகி ஆதித்யநாத்தைத் தவிர வேறு யாராலும் இத்தனை விரைவாகப் புரிந்து கொள்ள முடியாது. காரணம் கடந்த இருபதாண்டுகளாகச் சாலைகளில் இருக்கும் சாமானியர்களின் பிரச்னைகளைக் கேட்பதற்கும், அதற்குத் தீர்வு காண்பதற்குமென நேரத்தைச் செலவிட்டவர். சாலையிலிருக்கும் பள்ளங்களை

அடைப்பதென்பது பொதுபணித்துறைக்கும், துணை முதல்வர் கேஷவ் பிரசாத் மவுரியாவுக்கும் யோகி விடுத்த ஆகப் பெரும் சவால் எனச் சொல்லலாம். 2017, ஜூன் 15-க்குள் இந்தப் பள்ளங்கள் அனைத்துப் பழுதுபார்க்கப்பட்டிருக்க வேண்டுமென்ற காலக் கெடுவை மார்ச் 25 அன்றே குறித்துவிட்டார் ஆதித்யநாத்.

ஆஜ்தக் பஞ்சாயத் நிகழ்ச்சியில் ராகுல் கன்வாலுடன் பேசும் போதுகூட, 'உங்கள் குழுக்களைச் சாலைகளுக்கு அனுப்புங்கள்; பள்ளங்கள் இருந்தால் படம்பிடிக்கச் சொல்லுங்கள். அதை எங்கள் அலுவலகத்துக்கு அனுப்புங்கள். ஏனெனில் எந்தக் காரணத்தைக் கொண்டும் ஒரு பள்ளம் கூடப் பழுதுபார்க்கப்படாமல் தவறிவிடக் கூடாது' எனத் தெரிவித்தார்.

விவசாயிகளின் கடன் தள்ளுபடி

2017-ஆம் ஆண்டு தேர்தலுக்காகப் பிரசாரம் மேற்கொண்ட போது மிகவும் சிக்கலான இடமாகக் கிழக்கு உத்தரப் பிரதேசம் இருந்தது. ஆறாம் கட்டமாக வாக்களிக்க இருந்த மாவட்டங்கள் மவு, மஹராஜ்கஞ், குஷிநகர், கோரக்பூர், தியோரியா, அசாம்கர், மற்றும் பாலியா. அசாம்கரில் மட்டும் மொத்தம் 10 சட்டமன்ற இடங்கள் உள்ளன. இதில் ஒன்பது இடங்களை 2012 சமாஜ்வாதி கட்சி வென்றிருந்தது. ஆனால் இந்த முறை முலாயம் சிங் யாதவ் தன்னுடைய சொந்த நாடாளுமன்றத் தொகுதியில் ஒரு கூட்டத்தில் கூடப் பங்கேற்றுப் பேசவில்லை. இந்த 49 தொகுதிகளில் ஆறாம் கட்டமாக நடைபெற இருந்த தேர்தலுக்காக பிரசாரம் மேற்கொண்ட வேளையில், மார்ச் 1 அன்று பிரதமர் நரேந்திர மோதி உத்தரப் பிரதேசத்தின் தியோரியா மாவட்டத்தில் நடைபெற்ற பொதுப் பேரணியில் பங்கேற்றுப் பேசினார். சிக்கலான இந்தப் பகுதியில் விவசாயிகளின் எண்ணிக்கை அதிகமாக உள்ளதை நன்கு அறிந்திருந்த மோதி, துணிச்சல் மிகு வாக்குறுதி ஒன்றை அறிவித்தார்.

தேர்தல் முடிவுகள் வெளிவந்து பா.ஜ.க அரசு ஆட்சிக்கு வந்தால் அதனுடைய முதல் அமைச்சரவை கூட்டத்தில் விவசாயக் கடன்கள் தள்ளுபடி செய்யப்படும் என அறிவித்தார்; கரும்பு விவசாயிகளின் நிலுவைகள் அனைத்தையும் பதவியேற்ற 120 நாட்களுக்குள் வழங்குவதாகவும் அறிவித்தார். பிரம்மாண்டமாக விரிந்திருந்த விவசாய சமூகத்தின் முன் வைக்கப்பட்ட இரண்டு முக்கிய வாக்குறுதிகள் இவை. சொன்ன வார்த்தைக்கு உயிர் சேர்க்கும் விதமாக, ஏப்ரல் 4 அன்று நடைபெற்ற முதல் அமைச்சரவைக் கூட்டத்தில் 36,359 கோடி ரூபாய் மதிப்புள்ள விவசாயக் கடனைத் தள்ளுபடி செய்வதாக முடிவு செய்தது உத்தரப் பிரதேச அரசு.

இந்த முடிவினால் 2.2 கோடி சிறு, குறு விவசாயிகள் பயனடைவார்கள் என எதிர்பார்க்கப்படுகிறது. விவசாயக் கடன்களைத் தள்ளுபடி செய்வது என உத்தரப் பிரதேசம் எடுத்திருக்கும் இந்த ஆகச் சிறந்த முடிவின் காரணமாக, மற்ற மாநிலங்களும் இதைப் போலவே செய்ய வேண்டிய அழுத்தத்துக்கு ஆளாகி உள்ளன. பா.ஜ.க-சிவ சேனா கூட்டணியால் ஆட்சி செய்யப்படும் மகாராஷ்ட்ராவில், சிவ சேனா கட்சியின் தலைவர் உத்தவ் தாக்ரே, தேர்தலில் அளித்த வாக்குறுதியை நிறைவேற்றும் விதமாக இந்த நல்ல முடிவை உடனடியாக நடை முறைப்படுத்திய ஆதித்யநாத்துக்கு விரைந்து தன் வாழ்த்துகளைத் தெரிவித்தார். அத்தோடு மகாராஷ்ட்ராவின் முதல்வர் தேவேந்திர பட்னாவிஸையும் விவசாயக் கடன்களைத் தள்ளுபடி செய்யுமாறு கேட்டுக்கொண்டுள்ளார் என லைவ் மின்ட் பத்திரிகையின் கயன் வர்மா மற்றும் அனுஜா ஆகியோர் பதிவு செய்துள்ளனர்.

கடன்களிலிருந்து விடுவித்தது போக, மாநிலம் முழுவதிலும் 5000 கோதுமை கொள்முதல் மையங்கள் அமைக்கப்படும் என அறிவித்தது யோகி அரசு. மேலும் 80 லட்சம் மெட்ரிக் டன் உற்பத்தியை விவசாயி களிடமிருந்து அரசே பெற்றுக்கொள்ளும் எனவும் தெரிவித்தது. மற்றும் விவசாயிகளிடமிருந்து உருளைக்கிழங்குகளை ஒரு குவிண்டாலுக்கு ரூ.487 செலுத்தி அரசே நேரடியாகப் பெற்றுக் கொள்ளும் எனவும் தெரிவித்தது.

விவசாயக் கடன் தள்ளுபடி செய்யப்படுவதாக அறிவித்த இம்முடிவு, கலவையான பல விமர்சனங்களை எதிர்கொண்டது. காவி உடுத்தி ஆளும் ஓர் தலைவரைச் சகித்துக்கொள்ள முடியாத ஜவாஹர்லால் பல்கலைக்கழகத்தின் அறிவுஜீவிகளாக அறியப்படும் இடதுசாரிகள், முன்னொரு காலத்தில் இது போன்ற தள்ளுபடி வேண்டி அதற்கு ஆதரவாகப் பெருங்குரலெடுத்துக் கூவிக்கொண்டிருந்தனர். ஆனால் இன்று யோகி அவர்களால் அம்முடிவு அறிவிக்கப்பட்ட பின் வேறொரு ஸ்வரத்தில் பாடிக் கொண்டிருக்கிறார்கள்.

ஜவாஹர்லால் நேரு பல்கலைக்கழகத்தின் உதவி பேராசிரியர் ஹிமான்ஷு 'மின்ட்' பத்திரிகையின் நிருபர்களிடம், 'விவசாயிகளுக்கு உறுதுணையாக இருப்பதும் அவர்களின் கடன்களைத் தள்ளுபடி செய்திருப்பதும் இச்சமயத்தில் தேவையான ஒன்று தான். ஆனால் குறைந்த வருவாய் ஈட்டக்கூடிய விவசாயிகளுக்கு அரசாங்கம் நிரந்தரத் தீர்வை காண வேண்டும். இங்கு எழும் அடிப்படைக் கேள்வியே விவசாயிகள் எப்படி இவ்வளவு எளிதாகக் கடனெனும் வலையில் வீழ்ந்துவிடுகிறார்கள்? அரசாங்கம் அவர்களைக் கைதூக்கி விடும்வரை அவர்களால் அவ்வலையிலிருந்து மீளவே முடிவதில்லை. எனவே தொடர்ந்து கடன்களைத் தள்ளுபடி செய்து வந்தால் அது அபாயகரமான

விளைவாக மாறி இந்தக் கோரிக்கையை இங்கிருப்பதைப் போலவே விவசாயிகள் பெரிதும் பாதிப்புக்குள்ளாகும் மாநிலங்களான மகாராஷ்ட்ரா, தமிழ்நாடு, கர்நாடகம், ஆந்திரபிரதேசம் போன்ற மாநிலங்களும் முன்வைக்கும்' எனத் தெரிவித்துள்ளார்.

மற்றொருபுறம், காங்கிரஸ் கட்சியின் செய்தி தொடர்பாளரான ரந்தீப் சுர்ஜெவாலா 'உத்தரப் பிரதேச அரசு தன்னுடைய முதல் அமைச்சரவை கூட்டத்தின் மூலம் விவசாயிகளின் நம்பிக்கையைச் சீர்குலைத்து விட்டது. யோகியின் தலைமையின் கீழான அமைச்சரவை வெறும் 36,000 கோடி மதிப்புள்ள கடனையே தள்ளுபடி செய்துள்ளது. இதனால் விவசாயிகள் தங்கள் கவலையிலிருந்து விடுபடப் போவதுமில்லை அல்லது போதிய நிவர்த்தியைப் பெறப் போவதுமில்லை' எனத் தெரிவித்துள்ளார்.

கரும்பு விவசாயிகளுக்கான ஊதியம்

இதே வேகமும் விரைவும் கரும்பு விவசாயிகளுக்கு பிரதமர் மோதி, கொடுத்த மற்றொரு வாக்குறுதியிலும் காணப்பட்டது. நிலுவையில் உள்ள தொகையைச் செலுத்த ஆலைகளுக்கு போதுமான நேரம் நிர்ணயிக்கப்பட்டது. அதன் பின் நடந்தவை எல்லாம் வரலாறு. சில வாரங்களுக்குள்ளாகவே ஆலை உரிமையாளர்கள் 5000 கோடிக்கும் அதிகமான தொகையைச் செலுத்தினார்கள். கரும்பு வளர்ச்சி துறை அமைச்சர் சுரேஷ் ரானா 'ரூ.5080 கோடி கடனை, 56 சர்க்கரை ஆலை உரிமையாளர்கள் கரும்பு விவசாயிகளுக்காகச் செலுத்தியுள்ளனர்!' என்று மிகுந்த பெருமிதத்தோடு டிவிட்டரில் தெரிவித்துள்ளார்.

இந்தக் காலக்கெடுவுக்கு ஒத்துழைக்காத சில ஆலை உரிமையாளர்கள் விளைவுகளைச் சந்தித்து வருகின்றனர். முசாபர்நகர் மாவட்டத்தில், பஜாஜ்-ஹிந்துஸ்தானுக்குச் சொந்தமான சர்க்கரைஆலைக்கு எதிராக முதல் தகவல் அறிக்கை பதியப்பட்டுள்ளது. விவசாயிகளுக்குச் சேர வேண்டிய நிதியை மற்ற தொழில்களுக்கெனத் தவறாகப் பயன் படுத்திய குற்றத்தின் காரணமாக இந்த வழக்கு 'அத்தியாவசியப் பொருட்கள்' சட்டத்தின் கீழ் பதியப்பட்டுள்ளது. ஆலையை ஊக்குவிப்பவர்கள் மீதும் அதை ஆக்கிரமித்திருப்பவர்களுக்கு எதிராகவும் வழக்கு பதியப்பட்டுள்ளதென பிஸ்னஸ் ஸ்டான்டர்ட் பத்திரிகையின் விரேந்திர சிங் ராவத் தெரிவித்துள்ளார்.

அனைவருக்கும் மின்சாரம்

பதவியில் அமர்ந்த முதல் மாதமே ஆதித்யநாத் அரசு மத்திய அரசுடன் ஒப்பந்தம் ஒன்றில் கையெழுத்திட்டது. மாவட்டத்தின் தலைமையகங்களுக்கு 24 மணி நேரம் மின்சாரம் அளிப்பதாகவும்,

தாசில் வரைக்கும், பந்தேல்கண்ட்பகுதிக்கும் 20 மணி நேரம் மின்சாரத்தை வழங்குவதாகவும் , கிராமப்புறங்களுக்கு 18 மணிநேரம் மின்சாரம் வழங்குவதாகவும் அதில் உறுதியளிக்கப்பட்டது. மேலும் 2018 நவம்பர் மாதத்துக்குள் மாநிலத்தின் அனைத்து இல்லங்களுக்கும் 24 மணி நேரமும் தடையில்லா மின்சாரம் வழங்கப்படும் என அரசு அறிவித்துள்ளது. இந்த அறிவிப்பால் கோடை காலத் துயரங்களில் இருந்து விடுபட்டுள்ளனர் உத்தரப் பிரதேச மக்கள்.

இந்தியா டிவிக்கு சமீபத்தில் அளித்த பேட்டியில், யோகி, அறிவிக்கப்பட்ட அட்டவணையை நடைமுறைப்படுத்தப் போதிய மின்சாரம் வாங்குவதற்கான வழிவகை செய்யப்பட்டுள்ளது எனத் தெரிவித்தார். மேலும் அவர் கம்பிவட மின்சார இழப்பு தவிர்க்க வேண்டும் என்றார். முந்தைய அரசுக்கு மின்சாரத்தையும் திருடும் பழக்கம் இருந்துள்ளது. அதைச் சில பொதுமக்களும் பின்தொடர்ந்துள்ளனர். ராம்பூர், அசாம்கர், பாடவுன், கன்னவ்ஜாந்த், எடாவா, ஆகிய மாவட்டங் களில் அகிலேஷ் யாதவின் ஆட்சிகாலத்தில் கிட்டத்தட்ட 80-90 சதவீத மின்சாரம் திருட்டு நடைபெற்றுள்ளது. இது போன்ற செயல்கள் இனி தடைசெய்யப்படும். 2018-ல் அனைவருக்கும் மின்சாரம் என்ற இலக்கை நோக்கி நம்பிக்கையுடன் நாம் நடையிடுவோம் என அத்தொலைக் காட்சிப் பேட்டியில் தெரிவித்துள்ளார்.

ஊழல் வழக்குகளின் மீதான விசாரணை

துறை விளக்கக் கூட்டத்தில் யோகியும் அவருடைய குழுவும், கடந்த அரசால் நிறுவப்பட்ட திட்டங்களில் ஏராளமான ஒழுங்கீனச் செயல்கள் அரங்கேறியிருப்பதைக் கவனித்துள்ளனர். மற்றும் அவற்றில் இரண்டு வழக்குகளின் மீது விசாரணையைக் கோரியுள்ளார் முதல்வர். கரும்பு வளர்ச்சி மற்றும் சர்க்கரை ஆலை துறையின் மறுஆய்வுக் கூட்டத்தில், 21 சர்க்கரை ஆலைகளை முன்னாள் முதல்வர் மாயாவதி மலிவான விலைக்கு விற்றதைக் கூர்மையாகக் கவனத்தில் கொண்டுள்ளனர். இதனால் கடும் கொந்தளிப்பில் ஆழ்ந்த யோகி, கூட்டத்தில் பேசிய போது, மலிவான விலையில், பொதுமக்களைச் சார்ந்தது என்ற போர்வையில் அரசாங்கச் சொத்துக்களை விற்பதற்கு யாருக்கும் உரிமையில்லை எனச் சாடினார்.

இந்த விஷயத்தில் பல ஒழுங்கற்ற நடவடிக்கைகளைக் கணக்காயர் மற்றும் தணிக்கையாளர் வாரியம் சுட்டிகாட்டியதன் பின், இது குறித்து மத்திய புலனாய்வு (சிபிஐ) விசாரணை கோரவும் தயங்க மாட்டேன் எனத் தெரிவித்துள்ளார். ஐஏஎன்எஸ் வெளியிட்ட செய்தியின் படி முன்னாள் முதல்வர் மாயாவதியை சுற்றி 1,180 கோடி ரூபாய் ஊழல் சுழன்று கொண்டிருக்கிறது. ஆனால் அந்த விஷயத்தைப் பரணில்

போட்டு நிதானமாக வேடிக்கை பார்த்துள்ளது அகிலேஷ் யாதவ் தலைமையிலான சமாஜ்வாதி அரசு.

விசாரணை முடுக்கிவிடப்பட்ட பின் ஏராளமான சர்ச்சைகள் வெளிச்சத்துக்கு வரத் துவங்கியுள்ளன. ஆனாலும் இதற்கு முன் ஆட்சியிலிருந்த சமாஜ்வாதி கட்சி, சர்க்கரை ஆலை விற்ற ஊழலில் சம்பந்தப்பட்ட அவர்களின் அரசியல் எதிரியும், பகுஜன் சமாஜ் கட்சியின் தலைவருமான மாயாவதி மீது எந்த நடவடிக்கையும் எடுப்பதில்லை என முடிவு செய்துவிட்டனர். அந்த ஆலைகள் அனைத்தும் உத்தரப் பிரதேச மாநில அரசின் சர்க்கரை நிறுவனத்துக்கும் சர்க்கரை-கரும்பு வளர்ச்சி நிறுவனத்துக்கும் சொந்தமானவை. பகுஜன் சமாஜ் அரசின் அதிகாரத்தில் இருந்த பெரும்புள்ளிகளுக்கு இந்த விற்பனை ஒப்பந்தத்தின் மூலமாகப் பெரும் தொகை வழங்கப்பட்டிருப்பதாகக் குற்றம் சாட்டப்பட்டுள்ளது. சர்க்கரை ஆலைகள் விற்கப்பட்ட விவகாரத்தில் இருக்கும் ஒழுங்கின்மைகள் மீதான விசாரணையை, நவம்பர் 2012, லோகாயுக்தாவிடம் ஒப்படைத்தார் முன்னாள் முதல்வர் அகிலேஷ் யாதவ். அதற்கடுத்து ஒரு ஆண்டுகாலம் இழுத்து வந்த விசாரணையின் முடிவில் நீதிபதி என்.கே மெஹ்ரோத்ரா கருவூலத்தைக் காலிசெய்தவர்கள் மீது எந்த நடவடிக்கையும் எடுக்க வழிசெய்யவில்லை.

அகிலேஷ் யாதவ் அரசால் முன்னெடுக்கப்பட்ட ‘கோமதி நதித் திட்டத்தின்’ மீதான அதிருப்தியை முன்பொருமுறை தெரிவித்திருந்தார் யோகி ஆதித்யநாத். இந்தியா டுடே பத்திரிகையின் கணேஷ் குமார் மற்றும் ராதா உதய்குமார் வெளியிட்ட செய்தியில், ‘இரண்டு கரையோரத்திலும் இடைநிலை சுவர்களை எழுப்புவதாலும், அகலப்படுத்துவதாலும் வடிகால் குறுக்கீடுகளை அமைப்பதாலும் நதிகளைத் திசை திருப்ப முடியும் என்பதே இத்திட்டத்தின் நோக்கம்.

சமீபத்தில் ரஜத் சர்மாவுடனான நேர்காணலில் யோகி, இத்திட்டத்தின் முன்னாள் திட்ட அறிக்கையில் இந்த திட்டத்துக்கென ஒதுக்கப்பட்ட நிதி 150 கோடி ரூபாய். ஆனால் விரிவான திட்ட அறிக்கையின் படி இத்திட்டம் 600 கோடி ரூபாயை விழுங்கியுள்ளது. மேலும் இரண்டாண்டு தாமதத்துக்குப்பின் இத்திட்டத்தில் 1427 கோடி ரூபாய் இறைக்கப்பட்டுள்ளது. ஆனால் வெறும் 60 சதவீதப் பணிகள் மட்டுமே நிறைவடைந்துள்ளன. இத்திட்டத்தை நிறைவேற்றக் கூடுதலாக 1500 கோடி ரூபாயைக் கோரியுள்ளனர். முன்னதாக இத்திட்டம் மே 2017-ல் நிறைவடையுமாறு திட்டமிடப்பட்டிருந்தது. இத்திட்டத்தினுடைய நோக்கமே நீரைச் சுத்தப்படுத்துவது, ஆறுகளுக்குள் கழிவுநீரை வெளியேற்றும் வடிகால்களை அடைப்பது போன்றவை தான். ஆனால் இதில் எதுவுமே நிறைவேற்றப்படவில்லை எனக் கூறினார். இது

குறித்த கூடுதல் கருத்தைத் தெரிவித்த யோகி , வகுக்கப்பட்ட முக்கிய இலக்குகள் எதுவும் எட்டப்படாமல் நிதிகள் அனைத்தும் தேவையற்ற விஷயங்களான வண்ண நீருற்றுகளுக்கும் இதர அலங்கார அம்சங்களுக்கும் செலவிடப்பட்டுள்ளது எனத் தெரிவித்தார்.

●

ஜப்பனீஸ் என்சிபாலிடீஸ்

உத்தரப்பிரதேச மாநிலம் கோரக்பூர் மாவட்டத்தில் உள்ள அரசு மருத்துவமனையில் கடந்த 2017 செப்டம்பர் மாதம் அடுத்தடுத்து 60 குழந்தைகள் உயிர் இழந்தன. இந்த குழந்தைகளின் மரணத்துக்குக் காரணம் மருத்துவமனையில் ஆக்சிஜன் சிலிண்டர்களின் இருப்பு போதிய அளவுக்கு இல்லை; அரசு நிர்வாகத்தின் அலட்சியமே இதற்கு காரணம் என்றெல்லாம் ஊடகங்கள் மற்றும் எதிர்கட்சிகள் உத்தர பிரதேச முதல்வர் யோகி ஆதித்யநாத்தைக் குறிவைத்து அரசியல் ரீதியாகக் குற்றம்சாட்டின. ஆனால் உண்மையில் அந்த குழந்தை களிடையே 'ஜப்பனீஸ் என்ஸெபலிடிஸ்'(JE) மற்றும் 'அக்யூட் என்ஸெபலிடிஸ் சிண்ட்ரோம்' (AES) என்கிற ஒருவித மூளை காய்ச்சல் நோய் தீவிரமாகப் பரவியதே காரணம் என்று அறியப்பட்டது. அது போன்ற ஒரு நோயைப்பற்றியே இந்தியாவில் உள்ள பெரும்பாலான மக்களுக்கு அப்போதுதான் தெரியவேவந்தது!

இந்த நோய் ஏற்கனவே பல ஆண்டுகளாக இருப்பினும், கடந்த 2005-ம் ஆண்டிலிருந்தே தீவிரமடைந்துள்ளது என்பதைப் புரிந்து கொள்ளாமலேயே குற்றச்சாட்டுக்களை எழுப்பினர். ஆக்சிஜன் இல்லாததால் தான் குழந்தைகள் மரணமடைந்தது என்பது ஒருவகையில் உண்மைதான். எனினும், போதுமான அளவு ஆக்ஸிஜன் வழங்கப்பட்ட பிறகும்கூட இறப்புக்கள் அந்த வேகத்தில் அதே வேளையில் தொடர்ந்தன. ஆனாலும்கூட முதல்வர் ஆதித்யநாத் மீதான அரசியல்ரீதியான குற்றச்சாட்டுக்கள் மட்டும் குறைந்தபாடில்லை.

எதிர்கட்சிகள் மற்றும் ஊடகங்களின் இந்தப் பொய்யை மறுதலிக்கும் வகையில் இந்த நோயின் வரலாறு பற்றிய உண்மைகளையும் இந்த நோயைக் கண்டுபிடிப்பதிலும், கட்டுப்பாட்டுக்குள் கொண்டு வருவதிலும் உத்தர பிரதேச முதலமைச்சர் யோகி ஆதித்யநாத்தின் பணியையும் நாம் தெரிந்து கொள்வது அவசியம்.

ஒருவர் மீது ஒரு குற்றச்சாட்டு வைக்கப்பட்டால் அதற்கு பதில் சொல்லாமல் அதே தவறைச் செய்த இன்னொருவரைச் சொல்லிக்

காட்டி வாதிடுவது சரியல்லதான். ஆனால், ஒரு தவறைத் தடுக்கக் காலமெல்லாம் போராடிய ஒருவர் மீது அந்தத் தவறைச் செய்ததாகப் பழிபோடும்போது அந்தத் தவறை யாரெல்லாம் செய்தார்கள், அவற்றைத் தடுக்க இவர் என்னவெல்லாம் செய்தார்கள் என்பதை எல்லாம் சொல்லித்தானே ஆகவேண்டியிருக்கிறது. அந்தவகையில் ஜப்பனீஸ் என்செபலிடிஸ் நோய் பற்றிய முழு விவரங்களையும் தெரிந்துகொள்வது அவசியம்.

உண்மையில் இந்நோய் மூலமான இறப்பு என்பது முதன் முதலாக உத்தரப்பிரதேசத்தில் 1978-ஆம் ஆண்டு பதிவாகி இருக்கிறது. அதற்கு 23 ஆண்டுகளுக்கும் முன்னதாகவே தமிழ்நாட்டில் வட ஆற்காடு மாவட்டத்தில் இந்த நோய் பரவி இருந்ததற்கான தகவல்கள் பதிவாகியுள்ளன.

கடந்த 1978 முதல் 2017-ம் ஆண்டுவரை ‘ஜாப்பனீஸ் என்ஸெபலிடிஸ்’ நோய் இந்தியாவில் இருந்த சராசரி விகிதாச்சாரம், உத்தரப்பிரதேசத்தில் அந்த நோய் பாதித்த சராசரி விகிதாச்சாரம் குறித்த உத்தரப்பிரதேச அரசு வெளியிட்ட தகவல்களை கீழே உள்ள படங்களின் மூலம் அறியலாம்.

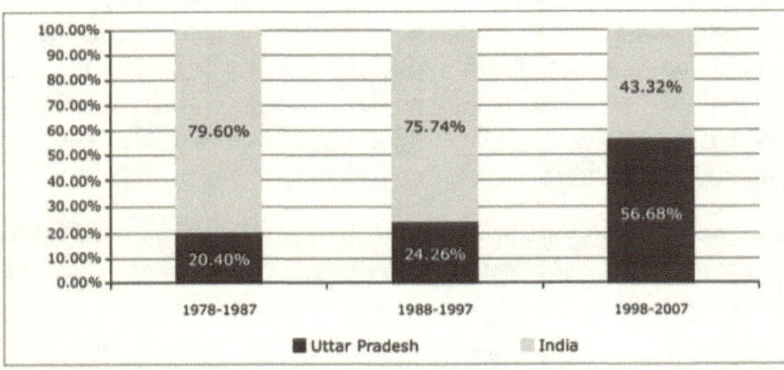

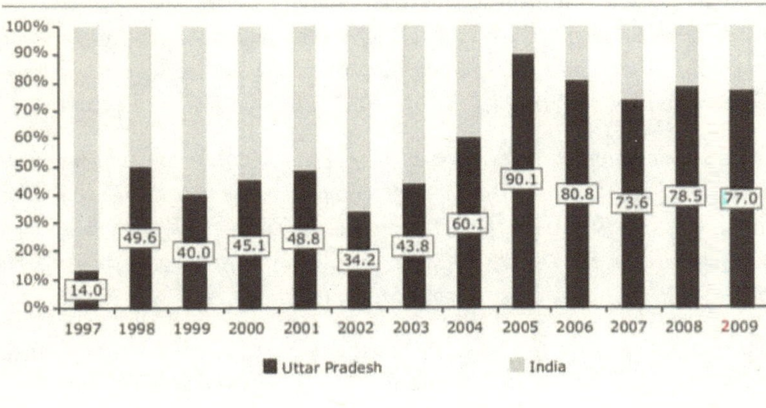

1978-1987, 1988-1997 காலகட்டங்களில் ஜப்பானிய என்செபலிடிஸ் நோயால் இந்தியாவில் பாதிக்கப்பட்ட மக்களில் உத்தரப்பிரதேச நோயாளிகளின் சதவீதங்கள் *20% - 25%* மட்டுமே இருந்தன. ஆனால் அடுத்த பத்தாண்டில் இந்தியாவில் கண்டியறியப்பட்ட நோயாளிகளில் உத்தர பிரதேசத்தின் பங்கு மட்டும் *50%*-க்கும் மேலாக உயர்ந்துள்ளன. ஆண்டுவாரியாகப் பார்க்கும்போது, உத்தர பிரதேசத்தில் பாதிக்கப் பட்ட நோயாளிகள் *2005*-ல் *90%* வரை உயர்ந்துள்ளன, மேலும் அடுத்த ஆண்டுகளில் *70%* மற்றும் *80%*-க்கும் இடையில் இருந்தன.

2017-ல் யோகி பதவியேற்றபின் அசம்பாவிதம் நடைபெற்றபோது குறிப்பிட்ட அந்த மருத்துவமனைக்கு சென்றபோது கிடைத்த சில முக்கியமான தகவல்கள் இங்கு தரப்பட்டுள்ளன:

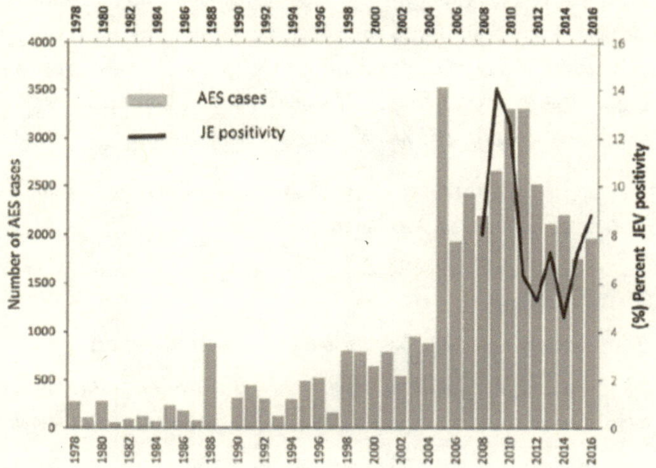

கோரக்பூர் பி.ஆர்.டி மருத்துவமனையில் அனுமதிக்கப்பட்ட நபர்களின் எண்ணிக்கை கடந்த பத்தாண்டில் கணிசமான அளவுக்கு உயர்ந்து உள்ளது.

யோகி ஆதித்யநாத் உத்தர பிரகேதசத்தின் முதலமைச்சர் பதவிக்கு வந்த பிறகு தான் இந்த நோய் அதிகரித்தது என்பது கிடையாது. ஏற்கெனவே உத்தரப்பிரதேச மாநிலத்தில் பல ஆண்டுகளாக இந்த நோய் பிரச்னை கவலை தரும் அளவில் பெரிதாகவே இருந்துள்ளது. கோரக்பூர் சம்பவம் நடைபெற்ற செப் *2017*க்கு சில மாதங்களுக்கு முன்புதான் யோகி (மார்ச் *2017*) உ.பி முதல்வராக பதவி ஏற்றார். அந்த ஆண்டில் என்செபலிடிஸ் காரணமாக இறப்பு எண்ணிக்கை: *694*. ஆனால் முந்தைய ஆண்டு (*2016*) சமாஜ்வாதி கட்சி ஆட்சியில், அம் மாநிலத்தில் என்செபலிடிஸ் காரணமாக இறப்பு எண்ணிக்கை: *747* ஆகும்.

யோகியின் ஆட்சியில் (2017) நடைபெற்ற மரண எண்ணிக்கைகளை விட சமாஜ்வாதி கட்சி ஆட்சியின் ஆண்டுகளில் நிகழ்ந்த இறப்பு எண்ணிக்கை (700-க்கும் அருகில்) அதிகமாக உள்ளது . எனவே, நோயின் தன்மையை யாரும் சரிவரப் புரிந்துகொள்ளாமல், அரசியல் பழி வாங்கும் நோக்கத்தில் யோகி ஆதித்யநாத் ஆட்சியில் நடைபெற்ற துயரமாகவே இதை தவறாகத் திரிக்கின்றனர். ஆனால் இந்த நோயின் தீவிரத்தன்மையினையும், இந்த நோயினால் உத்தர பிரதேசம் 2005-ஆம் ஆண்டிலிருந்து பாதிக்கப்பட்டுள்ளதை பற்றியும், கோரக்பூர் தொகுதி எம்.பி-யாக தான் இருந்த போதே யோகி ஆதித்யநாத் நாடாளு மன்றத்தில் இது குறித்து பல முறை விரிவாகத் தன் கவலைகளைப் பதிவுசெய்துள்ளார்.

ஐக்கிய முன்னணி அரசில் இந்திய தேசிய காங்கிரஸ் கட்சியின் சுகாதார மற்றும் குடும்ப நலத்துறை அமைச்சராக பனபாபாக லட்சுமி இருந்தார். அப்போது லோக் சபா உறுப்பினராக இருந்த யோகி ஆதித்யநாத் 22 ஆகஸ்ட் 2007 அன்று பின்வரும் கேள்விகளை அவரிடம் எழுப்பினார். லோக் சபாவில் அவரது கேள்விகள் பின்வருமாறு:

'சுகாதார மற்றும் குடும்ப நலத்துறை அமைச்சர் எனது கேள்விகளுக்குத் தயவு செய்து விளக்கமளிக்கவேண்டும்:

அ) ஜப்பானிய என்செபலிடிஸ் (JE) நாட்டில் ஆபத்தான விகிதத்தில் அதிகரித்து வருகிறதா;

ஆ) அப்படி என்றால், அதற்கான காரணங்கள் யாவை;

இ) கடந்த மூன்று ஆண்டுகளில் ஜப்பானிய என்ஸெபலிடிஸ் காரணமாக மாநில வாரியாக இறந்த நபர்களின் விவரங்கள் மற்றும்;

ஈ) இது சம்பந்தமாக அரசாங்கத்தால் எடுக்கப்பட்ட நடவடிக்கைகள் என்னென்ன?'

இந்தக் கேள்விகளுக்கு அப்போதைய அமைச்சர் பனபாபாக லட்சுமி, இந்த நோயை ஒழித்துக்கட்டுவதற்கு ஐக்கிய முற்போக்கு கூட்டணியின் முதல் அரசாங்கத்தால் மேற்கொள்ளப்பட்ட பல திட்டங்களைப் பட்டியலிட்டார், ஆனால் 2007-ஆம் ஆண்டுக்குப் பிறகும், முன்னாள் சுகாதார அமைச்சரால் பட்டியலிடப்பட்ட எந்தவொரு திட்டமும் நடைமுறையில் அடுத்த ஆண்டுகளில் பிரதிபலிக்கவில்லை. அந்த நேரத்தில் சுகாதார மந்திரி மாநில அளவில் பாதிக்கப்பட்ட மக்களின் எண்ணிக்கை குறித்த சில தந்திரமான தரவுகளையும் கொடுத்தார். அத்தகைய தரவுகளில் சில முக்கிய பகுப்பாய்வு செய்யவேண்டியது மிகவும் அவசியம். இல்லையெனில் அது இந்த விபரங்களைப் படிப்பவர்களைத் தவறாக வழிநடத்தும்.

Sl. No.	Affected States/UTs	2004		2005		2006		2007 (up to 16.8.2007)	
		Cases	Deaths	Cases	Deaths	Cases	Deaths	Cases	Deaths
1	Andhra Pradesh	7	3	34	0	11	0	1	0
2	Assam	235	64	145	52	392	119	368	115
3	Bihar	85	28	192	64	21	3	0	0
4	Chandigarh	0	0	0	0	0	0	0	0
5	Delhi	17	0	6	0	1	0	0	0
6	Goa	0	0	4	0	0	0	44	0
7	Haryana	37	27	46	39	2	1	6	3
8	Karnataka	181	6	122	10	73	3	6	0
9	Kerala	9	1	1	0	3	3	1	0
10	Maharashtra	22	0	51	0	1	0	0	0
11	Manipur	0	0	1	0	0	0	11	2
12	Punjab	0	0	1	0	0	0	0	0
13	Tamil Nadu	88	9	51	11	18	1	17	0
14	Uttar Pradesh	1030	228	6061^	1500^	2320#	528#	383*	65*
15	West Bengal	3	1	12	6	0	0	0	0
	Total	**1714**	**367**	**6727**	**1682**	**2842**	**658**	**837**	**185**

இந்தியாவில் 2004 - 2007ஆம் ஆண்டுகளில் ஜப்பானிய மூளை காய்ச்சலால் பாதிக்கப்பட்ட மற்றும் இறந்தவர்களின் எண்ணிக்கை

உத்தரப்பிரதேசத்தில் 2007-ஆம் ஆண்டில் ஜப்பானிய மூளை காய்ச்சலால் பாதிக்கப்பட்ட மற்றும் இறந்தவர்களின் எண்ணிக்கையை ஆய்வு செய்தபோது, அது முழு ஆண்டுக்குமாகப் பதிவு செய்யப்படவில்லை. 2007 ஆகஸ்ட் 16-ஆம் தேதி வரை மட்டுமே பாதிக்கப்பட்டோர் எண்ணிக்கை 383 பேர் என்றும் மற்றும் மரணமடைந்தோர் எண்ணிக்கை 65 ஆகவும் பதிவாகி இருந்தது. இந்த எட்டு மாதத் தரவுகளை, ஒரு வருட தரவுகளுடன் ஒப்பிடும்போது அதுவும் முந்தைய ஆண்டுகளுடன் ஒப்பிடுகையில் மிகவும் குறைவாக இருக்கும்.

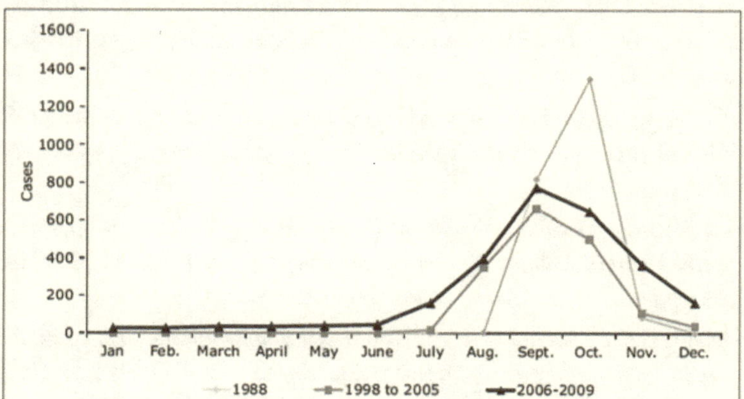

செப்டம்பர் மற்றும் அக்டோபர் மாதங்களில் என்செபலிட்டிஸ் அதன் உச்சநிலையை அடைகிறதை இது காட்டுகிறது

இதில் மேற்கொள்ளப்படும் தந்திரம் என்னவென்றால், தங்கள் ஆட்சி காலத்தில் பாதிப்பு குறைவு என்பதைக் காட்டவே அவர்கள் நோய் அதிகமாக பரவும் செப்டம்பர் மழைக்கால தரவுகளை சேர்க்க மாட்டார்கள். உண்மையில் இது மிகப் பெரிய தில்லுமுல்லு என்றே சொல்லலாம். செப்டம்பர் மாதம் மழைக்காலத்தின் போதுதான் உத்தரபிரதேசத்தில் இந்த நோய் அதிகமாகப் பரவுகிறது என்பதால் அந்த மாதங்களின் தரவுகளைக் கணக்கெடுக்காமல் மறைத்திருக் கிறார்கள். இதுதான் உண்மை.

செப்டம்பர் மற்றும் அக்டோபர் மாதங்களில் என்செபலிட்டிஸ் அதன் உச்சநிலையை அடைகிறது. பெரும்பான்மையான மக்கள் பாதிக்கப் படுகின்றனர்; இதனால் அதிக எண்ணிக்கையிலான இறப்புக்கள் ஏற்படுகின்றன. முன்னாள் அமைச்சரால் வழங்கப்பட்ட தரவு ஆகஸ்ட் 2007 வரை மட்டுமே இருந்தது. என்றாலும் இதை வைத்து மட்டும் அவர்களின் செயல்களை ஊகித்து விட முடியாது. ஆனால் 2005, 2006-ஆம் ஆண்டுகளின் இடையே ஐக்கிய முற்போக்குக் கூட்டணி அரசாங்கம் குழந்தைகளுக்கான நோய் தடுப்புக்கான சொட்டு மருந்து முகாம்கள் மற்றும் பிரசாரம் நடத்தியது. என்றாலும், இப்பகுதியில் ஆரம்பத்தில் நாம் பார்த்த முந்தைய வரைபடங்கள் 2007-ஆம் ஆண்டுக்குப் பிந்தைய ஆண்டுகளில் நோயின் பாதிப்பைத் தொடர்ச்சியாக காட்டுகிறது. இதிலிருந்து, முன்னர் ஐக்கிய முற்போக்குக் கூட்டணி அரசாங்கம் எடுத்த நடவடிக்கைகள் எதுவும் கள நிலையில் பயனளிக்க வில்லை என்பது தெரியும். மேற்கண்ட வரைபடங்களே அதற்கு ஆதாரங்களாகும்.

இந்த நிலையில், யோகி ஆதித்யநாத் மீண்டும் மார்ச் 15, 2013 அன்று லோக் சபாவில் கேள்வி எழுப்பினார், பின்வருமாறு அந்த கேள்விகள் உள்ளன:

அ) டெங்கு, மலேரியா, சிக்கன் குனியா, ஜப்பானிய என்ஸெபலிடிஸ் போன்ற பரவும் வகை நோய்களால் நாடு முழுவதும் அதிக பாதிப்பு உள்ளதா?

ஆ) அவ்வாறாயின் கடந்த 3 ஆண்டுகளில் ஒவ்வொரு ஆண்டிலும் பாதிக்கப்பட்டவர்கள், இறந்தவர்கள் விவரங்களை நடப்பு ஆண்டு விபரத்துடன், மாநிலம் / யூனியன் வாரியாக;

இ) குறிப்பிட்ட காலத்தில் மாநிலங்கள் / யூனியன்களுக்கு அளிக்கப் பட்ட நிதி மற்றும் தொழில்நுட்ப உதவி, குறிப்பிட்ட காலத்தில் பாதிக்கப்பட்ட மாநில / யூனியன் வாரியான நோயாளிகள்;

ஈ) அரசு/ யூனியன் பிரதேசங்களில் இருந்து எந்தவொரு முன் யோசனை திட்டத்தையும் அரசாங்கம் பெற்றுள்ளதா? இது

சம்பந்தமான விபரங்கள் மற்றும் எடுக்கப்பட்ட நடவடிக்கைகள் / முன்மொழியப்பட்ட நடவடிக்கைகள் யாவை?

இந்த நோய்களைக் கட்டுப்படுத்த அரசாங்கத்தால் வரையப்பட்ட செயல்திட்டம் மற்றும் மாநிலங்களுக்கு / யூனியன் பிரதேசங்களுக்கு அளித்த நிதி உதவி குறித்தும் கேள்வி எழுப்பியதுடன், 12-ஆம் ஐந்தாண்டு திட்டத்தின் பொது நோக்கம் என்ன என்பது குறித்தும் யோகி ஆதித்யநாத் 2014-ஆம் ஆண்டு ஜூலை 11-ஆம் தேதி மத்திய அரசிடம் கேள்விகள் எழுப்பினார்.

யோகி ஆதித்யநாத் இந்த விஷயத்தில் மிகவும் அக்கறையுடன் இருந்தார். மேலும் தான் ஒரு லோக் சபை உறுப்பினர் என்ற முறையில், மத்தியில் எந்த ஆட்சி இருக்கிறது என்பதையெல்லாம் கணக்கில் கருதாமல் பொது சுகாதார நலனுக்காக பல கேள்விகளை எழுப்பினார்.

இந்த நிலையில் அவர் ஆட்சிப் பொறுப்பேற்றதும் மருத்துவமனையில் நடைபெற்ற அசம்பாவித சம்பவத்தை வைத்து ஊடகங்கள் மிகவும் மோசமாக பிரசாரம் செய்தன. ஆனால் இவை அனைத்தும் மிகையாகச் சித்திரிக்கப்பட்டவை. ஏனெனில் அதே ஆண்டில் உத்தர பிரதேசத்தில் உள்ள 20 மாவட்டங்களில் ஜப்பானிய என்செபலிடிஸ் நோயால் பாதிக்கப்பட்ட குழந்தைகளின் எண்ணிக்கை 552 மட்டுமே ஆகும். ஆனால் யோகி ஆதித்யநாத் பதவி ஏற்பதற்கு முந்தைய ஆண்டான 2016-ஆம் ஆண்டில் சமாஜ்வாதி ஆட்சியில் பாதிக்கப்பட்ட குழந்தைகளின் எண்ணிக்கை 592 ஆகும். இதற்குக் காரணம் இந்த மருத்துவமனைகளில் உள்ள வசதிகள் பாஜக ஆட்சியில் ஓரளவுக்கு மேம்பட்டுள்ளன என்பதை இது காட்டுகிறது.

இதேபோல் ஜப்பானிய என்செபலிடிஸ் நோயால் பாதிக்கப்பட்ட குழந்தைகளின் எண்ணிக்கை 2016-ல் 28.91% ஆகவும், 2017-ல் 18.62% ஆகவும் குறைந்துள்ளது. 2016-ல், கோரக்பூர் மற்றும் அருகிலுள்ள பகுதிகளில் உள்ள என்சைபலிடிஸ் நோயாளிகளில் 17% மட்டுமே உள்ளூர் மட்டங்களில் சிகிச்சை பெற்றனர். மற்ற நோயாளிகள் சிகிச்சைக்காக கோரக்பூர் மருத்துவமனைக்கு அழைத்துச் செல்லப் பட்டனர். ஆனால் 2017-ல், அத்தகைய மக்களில் 56% உள்ளூர் மட்டத்தில் சிகிச்சை பெற்றனர். யோகி ஆதித்யநாத் ஆட்சியை, 2016-ல் நடைபெற்ற அகிலேஷ் யாதவின் ஆட்சியுடன் ஒப்பிடும்போது உள்ளூர் சிகிச்சை வசதிகள் மிகவும் மேம்படுத்தப்பட்டதாக உள்ளது என்பதைக் காட்ட இந்த அளவு ஒரு பெரிய சான்றாகும்.

யோகி ஆதித்யநாத் அரசாங்கம் வரவிருக்கும் ஆண்டுகளில் இந்த நோயை 80% அளவுக்கு ஒழிக்கத் திட்டமிட்டுள்ளது. உத்தர பிரதேச மாநிலத்தில், கடந்த ஐந்து ஆண்டுகளில் இந்த நோயால்

பாதிக்கப்பட்டவர்களின் எண்ணிக்கை குறைந்துள்ளதையும், அதே நேரத்தில் 2018-ஆம் ஆண்டில் இறப்பு எண்ணிக்கை கடுமையாக வீழ்ச்சியுற்றிருப்பதையும் இந்த அட்டவணையில் நாம் பார்க்க முடியும். கடுமையான என்சைபலிட்டிஸ் சிண்ட்ரோம் (AES) காரணமாக இறப்பு எண்ணிக்கை ஒவ்வோர் ஆண்டும் கிட்டத்தட்ட 600-ஆக இருந்த போதிலும், 2018-ல் இதன் எண்ணிக்கை 260-க்கும் குறைவாக ஆகிவிட்டிருந்தது.

உத்தர பிரதேசத்தில் கடுமையான என்சைபலிட்டிஸ் சிண்ட்ரோம் மற்றும் ஜப்பானிய என்ஸெபலிடிஸ் ஆகியவற்றின் காரணமாக நிகழ்ந்த இறப்பு எண்ணிக்கை:

2013	:	*656*
2014	:	*661*
2015	:	*521*
2016	:	*694*
2017	:	*747*
2018	:	*255*

யோகி அரசாங்கம் இந்த சாதனையை வெற்றிகரமாக நிறைவேற்றி உள்ளது என்பதையே இந்தப் புள்ளிவிவரங்கள் தெரிவிக்கின்றன:

1) யோகி ஆதித்யநாத் மழைக்காலத்துக்கு முன்னரே பாதிப்புக்கு உள்ளாகும் மாவட்டங்களில் நோய்களைத் தடுக்கப் பெரிய தடுப்பூசி முகாம்களை வெற்றிகரமாக முன்னெடுத்தது. இதன் விளைவாக நோய்க்கான வேர்க் காரணங்களைக் குறைக்க முடிந்தது. 2006-ஆம் ஆண்டில் ஐக்கிய முன்னணி அரசின் தடுப்பூசி திட்டங்களில் இருந்த பெரிய குறைபாடு என்னவென்றால், அது தடுப்பூசிக்கான மருந்து அளவை போதுமான அளவு கொடுக்க தவறிவிட்டது, மிக குறைந்த டோசேஜ் ஒரு முறை மட்டுமே கொடுக்கப்பட்டது. ஆனால் யோகி ஆதித்யநாத் தலைமையிலான பா.ஜ.க அரசு, 2019-ஆம் ஆண்டு மழைக் காலத்துக்கு முன்பாகவே மே மாதத்தில் மேலும் ஒரு தடுப்பூசி மருந்து முகாம் நடத்த முடிவு செய்தது. அதன்படி 2 முறை முகாம்கள் நடத்தி குழந்தைகளுக்கு 2 முறை சொட்டு மருந்து வழங்கப்பட்டது. இது குழந்தைகளின் நோய் எதிர்ப்பு சக்தியை 2 மடங்கு அதிகரித்தது.

2) யோகி ஆதித்யநாத் தலைமையிலான மாநில அரசு கிராமப் புறங்களில் உள்ள ஆரம்ப சுகாதார நிலையங்களில் அதிக வசதிகளை மேம்படுத்தியது. இதனால் நோயால்

பாதிக்கப்பட்டவர்களை உடனடியாக கோரக்பூருக்கு எடுத்துச் செல்வதற்குப் பதிலாக வெற்றிகரமாக உள்ளூரிலேயே சிகிச்சை தர முடிந்தது. சமாஜ்வாதி கட்சியின் ஆட்சியில் இந்த நோயை தடுக்கவும், குணப்படுத்தவும் 104 சிறப்பு சிகிச்சை மையங்கள் அமைக்கப்பட்டிருந்தபோதிலும், அவை பராமரிப்பின்றி சரிவர நிர்வகிக்கப்படாமல் கிடந்தது. பல நோயாளிகளுக்கு சிகிச்சை மறுக்கப்பட்டது. அதனால் அனைவரும் கோரக்பூர் போன்ற பெரிய மருத்துவமனையை மட்டுமே நம்பி இருந்தனர். ஆனால், யோகி ஆதித்யநாத்தின் அரசாங்கம் இந்தக் குறையைச் சரி செய்து விட்டது.

3) யோகி ஆதித்யநாத் தலைமையிலான மாநில அரசில் ஆம்புலன்ஸ் வசதிகள் மேம்பட்டன. 7 மாவட்டங்களில் என்செபலிடிஸ் சிகிச்சை மையங்களுடன் 238 ஆம்புலன்ஸ்கள் இணைக்கப் பட்டுள்ளன.

4) இந்த நோய்க்கு எதிராக ஒரு பெரிய இயக்கத்தை முன்னெடுக்கும் நோக்கில், யோகியின் மாநில அரசு, மத்தியில் ஆட்சியில் உள்ள நரேந்திரமோதி அரசுடன் இணைந்து ஸ்வச் பாரத் திட்டத்துடன் இணைந்து மிகப் பெரிய துப்புரவு நடவடிக்கைகளை மேற் கொண்டது. 2017-ல் 65 சதவீத வீடுகளுக்கு கழிப்பறை கட்டிக் கொடுத்து சுகாதாரப் பாதுகாப்பு அளிக்கப்பட்டது. இது 2018-ல் 100 சதவிகிதத்தை அடைந்தது. எனவே, அதிகமான சுகதாரமான கழிப்பறைகளை கட்டியெழுப்பியதால், என்செபலிடிஸ் காரணமாக இறப்பு எண்ணிக்கை கடுமையாகக் குறைந்துவிட்டது.

2017-ல் நடைபெற்ற கோரக்பூர் குழந்தைகள் மரண சம்பவத்துக்காக யோகி ஆதித்யநாத் அரசாங்கத்தை குற்றம்சாட்டியவர்கள் உத்தரப் பிரதேசத்தில் இந்த நோயின் மிக நீண்ட வரலாற்றை முற்றாக மறைத்து பொய்யை வேகமாகப் பரப்பியவர்களே ஆவார்கள். யோகி ஆதித்யநாத்தின் அரசாங்கத்தின் பணிகள் நோய்களுக்கு எதிராக பெரும் தாக்கத்தை ஏற்படுத்தியுள்ளன, இதனால் இறப்பு எண்ணிக்கை முந்தைய ஆண்டுகளில் இருந்ததை விட மிகவும் குறைந்துவிட்டிருக்கிறது. உண்மையில் குழந்தைகளை கொத்து, கொத்தாக கொன்ற இக்கொடிய நோயைத் தடுக்க அவர் மேற்கொண்ட முயற்சிகள், நடவடிக்கைகள் இந்தியாவில் உள்ள அனைத்து குடிமக்களாலும் அரசியலுக்கும் அப்பாற்பட்டு மிகவும் பாராட்டத்தக்கவை.

●

யோகியின் அரசு ஆட்சியில் அமர்ந்தபின், தொலைகாட்சிக்கு அவர் வழங்கிய நீளமான முதல் நேர்காணல்

மே 6, 2017 யோகியை ஆதித்யநாத் ராகுல் கான்வால் ஆஜ்தக் தொலைகாட்சிக்காக நேர்காணல் செய்தார். முதல் ஆறு வார அரசின் செயல்பாடுகளைத் தொகுத்து யோகி மிக விரிவான விளக்கத்தையும் வருங்காலத் திட்டங்கள் குறித்தும் தெரிவித்தார். இந்த நேர்காணலின் மூலம் யோகியின் செயல்பாட்டு முறை, அவருடைய வேகம், எந்தத் திசையை நோக்கிப் பயணிக்கிறார் என்ற தெளிவு, அவருடைய தொலைநோக்குப் பார்வை, அவர் சிரமேற்றிருக்கும் தலையாய பணிகள் என அனைத்தைக் குறித்தும் விசாலமான பார்வை நமக்குக் கிடைக்கிறது.

ராகுல்: நாட்டின் வேறெந்த முதல்வரின் மீதும் இது போன்றதொரு ஈர்ப்பு, இருந்ததில்லை. முதல்வராகப் பொறுப்பேற்றபின் யோகி ஆதித்யநாத் பதில் சொல்லவிருக்கும் மிகப்பெரிய பொதுத் தளம் இந்த நேர்காணல். அவரிடம் கேட்பதற்குப் பல கேள்விகள் இருக்கின்றன. யோகியின் மனதில் என்ன இருக்கிறது. உத்தரப்பிரதேசம், உத்தம பிரதேசமாக எப்படி மாறும்? 'யோகிஜி உங்களை ஆஜ்தக், இந்தியா டுடேவின் உத்தரப் பிரதேசப் பஞ்சாயத்து நிகழ்ச்சிக்கு வரவேற்கிறேன். உங்களுக்கு முன்பு பல முதல்வர்கள் வந்து போயிருக்கிறார்கள், அனைவரும் உத்தரப்பிரதேசத்தை உத்தம பிரதேசமாக மாற்றுவோம் எனச் சூளுரைத்தவர்களே! அனைவரும் அவரவரின் உச்சபட்சத் திறனை வெளிப்படுத்தினார்கள், ஆனால் யாராலும் இதை உத்தம பிரதேசமாக மாற்ற முடியவில்லை. யோகி ராஜரின் ராஜ்ஜயத்தில், உத்தரப் பிரதேசம் - உத்தம பிரதேசமாக மாறுவது எத்தனை தூரம் சாத்தியமென நம்புகிறீர்கள்? உங்கள் ஆட்சி காலம் முடிவதற்குள், நோய்வாய்ப்பட்டுப் பரிதாபமான நிலையில் கிடக்கும் (BiMaRU) மாநிலங்கள் பட்டியலிலிருந்து உத்தரப்பிரதேசம் வெளியேறிவிடுமா?

யோகி ஆதித்யநாத்: அன்புமிக்க சகோதர சகோதரிகளே, நாம் அனைவரும் ஆஜ்தக்-இந்தியா டுடே குழுமத்தால் ஒருங்கிணைக்கப் பஞ்சாயத் நிகழ்ச்சிக்காக இங்கே கூடியிருக்கிறோம். நம்முடைய மரியாதைக்குரிய பிரதமர் நரேந்திர மோதியின் வழிகாட்டுதலின் கீழ், உத்தரப்பிரதேசத்தின் 22 கோடி மக்கள் பா.ஜ.கவுக்குப் பெருவாரியான அன்பையும் ஆதரவையும் அளித்துள்ளார்கள். இந்த அபரிமிதமான ஆதரவுக்குப்பின் மரியாதைக்குரிய பிரதமரும், பா.ஜ.க-வின் தேசியத் தலைவருமான அமித்ஷா அவர்களும் என் மீது அளப்பரிய நம்பிக்கை

கொண்டுள்ளனர். அக்கணம் முதல் நானும் என்னுடைய குழுவும் 22 கோடி மக்களின் எதிர்பார்ப்பைப் பூர்த்தி செய்தவதற்காகக் கடுமையாக உழைத்துக் கொண்டிருக்கிறோம். கடந்த ஒன்றரை மாத காலத்திலேயே அந்த வித்தியாசம் தெரிவதாக நான் நம்புகிறேன்.

ஒவ்வொரு முதல்வரும் புதிதாக பதவியேற்கிற போது, சீட்டுக்கட்டு ராஜ்ஜியத்தைக் கலைத்து விளையாடுவதைப்போலக் கடந்த நிர்வாக முறையை முழுமையாக மாற்றித் தொந்தரவுக்குள்ளாக்குவார்கள். ஆனால் நாங்கள் நடப்பிலிருக்கும் அரசு எந்திரத்தில், அதிகார வர்க்கத்தில் எந்த விதப் பெரிய மாறுதல்களும் செய்யாமல் தேவையான பணியை மட்டும் அரசு ஊழியர்களிடமிருந்து ஈர்த்து வருகிறோம். எப்போதெல்லாம் மாறுதலுக்கான தேவை கனல்கொண்டு எரிகிறதோ அப்போது மட்டுமே ஒரு சில மாற்றங்கள் அதுவும் ஒரு மாத அவகாசத்துக்குப் பிறகே செய்துள்ளோம். ஒழுக்கம் மிகுந்த இந்தப் புதிய முறைக்குச் சௌகரியப்படாதவர்களையும் அல்லது இந்த மாற்றங்களுக்கு தன்னைமாற்றிக்கொள்ளத் தயாராக இல்லாதவர் களையுமே வெளியேற்றியிருக்கிறோம்.

மரியாதைக்குரிய பிரதமர் முன்வைத்த 'சப்கா சாத், சப்கா விகாஸ்' (அனைவருடன், அனைவரின் வளர்ச்சிக்காவும் பாடுபடும் அரசு) என்கிற தாரகமந்திரத்தால் வழிநடத்தப்பட்டு வருகிறோம். கூடிய விரைவில் உத்தரப் பிரதேசத்தில் நடைபெற்றுவந்த காட்டு ராஜ்ஜியம் முடிவுக்குவரும். அதற்கான எங்கள் இலக்கை நோக்கிக் கடுமையாக முன்னேறி வருகிறோம். இன்னமும் கூடச் சில அசம்பாவித சம்பவங்கள் நடைபெற்று வருவதை அறிவேன், ஆனால் இந்த அரசு 100 நாட்களைக் கடந்த பின் நான் ஊடகங்களின் முன் தோன்றுவேன். அப்போது இம்மாநிலத்தின் ஒவ்வொரு மகளும், தாய்மார்களும், தொழில் முனைவோர்களும் இளைஞர்களும் உத்தரப்பிரதேச வீதிகளில் பாதுகாப்பான சூழலை உணர்வார்கள் என உறுதியளிக்கிறேன்.

உத்தரப் பிரதேச மாநிலம் தற்சமயம் குறைபாடுகள் நிறைந்த, கடுமையான பாதிப்புக்குள்ளாகிய மாநிலமாக உள்ளது. இந்த நிலையிலிருந்து உத்தரப் பிரதேசத்தை மீட்பதுதான் எங்களின் முன்நிற்கும் தற்போதைய கடுமையான சவால். உத்தரப் பிரதேசம் போன்றதொரு மாநிலத்தில் சட்டம் ஒழுங்கு பலப்படுத்தப்படுவது தான் தலையாய கடமையாக இருக்க வேண்டுமென நம்புகிறேன். அதற்குரிய திட்டங்களையும் மிகத் திண்மையாக நாங்கள் வகுத்து வருகிறோம்.

கடந்த 15 ஆண்டுகளாக, இட மாற்றம், பணி நியமனம் போன்றவை உத்தரப் பிரதேசத்தில் ஒரு தொழிலாகவே மாறிவிட்டது. இதைத்

தடுப்பதற்காக நாங்கள் புதிய இடமாறுதல் கொள்கையை உருவாக்கியிருக்கிறோம். இதன் மூலம் இனி பணியிட மாற்றங்கள் மற்றும் பணிநியமன முறையில் இனி யாராலும் பணப்புழக்கத்தைக் காணமுடியாது. ஒரு அதிகாரி வேறொரு இடத்துக்கு மாற்றப்படுவாரே என்றால் அதற்கான உரிய காரணத்தை அந்தத் துறையின் அமைச்சர் அறிந்திருக்கவேண்டும். அந்தத் தகவலை அமைச்சர் என் கவனத்துக்குக் கொண்டு வருவார். பணியிடமாற்றம் குறித்த ஆணைகள் மீது முடிவெடுப்பதற்கு முன் அதற்குரிய காரணங்களும், நன்மைகளும் தீரப் பரிசீலிக்கப்படும். கடுமையாக உழைக்க தயாராக இருக்கும் அதிகாரிகளுக்கு என்னுடைய குழுவில் சிவப்புக் கம்பள வரவேற்பு அளிக்கப்படும்; அதற்கு உடன்படாதவர்களை இன்முகத்துடன் வெளியேற்றவும் தயாராக உள்ளேன்.

உத்தரப் பிரதேசத்தைப் போன்ற பெரும் மாநிலத்துக்கான முக்கிய அம்சங்களை நாம் முன்கூட்டியே முடிவு செய்திருக்க வேண்டும். விவசாயிகளுக்காக, இளைஞர்களுக்காக, மாநிலத்தின் வளர்ச்சிக்காக, சாமானிய மக்களின் பிரச்னைக்காக, விஐபி கலாச்சாரத்தை ஒழிப்பதற்காக நம் அரசு பாடுபடும். பாதுகாப்பு என்பது யாருடைய கௌரவ அந்தஸ்தாகவும் மாறிவிடக்கூடாது; மற்றும் குற்றவாளி களுக்கு எந்த ஒரு பாதுகாப்பையும் இந்த நிர்வாகம் வழங்காது. எந்த ஒரு குற்றவாளியும் பாதுகாக்கப்பட மாட்டார். அதே சமயம் யார் ஒருவரும் மாநிலத்தின் சட்ட ஒழுங்கைத் தன் கையில் எடுத்துக் கொள்ளவும் அனுமதிக்கமாட்டோம். நான் மீண்டுமொருமுறை வலியுறுத்திச் சொல்கிறேன். இந்த அரசின் கீழ் இயங்கும் காவல்துறை ஒரு போதும் சாதி, மதம் மற்றும் பாலின அடிப்படையில் ஒரு சார்புடையதாக நடந்துகொள்ளாது.

செழுமையா நிலங்களை, அபரிமிதமான இயற்கை வளத்தைக் கொண்டிருந்த போதும் உத்தரப் பிரதேசத்தின் விவசாயிகள் சூறையாடப்பட்டுள்ளனர். விவசாய வளங்களைச் சரியாகப் பயன்படுத்தத் தெரியாத விதத்தில் தோல்வியடைந்து நிற்கிறது உத்தரப் பிரதேசம். கடந்த ஐந்து ஆண்டுகளில் உத்தரப் பிரதேசத்தின் பல்வேறு பகுதிகளில் சில எதிர்பாராத சூழல்களில் விவசாயிகள் தற்கொலையை மட்டுமே ஒரே வழி என்று கருதியிருக்கின்றனர். விவசாயிகளுக்கு உடனடி நிவாரணம் வழங்கும் விதமாக அவர்களின் கடன்களைத் தள்ளுபடி செய்வது என்ற ஆகப் பெரும் காலடியை எடுத்து வைத்துள்ளோம். மரியாதைக்குரிய நரேந்திர மோதிஜி 'அரசாங்கத்தின் பணி மக்களின் நலனுக்கானதாக இருக்க வேண்டுமே அன்றி விளம்பரத்துக்கானதாக இருக்கக்கூடாது' என வலியுறுத்தியுள்ளார்.

விவசாயிகளுக்கு நிரந்தரத் தீர்வினை வழங்க, அவர்களின் பயிர்களுக்கு உரிய தொகையை வழங்குவது போன்ற முடிவுகளை விரைந்து

எடுத்துள்ளோம். 2022-க்குள் விவசாயிகளின் வருவாயை இரண்டு மடங்காக உயர்த்துவதற்கான நடவடிக்கைகளை எடுத்து வருகிறோம். கடந்த ஆறு வாரங்களில், விவசாயிகளிடமிருந்து நேரடியாகப் பயிர்களைப் பெற 5000-க்கும் அதிகமான கோதுமை கொள்முதல் மையங்களைத் திறந்திருக்கிறோம். இதுநாள்வரை விவசாயிகள் தங்களின் பயிர்களை முகவர்கள் மூலமே விற்று வந்துள்ளனார், இதனால் அவர்களுக்கு சேர வேண்டிய உரிய தொகை சென்று சேரவில்லை. அவர்களுக்கு சேர வேண்டிய சரியான தொகை ரூ.1400 என்றால், அவர்கள் முகவர்களின் மூலம் பெற்றது ரூ.1200 அல்லது ரூ.1100 மட்டுமே.

நாங்கள் விவசாயிகளுக்குச் சேர வேண்டிய தொகையை, ஈகூஎகு என்ற பணபரிவர்த்தனை முறையின் மூலமாக நேரடியாக அவர்களின் வங்கி கணக்குக்கு அனுப்புவதென முடிவு செய்துள்ளோம். உதாரணமாக, ஒரு குவிண்டல் கோதுமையின் விலை 1625 ரூபாய் என்றால், இதற்கு ஒரு ரூபாய்கூடக் குறையாமல் அவர்கள் பெறவேண்டும். கோதுமையைச் சுத்தம் செய்து தருவதற்காக ஒரு குவிண்டலுக்கு பத்து ரூபாயை அரசாங்கம் கூடுதலாக வழங்கும். கடந்த ஆண்டுவரை 'கொள்முதல்கள் அனைத்தும் எங்கள் மூலமே செய்யப்பட்டன' என்று ஏராளமான முகவர்கள் எங்களைத் தொடர்பு கொண்டனர். வந்த அனைத்து அழைப்புகளையும் நிராகரித்து நாங்கள் அரசாங்கத்தின் சார்பில் 5000 பயிர் கொள்முதல் மையங்களைத் திறந்துள்ளோம். இதன் மூலம் விவசாயிகள் நேரடியாக அவர்களின் விளைச்சலை எங்களிடம் விற்க முடியும். இந்த முறையில் வெற்றியும் கண்டுள்ளோம்.

சில நேரங்களில் திறந்தவெளி சந்தைகளில் அரசங்கம் வழங்குவதைக் காட்டிலும் அதிகமான பணம் கிடைக்கலாம். நாங்கள் இந்த இரு வாய்ப்புகளையும் விவசாயிகளுக்கு வழங்கியிருக்கிறோம். நாங்கள் வழங்குவதைவிடக் கூடுதலான வருவாய் அவர்களுக்குச் சந்தைகளில் கிடைத்தால் தாராளமாக அவர்களின் பயிர்களை அங்கே விற்கலாம். ஒருவேளை அவர்களின் பயிர்களை வாங்க யாரும் முன்வரவில்லை எனில், கவலையெதற்கு? அரசாங்கம் அவர்களின் பயிர்களைக் கொள்முதல் செய்யும். இந்த இயக்கம் மாபெரும் அளவில் நடைபெறுவது இதுவே முதல் முறை. இதைக் கடந்த ஆண்டுகளோடு ஒப்பிட்டுப் பார்த்தால், மாநிலத்தில் மற்ற அரசுகளால் அங்கீகரிக்கப்பட்ட மையங்களிலிருந்து நாங்கள் நான்கு மடங்கு அதிகமான கோதுமையை கொள்முதல் செய்துள்ளோம்.

மாநிலத்தின் கரும்பு விவசாயிகளுக்கு நிலுவையிலிருக்கும் தொகையைச் செலுத்த சாதுரியமான சில யுக்திகளைக் கையாண்டு வருகிறோம். கிட்டத்தட்ட 6000 கோடி நிலுவைத் தொகையை

இதுவரை விவசாயிகளுக்குச் செலுத்தியுள்ளோம். இன்னும் 4000 கோடி நிலுவையில் இருக்கின்றன. இதற்கு சம்பந்தப்பட்ட ஆலை உரிமையாளர்களுடன் இப்பிரச்னைக்குத் தீர்வு காணப் பேச்சுவார்த்தை நடத்தி வருகிறோம். அதில் உடன்பாடு ஏற்படவில்லையெனில் நிலுவைத் தொகையைச் செலுத்தாத ஆலைகளின் மீது கடுமையான நடவடிக்கையை அரசாங்கம் எடுக்கும்.

உத்தரம்பிரதேச மாநிலத்தின் வரலாற்றிலேயே முதன் முறையாக உருளைகிழங்குக்கான சரியான தொகை அறிவிக்கப்பட்டுள்ளது. இதன் மூலம் விவசாயிகள் தங்களின் விளைச்சலை அரசாங்கம் கொடுப்பதை விட அதிக விலைக்கு விற்கக்கூடிய சூழல் ஏற்பட்டுள்ளதைக் கண்டு பெருமகிழ்ச்சி கொள்கிறேன். கூடுதலாக, விவசாயிகளை வெள்ளத்தில் இருந்து காப்பதற்கும் சில வியூகங்களை வகுத்து வருகிறோம். இது போன்ற நடவடிக்கைகள் கடந்த 15 ஆண்டுகளில் உத்தரப் பிரதேச அரசாங்கங்களின் சாதாரண உரையாடலில் கூட இடம்பெற்றிருக்க வில்லை.

மின்சாரமில்லை, சாலைகள் மோசமாக இருக்கின்றன, சட்டம் ஒழுங்கு சீர்குலைந்து பரிதாபகரமான சூழலில் உள்ளது, இத்தனை அவலங்களின் காரணமாக உத்தரப் பிரதேசத்தில் யாரும் முதலீடு செய்ய முன்வருவதில்லை. இந்த மாநிலத்தில் மொத்தம் 75 மாவட்டங்கள் உள்ளன. இந்த அனைத்து மாவட்டங்களுக்கு எந்தப் பாரபட்சமுமின்றி மின்சாரம் பகிர்ந்தளிக்கப்படுகிறது.பீமாராவ் அம்பேத்கார் ஜெயந்தி விழாவை முன்னிட்டு, அனைத்து மாவட்டத் தலைமையகங்களுக்கும் 24 மணி நேர மின்சாரமும், பந்தேல்கண்ட்பகுதி மற்றும் தாசில் தலைநகரங்களிலும் 20 மணி நேர மின்சாரமும் மற்ற கிராமபுறங்களில் 18 மணி நேரத் தடையில்லா மின்சார சேவை வழங்கப்படுகிறது. மின் கம்பி வட இழப்புகள் குறிப்பிட்ட விகிதத்தில் குறைந்தால், கிராமப்புறங்களில் 24 மணி நேர மின்சாரம் வழங்கப்படும்.

அதே நேரத்தில் எங்களின் நிறுவனங்கள் சிலவும் சாலைக் கட்டமைப்பை மேம்படுத்தக் கடுமையாகப் பணியாற்றி வருகிறது. முதலீட்டாளர்களுக்கான புத்துணர்வுமிக்க சூழலொன்றை நாங்கள் உருவாக்கி வருகிறோம். புதிய தொழிற்துறைக் கொள்கைகளை வடிவமைக்க அமைச்சர் குழு ஒன்று தீவிரமாக இயங்கி வருகிறது. வரும் ஐந்தாண்டுக்குள் முதலீட்டாளர்களால் 70 லட்சத்துக்கும் அதிகமான வேலைவாய்ப்புகள் உருவாக்கப்படும்.

கடந்த காலத்தில் சுரங்கங்களுக்கு ஒதுக்கப்பட்ட நிதியைவிட முன்னாள் சுரங்கத்துறை அமைச்சரின் சொத்து மதிப்பு அதிகமாக இருந்ததைக் கண்டு அதிர்ந்துவிட்டேன். நாங்கள் அனைத்து அமைச்சகத்திலும்

இணைய ஒப்பந்த முறையை நிறுவ முனைந்துள்ளோம். ஒரு லட்சம் ரூபாய்க்கு அதிகமான ஒப்பந்தங்கள் அனைத்தும் இணைய ஒப்பந்த முறையிலேயே செயல்படுத்தப்பட வேண்டும். இத்தனை நாட்களும் சுரங்கத் தொழிலில் ஈடுபட்டிருந்த மாவட்டங்கள் அனைத்தும் ஏழ்மையின் விளிம்பிலிருந்தன. சுரங்கத் தொழிலில் ஈடுபட்டுள்ள இந்த அனைத்து மாவட்டங்களை உயிர்ப்பிக்க நாங்கள் 'மாவட்டத்திற்கான கனிம நிதி' திட்டத்தைத் துவங்கியுள்ளோம்.

நாட்டின் சுத்தமான 100 நகரங்களின் பட்டியல் விவரம் நேற்று வெளியானது. நூறு நகரங்களில் ஒரு இடத்தை மட்டுமே உத்தரப் பிரதேசத்தால் பெற முடிந்துள்ளது, அது வாரணாசி. அதே வேளையில் 100 அசுத்தமான நகரங்களில் பட்டியலில் 52 இடங்களை உத்தரப் பிரதேசம் பிடித்துள்ளது. இதற்கடுத்த விரிவான கலந்துரையாடலுக்குப் பின் என்னுடைய குழு தெளிவான திட்டங்களை உருவாக்கியுள்ளது. அந்தந்த மாவட்டங்களுக்குப் பொறுப்பு வகிக்கும் அமைச்சர்களிடம், சுத்தம்குறித்த விழிப்புணர்வை அம்மாவட்டம் முழுவதிலும் எடுத்துச் செல்லுமாறு அறிவுறுத்தியுள்ளோம். இந்த மாபெரும் இயக்கத்தை நாளைமுதல் துவங்குவேன். லக்னோவின் நான்கு பகுதிகளுக்கு நானே நேரடியாகச் சென்று சுத்தம் செய்வேன்.

வரும் டிசம்பர் 31, 2017-க்குள் 30 மாவட்டங்களை 'திறந்தவெளிக் கழிப்பு முறையிலிருந்து' விடுவிக்கக் கடும் முயற்சிகள் மேற்கொள்ளப்பட்டு வருகின்றன. அக்டோபர் 2, 2018-க்குள் உத்தரப் பிரதேச மாநிலத்தின் அனைத்து மாவட்டங்களிலும் பொது கழிப்பிடங்கள் கட்டப்பட்டிருக்கும். வரும் ஆண்டுக்குள் இந்தியாவின் 100 சுத்தமான நகரங்களின் பட்டியலில் 50 இடங்களுக்கும் அதிகமாக உத்தரப் பிரதேச நகரங்கள் இடம்பெறும் என நம்புகிறேன்.

எங்களுடைய திட்டங்கள், எண்ணவோட்டங்கள் அனைத்திலும் நேர்மறை அதிர்வுகள் பொங்கி வழிகின்றன. இங்கே எதிர்மறை சிந்தனைகளுக்கே இடமில்லை. மரியாதைக்குரிய பிரதமர் அவர்களின் சீரிய திட்டமான தூய்மை இந்தியாவில் ('ஸ்வச் பாரத் அபியான்') உத்தரப் பிரதேசத்தை முதலிடம் பிடிக்கச்செய்ய நம் மாநிலத்தின் மூத்தகுடிமக்கள், பல்வேறு துறை சார்ந்த நிபுணர்கள், குறிப்பாக ஊடக நண்பர்கள் அனைவரும் ஒத்துழைப்பை நல்க வேண்டும் என கேட்டுக்கொள்கிறேன். இந்த இயக்கத்தைப் பேரார்வத்துடனும், தீர்க்கமான நெஞ்சுரத்துடனும் நாம் முன்னெடுத்துச் செல்ல வேண்டும். மத்திய நகர்புற மேம்பாட்டுத் துறை அமைச்சரின் வழிகாட்டுதலின் கீழ் நம்முடைய குழு மிக விரைவில் கோவா, பெங்களூரு மற்றும் நாக்பூர் ஆகிய இடங்களுக்குச் செல்லவிருக்கிறது. இந்த நகரங்களிலெல்லாம் திடக்கழிவு மேலாண்மைக்கென வலுவான கொள்கைகள்

நடைமுறைப்படுத்தப்பட்டு வருகின்றன. ஒரு பகுதியில் இருந்து குவியலான கழிவுகளை நம்மால் சேகரிக்க முடிகிறது. ஆனால் அதை வைத்துக் கொண்டு என்ன செய்வதென்ற வழிமுறை நம்மிடமில்லை. ஒவ்வொரு இல்லத்திலிருந்து பெறப்படும் கழிவுகளை உரமாக மாற்ற முடியும்; அதை மின்சார உற்பத்திக்குப் பயன்படுத்த முடியும் அதற்கான திட்டமிடல் நடைபெற்று வருகிறது.

கோமதி நதிமுனைக்கு ஆய்வுக்காகச் சென்றிருந்தேன். கோமதி ஆற்றைச் சுத்தம் செய்வதற்காக முதலில் திட்டமிடப்பட்ட நிதி 600 கோடி. ஆனால் அதற்கென 1400 கோடி செலவிடப்பட்ட பின்னரும் நதியைச் சுத்தப்படுத்தும் பணிகள் இன்றளவும் முடிக்கப்படாமலே இருப்பதைக் கண்டு அதிர்ந்து போனேன். அதற்கு உரிய அதிகாரிகளிடம், லக்னோவின் சாக்கடை வடிகால்கள் குறித்து விசாரித்தேன். ஆனால் அவர்களிடம் முறையான திட்டம் எதுவுமில்லை. அந்தக் கழிவுகள் அனைத்தையும் கோமதி ஆற்றில் தான் வடித்தாகவேண்டும் என்கின்றனர்.

கோமதி ஆறு, கங்கை ஆற்றின் துணை நதி. ஜனப்பூரில் கங்கையுடன் கோமதி கலக்கிறபோது இங்கிருந்து சுமந்து செல்லும் கழிவுகள் அனைத்தையும் கங்கையுடன் கலக்கும். இப்படி நடந்தால், 'நமாமி கங்கே பரியோஜனா' (சுத்தமான கங்கை) திட்டத்தின் நிலையென்ன என்ற என் கேள்விகளுக்கு அவர்களிடம் பதிலில்லை.

கோமதி நதிக்காக நாம் திடமான திட்டங்கள் சிலவற்றை வகுக்க இருக்கிறோம். குப்பை கூடங்களுக்கு அருகே கழிவுநீர் சுத்திகரிப்பு ஆலையை நிர்மாணிக்க உள்ளோம். இதிலிருக்கும் சிக்கலே இந்த ஆலைகளை இயக்க ஆகும் செலவுகள் தான். ஏராளமான இடங்களில் கழிவுநீர் சுத்திகரிப்பு ஆலைகள் இருக்கின்றன. ஆனால் அவை எதுவும் இயங்குவதில்லை; வெறும் பார்வைக்காக மட்டுமே இருக்கின்றன. இந்தக் கழிவுகளிலிருந்து மின்சாரத்தை உற்பத்தி செய்யும் பொறியியல் யுக்திகள் சிலவற்றை உருவாக்குமாறு கேட்டுக்கொண்டுள்ளோம். அதன் மூலம் இந்த ஆலைகளை இயக்குவதற்கான செலவுகளைக் கையாள முடியும். கங்கைக் கரையை ஒட்டி, விரிந்திருக்கும் 15 மாவட்டங்களில் 1685 கிராமங்கள் உள்ளன. மே15, 2017-க்குள் இந்த 1685 கிராமங்கள் அனைத்திலும் கழிப்பிடங்களைக் கட்டி முடிக்க நாங்கள் உறுதி கொண்டுள்ளோம்.

உத்தரப்பிரதேசத்தைச் சுத்தமான உத்தரப்பிரதேசமாகவும், திறனுள்ள உத்தரப்பிரதேசமாகவும் மாற்ற இது போன்ற ஏராளமான திட்டங்கள் துவங்கப்பட்டு, துரிதப்படுத்தப்பட்டுள்ளன. நான் இங்கிருப்பது உங்களின் ஆதரவைப் பெறுவதற்காகத்தான். என் அரசு உங்களின் ஆதரவையும் ஒத்துழைப்பையும் பெறுமென நான் நம்புகிறேன் நன்றி.

ராகுல்: யோகிஜி! நீங்கள் முதல்வராகப் பதவியேற்றபின், நீங்கள் அதிகாலை 3 மணிக்கு எழுவதாகவும் அதன் பின் அரசாங்கச் சந்திப்புகள், கூட்டங்களைக் காலை 7 மணிக்கே துவங்கிவிடுவதாகவும் சொல்லப்படுகிறதே. அதிகாலையிலேயே துவங்கும் கூட்டம், நள்ளிரவு 12 அல்லது 1 மணி அளவில் தான் நிறைவடைவதாகச் சில அதிகாரிகள் புகார் தெரிவிக்கிறார்களே? இது வெறும் ஆரம்பநிலை ஆர்வம் மட்டும் தானா? அல்லது நீங்கள் ஆட்சியிலிருக்கப் போகும் 5 ஆண்டு காலமும் இதைத் தொடர முடியுமென நம்புகிறீர்களா?

யோகி ஆதித்யநாத்: வாழ் நாள் முழுவதுமான என் வேலை நெறிமுறையில் பின்னிப் பிணைந்த விஷயமிது. என்னுடைய பணி அதிகாலையிலே துவங்கிவிடும். கோரக்பூரில் எனக்கென கோ-சாலைகள், விளைநிலங்கள் இருந்தன. அங்கு தான் என் நேரத்தைச் செலவிட விரும்புவேன். ஆனால், லக்னோவில் அதெல்லாம் இல்லை. இங்கே கோவில்கள் கூட இல்லை. இந்த மாநிலம் முழுவதையுமே கோவிலாக மாற்றுவதற்கான பொறுப்பு என் கட்சியால் எனக்கு வழங்கப்பட்டுள்ளது. அதற்காக நானும் என் குழுவும் எங்களுடைய ஆற்றல் முழுவதையும் வழங்கி உழைப்போம்.

ராகுல்: மே 15-க்குள், கங்கையை ஒட்டிய கிராமங்கள் அனைத்தையும் 'திறந்தவெளி கழிப்பிடமற்ற' இடங்களாக மாற்றுவேன் எனக் கூறியுள்ளீர்கள். அதைப் போலவே நீங்கள் உத்தரப்பிரதேசச் சாலைகளின் பள்ளங்கள் அனைத்தும் வரும் ஜுன் 15, 2017-க்குள் பழுது பார்க்கப்படுமெனத் தெரிவித்துள்ளீர்கள். உத்தரப் பிரதேசத் தேர்தலின் போது நாம் நெடுந்தூரப் பயணம் செய்த அனுபவத்தில் மிக ஆழமான பள்ளங்களைக் கண்டோம். இவை அனைத்தையும் ஒன்றே கால் மாதத்துக்குள் உங்களால் அடைத்து விட முடியுமா?

யோகி ஆதித்யநாத்: மிக நிச்சயமாக.

ராகுல்: எப்படி செய்வீர்கள்?

யோகிஆதித்யநாத்: பொறுத்திருந்து பாருங்கள் (நம்பிக்கையுடன் புன்னகைக்கிறார்)

ராகுல்: ஒருவேளை ஜுன் 15-க்குள் அந்தப் பள்ளங்கள் எல்லாம் மூடப்படாவிட்டால், எங்கள் ஆஜ்தக் குழு மாநிலம் முழுவதும் கேமராக்களை எடுத்துச் சென்று கண்காணிக்கும் என்பதைத் தயவு செய்து நினைவில் வைத்துக் கொள்ளுங்கள்.

யோகி ஆதித்யநாத்: நீங்கள் அவசியம் செல்லவேண்டும். இந்த கேமரா திட்டத்தை மிக விரைவில் நீங்கள் துவங்க வேண்டும், அப்போது தான்

இது குறித்த விழிப்புணர்வு பெருமளவில் ஏற்படும். உத்தரப் பிரதேச மாநில வளர்ச்சியில் ஊடகங்களும், மக்களும் பங்கேற்க முன்வர வேண்டும். என்னால் அனைத்து இடங்களுக்கும் செல்ல முடியாது. என்னுடைய துணை முதல்வராலும், சட்டமன்ற உறுப்பினர்களாலும் எல்லாச் சாலைகளையும் அடைந்துவிட முடியாது. பல்வேறு தொலை காட்சிகளில் கிடைக்கிற செய்திகள் அனைத்தையும் தினசரி சேகரித்துக் கொள்வேன். பின்பு அன்று மாலை அத்துறை சார்ந்தவர்களிடம் அது குறித்த விளக்கத்தைக் கேட்பேன். ஏதேனும் முக்கிய பிரச்னைகள் குறித்து ஊடகங்கள் செய்தி வெளியிட்டால் அதன் மீது உடனடியாக நடவடிக்கையை எடுத்துக்கொண்டிருக்கிறேன். பணிகள் எதுவும் நடைபெறாமல் இருக்கும் இடங்கள் குறித்தும், அங்கு நிலவும் சூழல் குறித்தும் ஊடகங்களின் பின்னூட்டங்கள் கிடைத்தால் பெரிதும் மகிழ்வேன்.

(தொலைகாட்சியின் தொகுப்பாளர் ராகுல், யோகி அரசின் செயல்பாடுகள் குறித்து கோரக்பூரில் இருக்கும் மக்களின் கருத்துகளைக் கள நிருபரிடமிருந்து பெறுகிறார்)

ராகுல்: யோகி அவர்களே!, உங்களுடைய சொந்த இடத்திலிருக்கும் மக்கள் உங்களை நேசிக்கும் காரணத்தால் உங்களுக்கு முழு மதிப் பெண்கள் தருகிறார்கள். ஆனாலும் 'ஈவ் டீசிங் தடுப்பு' படை போன்ற பிரச்னைகள் வந்து கொண்டிருக்கின்றன. பெண்களின் பாதுகாப்பு மிக முக்கியமானது என்பது எனக்குப் புரிந்தாலும், ஒரு சில விதிவிலக்குகள் உள்ளன. கணவன் - மனைவி, ஆண் நண்பர்கள்-பெண்நண்பர்கள், அண்ணன் - தங்கை ஆகியோரும் சில சமயங்களில் தவறுதலாகத் தண்டிக்கப்பட்டிருக்கிறார்களே. இதை எப்படித் தடுப்பது?

யோகி ஆதித்யநாத்: 'ஈவ் டீசிங் தடுப்பு' படை என்பது உத்தரப் பிரதேசத்தில் முக்கியமான ஓர் அங்கம். இது வருங்காலத்திலும் இயங்கும். 'ஈவ் டீசிங் தடுப்பு' படையை நாங்கள் உருவாக்கியபோது அதற்கான தெளிவான வழிமுறைகளை வகுத்தோம். 'ரோட்சைட் ரோமியோக்களின்' மீது நடவடிக்கை எடுக்கப்படுமே தவிர ஒத்த புரிதலுடன் அமர்ந்திருக்கும் அல்லது நடந்துகொண்டிருக்கும் நண்பர்களையெல்லாம் இந்த நடவடிக்கை தொந்தரவு செய்யக்கூடாது எனத் தெளிவாக அறிவுறுத்தியுள்ளேன்.

'ஈவ் டீசிங் தடுப்பு' படையின் செயல்முறைகள் பின்தொடருமாறு இயங்குகிறது. 'நம்முடைய பெண் காவலர்கள் மகளிர் கல்லூரிகளுக்கு அருகிலும் அதைச் சுற்றியுள்ள மற்ற பொது இடங்களிலும் நிலவும் சூழலைக் கண்காணிப்பார்கள். அதன் அருகில் காவலர்களும் இருப்பார்கள். யாரேனும் பெண்களைத் தொந்தரவு செய்தாலோ சீண்டினாலோ அவர்கள் மீது 'ஈவ் டீசிங் தடுப்பு' படை நடவடிக்கை

எடுக்கும். உத்தரப் பிரதேச மாநிலம் முழுவதிலும் கிட்டத்தட்ட 15,000 வழக்குகள் பதிவாகியுள்ளன. இதில் 14,000 பேர் அவர்களின் பெற்றோர் அல்லது உரியவர்களிடம் ஒப்படைக்கப்பட்டுவிட்டனர். 500 பேர் எச்சரித்து அனுப்பப்பட்டுள்ளனர். மற்ற 500 வழக்குகளின் மீது தீவிர நடவடிக்கை எடுக்கப்பட்டுள்ளது.

'ஈவ் டீசிங் தடுப்புப் படை' என்ற நடவடிக்கையை எடுக்கப்பட வேண்டிய கட்டாயத்தைத் தேர்தல் பிரசாரத்தின் போது தான் நாங்கள் உணர்ந்தோம். நாங்கள் பல்வேறு இடங்களுக்குப் பயணம் மேற்கொண்டபோது, கல்லூரிகளுக்கும் பள்ளிகளுக்கும் செல்லும் பெண்கள் ஆண்களால் தொந்தரவுக்குள்ளாக்கப்படும் கொடூரங்கள் அரங்கேறுவதைக் கண்டோம். அத்தருணத்தில் உதித்தது தான் இத்திட்டமும் நடவடிக்கையும். சில காவல் அதிகாரிகள் இந்த நடவடிக்கையின் வழிமுறைகளை மீறிச் சில தவறுகளைச் செய்துள்ளனர். அவர்கள் அனைவரின் மீதும் மூத்த அதிகாரிகள் தேவையான நடவடிக்கைகளை எடுத்துள்ளனர்.

ராகுல்: உங்களுக்கான கேள்வியை மக்கள் முகநூல் மூலமாகவும் டிவிட்டர் மூலமாகவும் அனுப்பியுள்ளனர். ஷாபா முஸ்தபா என்பவர் உத்தரப் பிரதேசத்தில் இருக்கும் கட்டுமானத் தொழில் செய்பவர்கள் குறிப்பாக மத்திய தலைநகர் பகுதியிலிருக்கும் பொது மக்களிடமிருந்து லட்சக்கணக்கான பணத்தைச் சுருட்டிக்கொண்டுவிட்டிருக்கிறார்கள். சொன்னதுபோல் வீடுகள் எதையும் கட்டித் தரவில்லை எனவும் சொல்கிறார். இதற்கு யோகி ஆதித்யநாத் என்ன நடவடிக்கை எடுக்க இருக்கிறார் எனவும் கேட்டிருக்கிறார்?

யோகி ஆதித்யநாத்: ரியல் எஸ்டேட் ஒழுங்குமுறை சட்டம் உத்தரப் பிரதேசத்தில் அமல்படுத்தப்பட்டுள்ளது. அது 2017, மே 1-ஆம் தேதி முதல் நடைமுறைக்கு வரும். அதற்கான ஓர் ஆணையத்தையும் அமைத்துள்ளோம், அதனுடைய ஒழுங்குமுறை வரைவை விரைவில் அறிவிக்க இருக்கிறோம். நொய்டாவிலும், கிரேட்டர் நொய்டாவைச் சேர்ந்த மக்கள் இந்தப் பிரச்னை குறித்து என்னிடம் இதற்கு முன்னரே பேசியுள்ளனர். நானும் என்னுடைய அதிகாரிகளை சம்பந்தப்பட்ட ரியல் எஸ்டேட் நிறுவனங்களை அழைத்துப் பேசுமாறு அறிவுறுத்தி இருக்கிறேன். நிறுவனங்கள், வீடு கட்டிக் கொடுப்பதாகச் சொன்ன தேதி மற்றும் இதர ஒப்பந்தங்களுக்கு கொடுத்த வாக்குறுதிகளுக்கு உடன்பட்டு நடக்க வேண்டும், ஒருவேளை அவர்களுக்கு ஏதேனும் நிர்வாகச் சிக்கல் இருக்குமேயானால் அவர்கள் அரசுடன் பேசலாம். ஆனால், அவர்கள் கொடுத்த வாக்குறுதிகளை நிறைவேற்றத் தவறினால் அவர்களுக்கு எதிராக அரசு எடுக்கும் நடவடிக்கைகளை அவர்கள் எதிர்கொண்டே ஆக வேண்டும்.

(தொலைகாட்சியின் தொகுப்பாளர் ராகுல் யோகி ஆதித்யநாத் அரசின் செயல்பாடுகள் குறித்து வாரணாசி மக்களிடமிருந்து கள நிருபர் மூலம் பின்னூட்டங்களைப் பெறுகிறார்)

ராகுல்: *(களத்திலிருந்து எழுந்த ஒரு கேள்வியை மேற்கோள் காட்டி)* இது ஒரு பொருத்தமான கேள்வி. நீங்கள் காவல் துறை ஊழலைத் தவிர்க்க வேண்டும்; நேரம் தவறாமல் இருக்க வேண்டுமெனச் சொல்கிறீர்கள். ஆனால் ஊழலிலேயே புரையோடிப்போனவர்களாகவும், செயல்திறன் அறவே அற்றவர்களாகவும் நீண்ட நெடுங் காலமாக இருந்து வந்தவர்கள் இவர்கள். இப்படிப்பட்டவர்கள், நீங்கள் சொல்லும் இந்த ஒற்றைச் சொல்லை ஏற்று இவற்றையெல்லாம் நிறுத்துவார்கள் அல்லது திருத்துவார்கள் என நினைக்கிறீர்களா?

யோகி ஆதித்யநாத்: மாற்றம் நிகழ்ந்துள்ளது. அந்த மாற்றம் தற்போதே தெரியத் துவங்கியுள்ளதாகவே நினைக்கிறேன். ஒருவர் மாற்றத்தை மற்றவர் சொல்லிப் பார்ப்பதைவிட அதை அவர்களே உணர வேண்டுமென நினைக்கிறேன். இரண்டாவதாக, பல புதிய நியமனங்கள் உத்தரப் பிரதேசக் காவல்துறையில் ஏற்பட வேண்டுமென விரும்புகிறேன். இந்த விஷயத்தில் பல அப்பட்டமான முரண்பாடுகள் நிலவுவதால் மதிப்புக்குரிய உச்ச நீதிமன்றம் காவல்துறையின் தேர்வு முறையையே நிறுத்தி வைத்துள்ளது. நாங்கள் எங்களுடைய தரப்பை உச்சநீதிமன்றத்தின்முன் வைத்துள்ளோம். அது குறித்து விரைவான தீர்ப்பு வந்தவுடன் நாங்கள் மொத்தம் 1,30,000 காவலர்களை உத்தரப் பிரதேசத்தில் நியமிக்க இருக்கிறோம். இது வெளிப்படையான தேர்வு முறையாக இருக்கும். இந்தக் காவல் படை நம்மோடு விரைவில் இணையும், இதன் மூலம் மாநிலத்தின் சட்டம் ஒழுங்கு சூழலை விரைவில் வலுப்படுத்துவோம். இந்த விஷயத்தை துரிதமாக முடிக்க நீதித்துறை எங்களுக்கு உதவி வருவதைக் கண்டு பெருமகிழ்ச்சி கொள்கிறோம். உச்சநீதிமன்றம் நிறுத்தி வைத்திருந்த தேர்வு முறையை மறுபடியும் துவங்கக் கடந்த அரசாங்கத்துக்கு அனுமதி மறுக்கப் பட்டிருந்தது. அவர்களுடைய வேலை முறையைப் பார்த்து நீதிமன்றமேகூட சந்தேகித்திருக்கலாம். ஆனால், நாங்கள் அணுகிய போது நீதிமன்றம் உடனே ஒப்புக்கொண்டது. முதல் கட்டமாக நாங்கள் 30,000 கான்ஸ்டபிள்களையும் மற்றும் உதவி ஆய்வாளர்களையும் நியமிக்க இருக்கிறோம்.

ராகுல்: அடுத்த கேள்வி முகநூலிலிருந்து. மனிஷ் குமார் என்பவர் கேட்கிறார், ஒருபுறம் மிகவும் வெற்றிகரமான தொழில் முனைவராக பாபா ராம்தேவ் மிக வேகமாக அசுர வளர்ச்சியை அடைந்து கொண்டிருக்கிறார். மறுபுறம் அரசியலில் நீங்கள் உச்சபட்ச வளர்ச்சியை அடைந்து வருகிறீர்கள். எனவே மக்கள் அவர்களின்

பிள்ளைகளை வருங்காலத்தில் வெற்றியாளர்களாக ஆக்க வேண்டுமானால் உங்களைப் போன்று யோகிகளாக மாற்ற வேண்டுமோ என நினைக்கும் சூழல் வந்துவிட்டதே?

யோகி ஆதித்யநாத்: இது ஒரு சிறந்த கேள்வி. ஞானிகளின் யோகிகளின் பாரம்பரியம் நம் பாரதத்தில் வெகுவிரைவாகக் குறைந்து வருகிறது என மிகவும் கவலையுற்றிருந்தேன். ஒவ்வொரு குடும்பமும் அவர்களில் இல்லத்திலிருந்து ஒரு உறுப்பினரை எங்களிடம் அனுப்பினால் இந்த இடைவெளி குறைந்துவிடும். இதற்கான பல்வேறு உதாரணங்கள் நம் முன் இருக்கின்றன. பிரதமர் நரேந்திர மோதி ஓர் யோகியைப்போல் நாட்டின் வளர்ச்சிக்காகவும், செழுமைக்காகவும் அரும்பாடு படுகிறார். பாபா ராம்தேவ் சன்னியாசத்தின் மீதிருந்த பார்வையையே அடியோடு மாற்றிவிட்டார். சன்னியாசம் என்பது வெறும் யாசகம் கேட்பது மட்டுமல்ல. அது சுயசார்பு மற்றும் சுயத்தை மட்டுமே நம்பியிருப்பது. இவ்வகையில் பாபா ராம்தேவ் தன் பணியின் மூலம் சமூகத்தின் சிறந்த முன்னுதாரணமாகத் திகழ்கிறார். என்னுடைய கட்சி உத்தரப் பிரதேச மாநிலத்தை ஆள்வதற்கு எனக்கொரு வாய்ப்பைக் கொடுத்திருக்கிறது, உத்தரப் பிரதேசத்தின் நலனுகு எதுவெல்லாம் தேவையோ அந்த அனைத்தையும் நாங்கள் செய்வோம்.

ராகுல்: நீங்கள் முதல்வராகப் பதவியேற்ற பின், உங்களை முதல் முறையாக நாங்கள் நேர்காணல் செய்கிறோம். ஆனால் இதற்கு முன் 'சீதி பாத்' (நேர்படப் பேசு) நிகழ்ச்சிக்காக நான் உங்களை இருமுறை நேர்காணல் செய்திருக்கிறேன். அந்த நிகழ்ச்சியின் போதிருந்த யோகியின் நாட்கள் வேறு, தற்போதைய யோகி ஆதித்யநாத்தின் வாழ்க்கை வேறு. இவர்கள் இருவேறு மனிதர்களைப் போல் தெரிகிறார்கள். அந்த யோகி மிகவும் ஆக்ரோஷமானவர், ஆனால் இன்று நீங்கள் மிக நிதானமாக, புன்னகைத்துக் கொண்டிருக்கிறீர்கள். யோகி ஜி நீங்கள் அதிகம் மாறியிருப்பதாகத் தோன்றுகிறதே.

யோகி ஆதித்யநாத்: நான் மாறவில்லை. நான் முன்பு எப்படியிருந்தேனோ அப்படியே இப்போதும் இருக்கிறேன். என்னுடையே வேலை முறை கூட முன்பிருந்ததைப் போலவே இருக்கிறது. முன்பு நான் கோரக்பூரைப் பற்றி மட்டுமே சிந்தித்துக் கொண்டிருந்தேன், இப்போது மொத்த உத்தரப்பிரதேசம் குறித்தும் சிந்திக்கிறேன். என் கட்சி எனக்குக் கொடுத்திருக்கும் பொறுப்பை உணர்ந்து இயல்பாகப் பணியாற்றிக் கொண்டிருக்கிறேன். சில நேரங்களில் ஆக்ரோஷங்கள் தேவைப்படும். சில நேரங்களில் அது தேவையில்லை. நாங்கள் குற்றவாளிகளிடம் மிகக் கடுமையாக நடந்து கொண்டுள்ளோம். அது ஆக்ரோஷமின்றிச் சாத்தியமென நீங்கள் நினைக்கிறீர்களா? 'ஈவ் டீசிங் தடுப்புப் படை' உருவானதையும்,

சட்டவிரோதமான வதைக்கூடங்கள் மூடப்பட்டதையும் சில மக்கள் விரும்பவில்லை. ஆனால் மாநிலத்தின் நன்மைக்காக நாங்கள் அதை உறுதியாக நிறுவினோம். இது ஆக்ரோஷமின்றிச் சாத்தியப்படாது.

ராகுல்: பிரசாரத்தின் போது நீங்கள் தான் கட்சியின் மிகப் பிரபலமான முகம். எனவே இக்கட்சி வெற்றி பெற்றால், நாம் தான் முதல்வர வேட்பாளராக இருப்போம் என எதிர்பார்த்தீர்களா?

யோகி ஆதித்யநாத்: நான் அதைப்பற்றிச் சிந்தித்ததுகூட இல்லை, இது போன்ற விஷயத்துக்கெல்லாம் ஏங்கியதுமில்லை. எங்களுடைய தேசியத் தலைவர் எங்களுக்கென ஏராளமான பொறுப்புகளைத் தேர்தல் நேரத்தில் தந்திருந்தார். பல்வேறு பகுதிகளிலும், பல்வேறு சூழலிலும் பணியாற்றுவது எப்படி என்ற வழிமுறைகளை வழங்கியிருந்தார். சட்டசபை தேர்தலின் போது நாங்கள் உத்தரப் பிரதேசத்தின் பல பகுதிகளில் பணியாற்றினோம். கடந்த மூன்று மாதமாக ஓய்வின்றிப் பணிபுரிந்தோம். எனவே இதிலிருந்து ஒரு வாரகாலம் சிறிய விடுப்பு எடுக்க வேண்டுமெனத்தான் விரும்பினேன்.

அதே நேரத்தில் எதிர்பார்த்த விதமாக எனக்கு வெளியுறவுத்துறை அமைச்சகத்திலிருந்து சுஷ்மா ஸ்வராஜ் மார்ச் 4 அல்லது 5 அன்று அழைத்திருந்தார். அவர் என்னிடம் ஸ்பெயின் நாட்டில் ஓர் நிகழ்ச்சியிருப்பதாகவும் அதில் என்னால் பங்கேற்க இயலுமா எனவும் கேட்டார். மார்ச் 6-ஆம் தேதியோடு பிரசாரங்கள் ஓயும் காரணத்தால் அதன் பிறகு செல்லலாம் என நினைத்தேன். விசாவுக்காக விண்ணப்பித்திருந்தேன். என்னுடைய கடவுச்சீட்டை அவர்களிடம் சமர்பித்திருந்தேன்.

ஆனால், பிரதமர் அலுவலகத்திலிருந்து என்னுடைய கடவுச்சீட்டு திரும்ப அனுப்பப்பட்டது. வேறொரு நாடாளுமன்ற உறுப்பினரை ஸ்பெயின் நாட்டு நிகழ்ச்சி அனுப்புவதாக மார்ச் 10 அன்று வெளியுறவுத் துறை அமைச்சகத்திடம் இருந்து அதிகாரப்பூர்வ அறிவிப்பு வந்தது. நான் மிகவும் ஏமாந்து போனேன். இது போன்ற வாய்ப்புகள் எனக்கு மூன்று முறை வந்திருக்கின்றன. அதில் இரண்டு முறை நானாக மறுத்தேன். மூன்றாம் முறை, நான் கோரக்பூரிலிருந்து திரும்பும் போது என்னை வெளியுறவுத்துறை அமைச்சகத்திலிருந்து அழைத்து என் பயணத்தை பிரதமர் அலுவலகம் ரத்து செய்திருப்பதாகவும், நாளை உத்தரப் பிரதேச மாநிலத் தேர்தல் முடிவுகள் வெளிவர இருக்கும் சூழலில் நான் இங்கே தேவைப்படுவேன் என பிரதமர் நினைப்பதாகவும் தெரிவித்தார்கள்.

பின், நான் ஹோலி கொண்டாட்டங்களுக்காக கோரக்பூர் திரும்பினேன் மேலும் சில கட்சி கூட்டங்களுக்காக டெல்லி சென்று வந்தேன்.

உத்தரப் பிரதேச மாநில முடிவுகள் வெளியான பின் நான் கட்சி உறுப்பினர் யாரையும் சந்திக்கவில்லை. காலை 10.15 மணியளவில் அமித் ஷா என்னை அழைத்ததால் நான் அவரைச் சென்று சந்தித்தேன். நாங்கள் தேர்தல் முடிவுகள் குறித்த பொதுவாகச் சில விஷயங்கள் பேசினோம். பின்பு மீண்டும் கோரக்பூர் திரும்பி விட்டேன். மீண்டும் மாலை அமித் ஷா என்னை அழைத்திருக்கிறார். நான் கோரக்பூர் திரும்பி விட்டேன் என்பதை அறிந்ததும், எனக்கு சார்டர் விமானத்தை அடுத்த நாள் அதிகாலையில் ஏற்பாடு செய்திருந்தார். நான் டெல்லி சென்றேன் அங்கே அவரை மீண்டும் சந்திதேன். அவர் என்னை லக்னோவுக்குச் சென்று உத்தரப் பிரதேச மாநிலத்தின் முதல்வராகப் பதவியேற்றுக் கொள்ளச் சொன்னார்.

நான் இதற்குத் தயாராகக்கூட வரவில்லை, என்னிடம் ஒரு நாளுக்கான உடைதான் இருந்தது. அதற்கு ஒரு நாள் முன்புதான் நான் அவரை சந்தித்துப் பேசினேன். அப்போதுகூட அவர் இதைக் குறித்து என்னிடம் எதுவுமே தெரிவிக்கவில்லை. எனக்கு லக்னோவுக்குச் செல்வதா அல்லது கோரக்பூர் செல்வதா என்ற இரட்டை மனநிலை. அமித் ஷா என்னை லக்னோ செல்லச் சொன்னார். நான் சென்றுவிட்டேன். அன்று மாலையே புதிதாகத் தேர்ந்தெடுக்கப்பட்ட சட்டமன்ற மன்ற உறுப்பினர்கள் என்னை முதல்வராகத் தேர்வு செய்தனர். அதற்கடுத்த நாள் நான் பதவியேற்றுக் கொண்டேன். எனவே, இது தான் நடந்தது. ஆனால் நான் ஒரு போதும் இதற்காக ஆசைப்பட்டதுமில்லை; பதவி வேண்டுமெனக் கேட்டதுமில்லை.

ராகுல்: பிரமாதம்.

(நிகழ்ச்சி தொகுப்பாளர் ராகுல் யோகி அரசின் செயல்பாடுகள் குறித்த பின்னூட்டத்தைக் கள நிருபர் மூலம் லக்னோ மக்களிடமிருந்து பெறுகிறார்)

ராகுல்: இங்கு கேட்கப்பட்டிருக்கும் சில கேள்விகள் முக்கியமானவையாக இருக்கின்றன. முதலாவதாக நீங்கள் முன்வைக்கும் திட்டங்கள் அனைத்தையும் நடைமுறைப்படுத்த உங்களுக்குப் பணம் எங்கிருந்து வரும்? ஏனெனில் உத்தரப் பிரதேச மாநிலத்துக்கு 70,000 கோடி கடன் இருக்கிறது. உங்களிடம் பணமில்லை. சமீபத்தில் 37,000 கோடி மதிப்புள்ள விவசாயிகளின் கடனையும் தள்ளுபடி செய்திருக்கிறீர்கள். நீங்கள் சாலைகள், தொழிற்சாலைகள் போன்றவற்றை அமைக்க வேண்டும். மேலும் சில கடன்களைத் தள்ளுபடி செய்யவேண்டும். எங்கிருந்து பணத்தைப் பெறுவீர்கள்?

யோகி ஆதித்யநாத்: நாங்கள் அதற்கான ஏற்பாட்டைச் செய்துள்ளோம். மேலும் பாபா ராம்தேவ் தன் தொழிலின் மூலம் வருடத்துக்கு 10,000

கோடியை ஈட்ட முடியுமென்றால், அதைப் போலவே என்னாலும், என் கடின உழைப்பின் மூலமாகவும் வருவாயை ஈட்ட முடியும். அதன் மூலம் உத்தரப் பிரதேசத்தின் தற்போதைய முகத்தை மாற்றவும் முடியும். இதற்காக எங்களுடைய தேவையில்லாத செலவீனங்கள் அனைத்தையும் நிறுத்தி விட்டோம்.

ராகுல்: தேவையில்லாத செலவீனங்கள் என எதை நினைக்கிறீர்கள்?

யோகி ஆதித்யநாத்: ஆட்சியைக் காட்சிப்படுத்த வெறும் அலங்காரத்துக் காகவும் ஆடம்பரத்துக்காகவும் செய்யப்படும் அனைத்துச் செலவுகளும் தேவையில்லாததே. அது குறித்துப் பொதுவெளியில் நான் பேச விரும்பவில்லை. காரணம், அது வீண் பேச்சுகளுக்கு வித்திடும். விவசாயிகளின் கடனைத் தள்ளுபடி செய்தது மட்டுமே எங்களுடைய சுமை அல்ல; 7 ஆவது ஊதியகமிஷனின் தொகையைக் கொடுக்கத் துவங்கிய பின், எங்களுடைய சுமை கூடுதலாக 30,000 கோடி அதிகரித்துள்ளது. ஆனால், நடைபெறும் தேவையில்லாத செலவீனங்களைக் கண்காணித்துத் தடுத்து வந்தால் வருடத்துக்கு 12,000 முதல் 15,000 கோடி வரை சேமிக்க முடியும் என்பதை என்னால் உறுதியாகச் சொல்ல முடியும். மற்றும் ஊழலைத் தடுப்பதன் மூலமும் நம்மால் பணத்தைச் சேமிக்க முடியும்.

அடுத்த இரண்டாண்டுகளில் கூடுதலான கடன்தொகையை வழங்க விருக்கிறோம். நாங்கள் மேலும் பல நலதிட்டங்களையும் உருவாக்க விருக்கிறோம். மாநிலத்தின் அடிப்படை வசதிகளான சாலை, சுகாதாரம், சட்டம் ஒழுங்கு போன்றவற்றைச் சீரமைக்கத் தொடர்ந்து பணியாற்றி வருகிறோம். விவசாயிகளின் கடனைத் தள்ளுபடி செய்ததற்காக அரசு கடும் அழுத்தத்திலிருக்கிறது என்ற உணர்வை யாருக்கும் தர மாட்டோம். தேவையற்ற செலவீனங்களைக் கண்காணிப்பதன் மூலமாக, வளங்களைச் சரியாகக் கையாளும் நம் அரசு.

டிவி 25 என்கிற மற்றொரு தொலைகாட்சி நேர்காணலில், நான் இதே தலைப்பைக் குறித்துப் பேசியுள்ளேன். ஆய்வு பயணம் என்ற பெயரில் நிகழ்ந்து வந்த அமைச்சர்களின், அதிகாரிகளின் கோடைக்கால வெளிநாட்டு பயணங்கள் அனைத்தையும் நிறுத்தியுள்ளோம். இந்தக் கோடையில் அமைச்சர்களும் அதிகாரிகளும் அவர்களின் சுக, சௌகரிய நிலையை விட்டுக் களத்தில் இயங்கி வருகிறார்கள். சாலைகளை, பள்ளிகளை, மருத்துவமனைகளை மக்களோடு சேர்ந்து வெயிலின் கொடுமைகளை எதிர்கொண்டபடியே அவர்களும் பணிபுரிந்து வருகிறார்கள்.

ராகுல்: இரண்டாம் கேள்வி பசுக்களைப் பற்றியது. நீங்கள் பசுவதையைத் தடுக்க வேண்டும் என நினைக்கிறீர்கள். பால்

கொடுப்பதைப் பசு நிறுத்திவிட்டபின், அது ஏழை விவசாயியின் சுமையாக மாறிவிடுகிறது. அதைப் பராமரிக்க ஒரு நாளுக்கு ரூ.60 தேவைப்படும். அப்படியெனில் மாநிலத்திலுள்ள அனைத்துப் பசுக்களையும் பராமரிக்க ஒரு லட்சம் கோடி வரை தேவைப்படலாம் இல்லையா?

யோகி ஆதித்யநாத்: உத்தரப் பிரதேசத்தில் 'கவ் சேவா ஆயோக்' என்ற அமைப்பு இயங்கி வருகிறது. பந்தேல்கண்ட்பகுதியில், பசுக்கள் பால் கறப்பதை நிறுத்திவிட்டால் அதைத் தெருவில் விட்டுவிடலாம் என்பது தற்போது புதிய பழக்கமாக மாறி வருகிறது. நீங்கள் பந்தேல் கண்ட்பகுதிக்குச் சென்றால், அங்கே நூற்றுக்கணக்கான பசுக்கள் சாலையில் திரிவதைப் பார்க்க முடியும். இது போன்ற பசுக்களுக்காக மாபெரும் கொட்டகையை அரசு சாரா நிறுவனங்கள், அறக் கட்டளைகள் மற்றும் இதர சமூக அமைப்புகளின் உதவியுடன் கட்டமைக்க உள்ளோம்.

ராகுல்: யோகி ஜி, இனி நாம் பசு என்ற பெயரில் நடைபெறும் குற்றங்கள் குறித்துப் பேசுவோம். எங்கள் தொலைகாட்சியின் மூலம் 'ஆப்பரேஷன் கவ் ரக்ஷக்' பகுதி - 2 என்ற நிகழ்ச்சியை நடத்தினோம். இதன் மூலம் தங்களைத் தாங்களே கவ் ரக்ஷக்ஸ் (பசுக்களின் காவலர்கள்) என அழைத்துக் கொள்பவர்கள் எப்படி பசுக்களைத் துன்புறுத்துகிறார்கள் என்பதையும், அதன் கால்களை ஒடித்து, அதன் எலும்புகளை அடித்து ஆனால் ரத்தம் சிந்தாதவாறு எப்படி பார்த்துக் கொள்கிறார்கள் என்பதைக் காட்சிப்படுத்தினோம். இதை எப்படி தடுக்கப் போகிறீர்கள்?

யோகி ஆதித்யநாத்: பசு என்பது ஹிந்து மதத்தில் புனிதமாகக் கருதப்படுவது. மேலும் அது குறித்த பல மத நம்பிக்கைகள் நிலவுகின்றன. நாங்கள் பசு கடத்தலை முறியடிப்பதற்கு உறுதி பூண்டுள்ளோம். நிச்சயம் அதை முழுமையாகத் தடுத்து நிறுத்துவோம். அதே வேளையில் சட்டத்தைத் தன் கையில் எடுத்துக் கொள்ளும் அனுமதியை யாருக்கு வழங்க மாட்டோம். பசு பாதுகாவலர்களுக்கு ஏதேனும் பிரச்னையிருக்குமேயானால் அவர்கள் காவல்துறையிடம் புகார் தெரிவிக்க வேண்டும். அந்தப் புகாரின் மீது முழுமையான உண்மையுணர்வுடன் அவர்கள் நடவடிக்கை எடுப்பார்கள். அனைத்துப் பசு பாதுகாவலர்களும் அதிரடியானவர்களாக இருப்பதில்லை. அதில் பலர் மிகச்சிறப்பாகச் செயல்படுகிறார்கள். நாம் ஏன் சில எதிர்மறை உதாரணங்களை மட்டும் மேற்கோள் காட்ட வேண்டும்?

ராகுல்: சரியாகச் சொன்னீர்கள்! இது நிச்சயம் நடக்க வேண்டும். யாரேனும் ஒருவர் சட்டத்துக்குப் புறம்பாகச் சென்றால் அவர்களின் மீது தகுந்த நடவடிக்கை எடுக்கப்பட வேண்டும்.

(நிகழ்ச்சியின் தொகுப்பாளர், யோகி அரசின் செயல்பாடுகள் குறித்த பின்னூட்டங்களைக் கள நிருபர் மூலம் முசாபர் நகர மக்களிடமிருந்து பெறுகிறார்)

ராகுல்: மக்கள் உங்கள் பழைய கருத்துகளைக் கருத்தில் கொண்டு, யோகி ராஜரின் ஆட்சியில் சிறுபான்மையினருக்கும் ஏதேனும் இடமிருக்குமா எனக் கேட்கின்றனர். அவர்கள் இரண்டாம் தரக் குடிமகன்களைப் போல வாழ வேண்டுமா? யோகி ஆதித்யநாத் அவர்களின் வருகையினால் தங்களின் சாதிய சமநிலையில் மாற்றமிருக்கலாம் என நினைக்கும் மக்களுக்கு நீங்கள் என்ன சொல்ல நினைக்கிறீர்கள்?

யோகி ஆதித்யநாத்: இதே போன்ற பிரச்னைகள்தான் பிரதமராக நரேந்திர மோதி, பதவி ஏற்ற போதும் எழுந்தது. ஆனால் இப்போது அவர் ஆட்சியில் எந்த மக்களுக்கேனும் எந்தச் சிக்கல்களாவது விளைந்திருக்கிறதா? நாம் அனைவரும் இங்கே ஒரு நோக்கத்துக்காக ஒன்று கூடியுள்ளோம். இங்கே பாரபட்சத்துக்கு இடமே இல்லை. நாங்கள் அனைவரையும் பாதுகாப்போம், அனைவரின் நல்வாழ்வுக் காகவும் உழைப்போம். யாரேனும் நாங்கள் கடந்த அரசைப் போலச் செயல்படுவோம் என நினைத்தால், அவர்களின் சிந்தனை தவறானது. எந்த விதப் பாரபட்சமும் சலுகையும் நெற்றி திலகத்தைக் கொண்டோ அல்லது தொப்பியைக் கொண்டோ இங்கே நிகழ்த்தப்படாது.

யாரெல்லாம் நெற்றியில் திலகமிட நினைக்கிறார்களோ அவர்கள் தாராளமாக இட்டுக்கொள்ளட்டும், யாரெல்லாம் தலையில் தொப்பி அணிய விரும்புகிறார்களோ அவர்கள் அணிந்து கொள்ளட்டும். ஆனால் திலகத்தையோ தொப்பியையோ கொண்டு அரசு ஒருவர் மீதான நடவடிக்கையைத் தீர்மானிக்குமென யாரேனும் நினைத்தால் அது முற்றிலும் தவறு. நாங்கள் 'சப்கா சாத் சப்கா விகாஸ்' என்று பிரதமர் வகுத்த கருத்துருவாக்கத்தின் அடிப்படையில் பணியாற்றுபவர்கள். எங்களுக்கென ஓர் முன்மாதிரி உண்டு, அது தான் பிரதமர் மோதி மற்றும் அவரின் நிர்வாக முறை. நாங்கள் அவரின் காலடிகளைப் பின்தொடர்ந்து ஓர் வலுவான ஆட்சி முறையை உத்தரப் பிரதேசத்தில் மலரச் செய்வோம்.

ராகுல்: யோகிஜி, பிகாரில் செய்ததைப் போலே இங்கே வருங்காலத்தில் மதுவைத் தடை செய்வீர்களா?

யோகி ஆதித்யநாத்: சட்டவிரோதமான வதை கூடங்களை மூடியபின் பெரும்பாலான மக்கள் இப்போது நாங்கள் எதை உண்பது எனக் கேட்கிறார்கள். அப்படியெனில் வதை கூடத்தை நடத்துவதுதான் அரசின் பணியா? இந்தக் கேள்விக்கான விடைக்காக நாங்கள்

பணியாற்றி வரும் இச்சூழலில் நீங்கள் புதிதாக இன்னொன்றைப் பற்றிக் கேட்கிறீர்கள். அது தற்போது இருக்கும் நிலையிலேயே இருக்கட்டும். மாநிலத்தின் நலனைக் கருத்தில் கொண்டு சரியான நடவடிக்கையைச் சரியான தருணத்தில் எடுப்போம்.

ராகுல்: நம்முடைய கலந்துரையாடலை முடித்துக்கொள்ளும் முன் உங்களிடம் ஒரு கடைசி கேள்வி. சட்டத்தை மீறிய வன்முறை யாளர்களைப் பாதுகாத்ததற்காகவும், குற்றவாளிகளை விஐபி போல நடத்தியதற்கும் சமாஜ்வாதி அரசு கடுமையாகக் கண்டிக்கப்பட்டது. சமீபத்தில் உங்களுடைய ஆதரவாளர்கள் எனக் கூறிக் கொள்ளும் சிலர் சட்டத்தை மீறியிருப்பதைப் பார்த்துள்ளோம். மக்கள் இது குறித்து வருத்தத்தில் இருக்கிறார்கள். உங்கள் ஆதரவாளர்கள் எனச் சொல்லிக் கொள்பவர்கள் சட்டத்தை மீறலாமா என்ற கேள்வியை எழுப்பியுள்ளனர்.

யோகி ஆதித்யநாத்: நிச்சயமாக இல்லை. யாரெல்லாம் சட்டத்தைத் தன் கையிலெடுக்க நினைக்கிறார்களோ அவர்கள் அனைவரும் தண்டிக்கப்பட வேண்டியவர்களே. நாங்கள் அவர்களுக்கு எதிராக நடவடிக்கை எடுத்துள்ளோம், தொடர்ந்து இந்த நடவடிக்கைகளை எடுப்போம். மேலும் பா.ஜ.க-வையும் மற்ற ஹிந்துத்துவ கட்சிகளின் பெயரையும் சீர்குலைக்கும்விதமாக நடப்பவர்களை நான் கடுமையாக எச்சரிக்கிறேன். இதை நாங்கள் முன்கூட்டியே துவங்கிவிட்டோம். யாரொருவர் உத்தரப்பிரதேசத்தின் சட்டத்துக்கு எதிராகச் செல்கிறார்களோ, யார் அதை உடைக்க நினைக்கிறார்களோ அவர்கள் எந்தச் சூழலிலும் மன்னிக்கப்படமாட்டார்கள்.

ராகுல்: யோகி ஜி, உத்தரப்பிரதேசம் குறித்துப் பொதுவாகச் சொல்லப்படும் கருத்து என்னவெனில், உத்தரப் பிரதேச மாநிலம் வளரவில்லை எனில் மொத்த தேசமும் வளர்ச்சியில் பின்தங்கிவிடும் என்பதே. அது போன்ற ஒரு சூழலில், ‘உல்டா பிரதேசமாக’ இருக்கும் ‘உத்தரப் பிரதேசத்தை’ நீங்கள் ‘உத்தமப் பிரதேசமாக’ மாற்றுவீர்கள் என அனைவரும் எதிர்பார்க்கிறார்கள். நீங்கள் ஏராளமான கருத்துகளை, திட்டங்களை எங்களோடு பகிர்ந்து கொண்டீர்கள். உங்களுக்கென ஓர் மாபெரும் இலக்கை வகுத்துக் கொண்டுள்ளீர்கள். உத்தரப் பிரதேசத்தின் வளர்ச்சியை நாங்கள் கண்காணித்து உங்களைப் பின்தொடர்வோம். உங்கள் நோக்கத்துக்காகப் பல நலம் விரும்பிகள் உங்களோடு இருக்கிறார்கள். உங்களுடைய நேரத்துக்கும் எங்களின் அனைத்துக் கேள்விகளுக்கு பதிலளித்தமைக்கும் மிக்க நன்றி!

●

நிதிஷ் குமாருக்கும் முதல்வர் யோகிக்கும் இடையே நிகழ்ந்த வார்த்தை யுத்தம்

ஜூன் 14, 2017 மாலை யோகி ஆதித்யநாத் தர்பாங்காவுக்கு வருகை புரிந்திருந்த போது, பிகார் மாநில முதல்வர் நிதிஷ் குமார் உத்தரப் பிரதேச முதல்வர் யோகி ஆதித்யநாத்துக்கு ஓர் சவால் விடுத்தார். 'வெறும் கையோடு திரும்பி விடாதீர்கள்' மதுவைத் தடை செய்யுங்கள்; உள்ளூர் அமைப்புகளில் பெண்களுக்கு 50% இடஒதுக்கீட்டை வழங்குங்கள் என்றார்.'

'பெண்களுக்கு 50% இடஒதுக்கீட்டை உத்தரப் பிரதேச அரசு தருமா?' என பீகார் முதல்வர் எழுப்பிய கடினமான கேள்வியை எதிர்கொண்ட யோகி ஆதித்யநாத், 'நிதிஷ் குமார் பெண்கள் குறித்துப் பேசவே விரும்புவார். ஆனால் அவர் ஏன் முத்தலாக் விஷயத்தில் மௌனமாக இருக்கிறார். முத்தலாக் விஷயத்தில் மதரீதியாக அவர் காக்கும் மௌனம், அவர் கூறும் வார்த்தைகள் வேறு... செயல்கள் வேறு என்பதையே காட்டுகிறது' என்றார்.

மேலும் உத்தரப் பிரதேச முதல்வராகப் பதவியேற்ற பின் பிகாருக்கு முதன் முறையாகப் பயணம் செய்த போது, யோகி, உத்தரப் பிரதேசத்தில் சட்டவிரோத வதை கூடங்களுக்கு தடை விதித்ததைப் போலத் தன்னுடைய அரசியல் எதிரியான நிதிஷ்குமாரும் 24 மணி நேரத்துக்குள் பிகாரில் தடை விதிக்கவேண்டும் எனத் தயக்கமின்றிச் சவால் விடுத்தார். மேலும் உத்தரப் பிரதேசத்தில் மது தடை குறித்த நிதிஷ்குமாரின் சவாலை எதிர்கொண்ட ஆதித்யநாத், பிகார் மக்கள் கவனமாக யோகப் பயிற்சியை மேற்கொண்டால் தடையென்ற பேச்சுக்கே இடமில்லையே எனத் தெரிவித்ததாக இந்தியன் எக்ஸ்பிரஸ் சந்தோஷ் சிங் பதிவு செய்துள்ளார். கடந்த மூன்றாடுகளாகத் தேசிய ஜனநாயகக் கூட்டணியின் சாதனைகள் குறித்து தார்பாங்காவில் கூடியிருந்த கூட்டத்தினர் முன் பேசித் திரும்பினார் யோகி ஆதித்யநாத். அங்கு தான் முந்தின நாள் நிதிஷ்குமாரும் ஒரு கூட்டத்தில் பங்கெடுத்து பேசியிருந்தார் என்பது குறிப்பிடத்தக்கது.

அரசியல் அறிவிலிகள் இந்த வார்த்தை யுத்தத்தை சாதாரண சம்பவமாகப் பார்க்கவில்லை. கட்சியில் வளர்ந்து வரும் புதிய நட்சத்திரமாக யோகி இருக்கிறார்; மிக எளிமையாகப் பிரமாண்டக் கூட்டணிகளின் சாதியக் கணக்குகளை முறியடித்து 2019-ஆம் ஆண்டில் வெற்றிச் சூழலை பா.ஜ.க-வின் வசம் மாற்றுவதற்கான திறமை கொண்டவராக ஜொலிக்கின்றார் என்று ஹிந்துஸ்தான் டைம்ஸ் பத்திரிகையின் சுனிதா ஆரோன் எழுதியுள்ளார். அரசியல்

பார்வையாளரான பேராசிரியர் ராஜேஷ் சிங், பிகாரின் இரண்டு சிற்றரசர்களான முதல்வர் நிதிஷ் குமார், ராஷ்ட்ரிய ஜனதா தளத்தின் தலைவர் லல்லு பிரசாத் ஆகியோரின் பிரபல்யத்தை ஈடு செய்ய பா.ஜ.க-வுக்கு நம்பிக்கை மிகு புதிய முகம் ஒன்று தேவை. அந்த இடத்தை யோகி நிரப்பியுள்ளார். காவி தரித்த யோகி இன்னும் மஹந்த் பட்டத்தைச் சுமந்து கொண்டிருக்கிறார். இதன் மூலம் அவர் ராஜபுத்திர வம்சத்தைச் சேர்ந்தவர் என்ற அடையாளம் மழுங்கி அவர் பின்தங்கிய மற்றும் உயர்சாதி மக்கள் இருவரையும் அரவணைத்துச் செல்பவர் என்ற பிம்பம்தான் உருவாகியுள்ளது எனவும் தெரிவித்தார்.

அரசியல் நிபுணர் ஹெச்.வி.ஷாஹி அவர்கள் சொல்லும்போது, யோகியை பிகாரில் பயன்படுத்தும் போது இரண்டு விளைவுகள் நிகழும். ஒன்று அவர் உயர்வர்க்க மக்களை ஈர்ப்பவராக இருப்பார், இதை சுஷில் மோதியோடு ஒப்பிட முடியாது. இரண்டாவது, யோகியால் இதர பின் தங்கிய வகுப்பு மக்களையும் சென்று சேர முடியும். இதன் மூலம் நெடுங்காலமாக மேல் ஜாதி ஆதிக்கம் நிறைந்த கட்சி என்ற பெயரால் அவதியுற்றிருந்த பா.ஜ.க-வின் அந்தப் பிம்பம் மாறி அடுத்த சட்டசபை தேர்தலில் பா.ஜ.கவுக்குப் பெருவாரியான வாய்ப்புகளை ஏற்படுத்தும்.

•

யோகி அரசுக்கும் ராகுல் காந்திக்கும் இடையே நிகழ்ந்த நேருக்கு நேர் யுத்தம்!

யோகி அரசு அதனுடைய முதல் பட்ஜெட்டை ஜூலை 11, 2017 அன்று உத்தரப்பிரதேசச் சட்டசபையில் தாக்கல் செய்தது. அப்போது சில ஊடகங்கள், ரூ.576 கோடியை இரண்டாம் நிலை கல்விக்காக இந்த பட்ஜெட்டில் யோகி அரசு ஒதுக்கியிருக்கிறது. இந்தத் தொகை கடந்த ஆண்டில் ரூ.9990 கோடியாக இருந்தது. உயர்கல்விக்கு இந்த பட்ஜெட்டில் ரூ.272 கோடி மட்டுமே ஒதுக்கப்பட்டிருக்கிறது. இதைக் கடந்த முறையோடு ஒப்பிட்டால் அப்போது ரூ.2741 கோடி ஒதுக்கப்பட்டிருந்து என ஓர் குறிப்பிட்ட பத்திரிகையில் தெரிவிக்கப் பட்டிருந்தது. இந்தப் பத்திரிகை செய்தியை மேற்கோள் காட்டி காங்கிரஸ் துணை தலைவர் ராகுல் காந்தி ஒரு டிவிட் பதிவிட்டிருந்தார் - 'பெரும் நகர்வை மேற்கொண்டுள்ளீர்கள் முதல்வர் யோகி. அடுத்து அனைத்து மருத்துவமனைகளையும் மூடுவதன் மூலம் நீங்கள் இன்னும் அதிகமாகச் சேமிக்கலாம்'என்பதாய் அந்த டிவீட்டில் பதிவிட்டிருந்தார்.

ராகுல் காந்தியின் இத்தவறான பதிவுக்குப் பதிலளித்தது யோகி அரசு. உண்மையைச் சொன்னால், கல்விக்கான நிதி கடந்த ஆண்டைக் காட்டிலும் 25% நடப்பு பட்ஜெட்டில் கூடியிருப்பதாக உத்தரப் பிரதேச அரசு தெரிவித்தது.

உகூ பத்திரிகையின் அமன் ஷர்மா தெரிவித்திருக்கும் தகவலின் படி, உத்தரப் பிரதேச மாநிலத்தின் துணை முதல்வரும் கல்வி அமைச்சருமான தினேஷ் ஷர்மா, 'கல்வி பட்ஜெட்டின் நிதி அளவை சில பத்திரிகைகள் வேண்டுமென்றே குறைத்துத் தவறாகத் தெரிவித்துள்ளன. உத்தரப் பிரதேச அரசாங்கம் கல்வி மீது முழுமையான கவனத்தைச் செலுத்தி வருகிறது. முதல்வர் அலுவலகமும் இது குறித்த அறிக்கையை வெளியிட்டுள்ளது. அதில் கல்விக்கான மொத்த பட்ஜெட் (ஆரம்ப நிலை, இரண்டாம் நிலை மற்றும் உயர்நிலை) கடந்த ஆண்டைக் காட்டிலும் இந்த ஆண்டு 25.4% உயர்ந்துள்ளது.

கடந்த ஆண்டு ரூ.49,607 கோடியாக இருந்தது தற்போது ரூ.62,185 கோடியாக உயர்ந்துள்ளது. அடிப்படை கல்விக்கான பட்ஜெட் கடந்த ஆண்டில் ரூ.38,066 கோடியாக இருந்தது. தற்போது ரூ.50,142 கோடியாக உயர்ந்துள்ளது. இரண்டாம் நிலை கல்வியின் பட்ஜெட் கடந்த ஆண்டு ரூ.8956 கோடியாக இருந்தது. இந்த ஆண்டு ரூ.9384 கோடியாக உயர்ந்துள்ளது. உயர்நிலை கல்விக்கான பட்ஜெட் கடந்த ஆண்டு ரூ.2585 கோடியாக இருந்தது. தற்போது ரூ.2655 கோடியாக உயர்ந்துள்ளது என அந்த அறிக்கையில் தெரிவிக்கப்பட்டுள்ளது என பட்ஜெட் ஆவணங்களைக் குறிப்பிட்டு இத்தகவலைத் தெரிவித்தார்.

ராகுலிடமிருந்து எந்தப் பதிலும் வரவில்லை.

●

உத்தராகண்டில் பஞ்சூர் கிராமத்தில்,
வளர் பருவத்தில் அஜய் சிங் பிஸ்த்

ஆனந்த் சிங் பிஸ்த் -
யோகி ஆதித்யநாத்தின் தந்தை

சவிதா தேவி - யோகி
ஆதித்யநாத்தின் தாய்

அஜய் வளர்ந்த
பஞ்சூர் வீடு

அஜயின் ஆசிரியர்கள் ஸ்ரீ பன்ஸி தர் பொக்ரியால்,
ஸ்ரீ டி.பி.எஸ்.ராவத், ரிஷிகேஷில் இருக்கும் பாரத் மந்திர்
இண்டர் காலேஜ்ஜில் அஜய் அமர்ந்திருந்த
இருக்கையைக் காட்டியபடி

அஜய் 11-12-ம்
வகுப்பு படித்த
பாரத் மந்திர்
இண்டர்
காலேஜ்,
ரிஷிகேஷ்

அஜய் கல்லூரி
படிப்பு படித்த
பி.ஜி.கல்லூரி,
கொத்வார்,
உத்தராகண்ட்

அஜய்
எம்.எஸ்சி.
படித்த பண்டிட்
லலித் மோகன்
சர்மா, அரசு
பி.ஜி.கல்லூரி,
கொத்வார்,
உத்தராகண்ட்

அஜய் கல்லூரி நண்பர்களுடன், கூலிங் கிளாஸ் அணிந்தபடி

அஜய் கல்லூரி நண்பர்களுடன், தலைப்பாகை கட்டியபடி

கோரக்நாத் மடம் (அல்லது கோரக்ஷநாத் கோவில்)

கோரக்தாத் மடத்தில் குரு
மத்ஸ்யேந்திர நாதர் சிலை

கோரக்நாத் மடத்தில் குரு
கோரக்ஷநாத்தின் சிலை

நாத பந்த் சன்யாஸியாக
அஜய் தீட்சை பெறுதல்.
யோகி ஆதித்யநாத்
அவதரித்தல்

யோகி
ஆதித்யநாத்தின்
தீட்சையின் போது
வி.ஹெச்.பி.யின்
அஷோக் சிங்கால்
பேசுகிறார்

யோகி
ஆதித்யநாத்தின்
தீட்சையின் போது
மஹந்த் அவேதநாத்
பேசுகிறார்

யோகி ஆதித்யநாத்
வெள்ள நிவாரணப்
பணியில்

கன்யா பூஜை செய்யும்
யோகி ஆதித்யநாத்

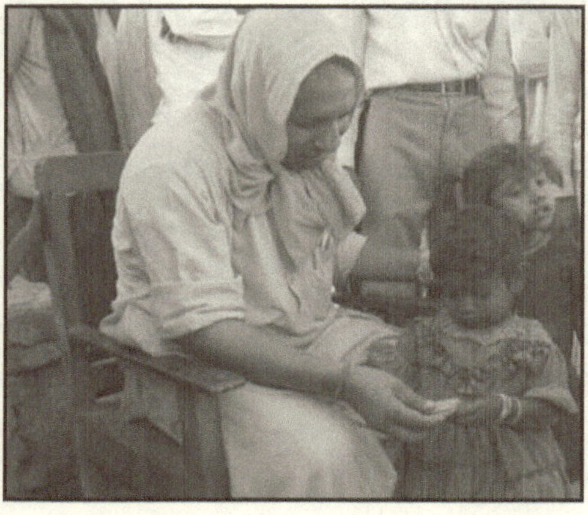

குழந்தைகளுடன்
விளையாடும் யோகி
ஆதித்யநாத்

யுவ வாஹினி சார்பிலான போராட்டத்தில் யோகி ஆதித்யநாத்

மிகப் பெரிய மக்கள் கூட்டத்தில் பேசும் யோகி ஆதித்யநாத்

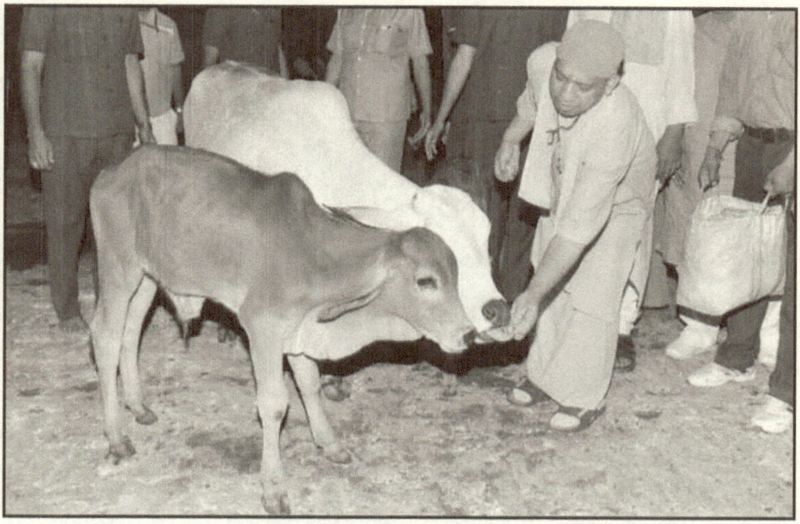

கோசாலையில் இருக்கும் பசுக்களுக்கு
உணவு கொடுத்தபடி யோகி ஆதித்யநாத்

நன்றியுள்ள நாயுடன் விளையாடும் யோகி ஆதித்யநாத்

மஹந்த அவேதநாத்தின் இறுதிச் சடங்கு

யோகி ஆதித்யநாத் கோரக்நாத் மடத்தின்
மஹந்த் ஆக நியமனம் பெறுதல்

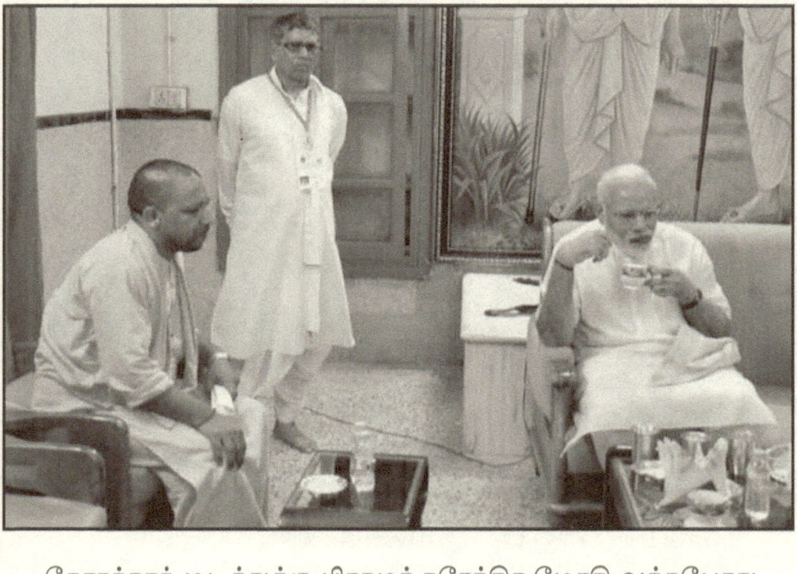

கோரக்நாத் மடத்துக்கு பிரதமர் நரேந்திர மோதி வந்தபோது

விஷ்வ ஹிந்து பரிஷதின் ஸ்ரீ அஷோக் சிங்காலுடன்
யோகி ஆதித்யநாத்

ராஷ்ட்ரிய ஸ்வயம் சேவக் சங்கத்தின் சர்சங்கசாலக்
ஸ்ரீ மோகன் பக்வத் கோரக்நாத் மடத்துக்கு வந்தபோது

பாரதிய ஜனதா கட்சியின் மூத்த தலைவர்
எல்.கே.அத்வானியுடன் யோகி ஆதித்யநாத்

பாரதிய ஜனதா கட்சியின் தலைவர் ஸ்ரீ அமித்ஷாவுடன்
யோகி ஆதித்யநாத்

யோகி ஆதித்யநாத் உத்தரபிரதேசத்தின் 21-வது
முதலமைச்சராகப் பதவியேற்கையில்

உத்தரபிரதேச முதல்வராகப் பதவியேற்ற பிறகு யோகி
ஆதித்யநாத் பிரதமர் நரேந்திரமோதியைச் சந்திப்பது

பகுதி 2

யோகி ஆதித்யநாத் கோரக்பூர்ப் பகுதியிலிருந்து ஐந்து முறை நாடாளுமன்ற உறுப்பினராகத் தேர்ந்தெடுக்கப்பட்டவர்

விதிமுறைகளின் படி, மாநிலச் சட்டமன்றத்தின் உறுப்பினர் அல்லாத முதல்வரும் மற்ற அமைச்சர்களும் அவர்கள் பதவியேற்ற ஆறு மாதகாலத்துக்குள் சட்டசபையின் ஏதோவொரு அவையின் உறுப்பினராகியாக வேண்டும். இதில் யோகி ஆதித்யநாத் சட்டசபை உறுப்பினராக விரும்புவாரா அவருக்கு முந்தைய ஆட்சியாளர்களான அகிலேஷ் யாதவ் மற்றும் மாயாவதியைப் பின்தொடருவாரா என்ற தெளிவு இல்லை. காரணம் அவர்கள் இருவரும் சட்டமன்ற உறுப்பினர் *(32)* ஆவதை விடவும் மேலவை உறுப்பினராவதையே விரும்பியுள்ளனர்.

மார்ச் **21,** யோகி உத்தரப் பிரதேசத்தின் முதல்வராகப் பதவியேற்ற இரண்டு நாட்களுக்குப் பின், நாடாளுமன்றத்தின் பட்ஜெட் கூட்டத்தொடரில் பங்கெடுத்தார். பட்ஜெட் மீதான விவாதம் நிகழ்ந்தபோது அவர் தன்னுடைய பிரியாவிடைகொடுக்கும் உரையையும் மக்களவையில் நிகழ்த்தினார்.

•

நாடாளுமன்றத்தில் யோகி நிகழ்த்திய பிரியாவிடைகொடுக்கும் உரை

… சபாநாயகர் அம்மையார் அவர்களே, எனக்கு நிதி மசோதாவின் மீது பேச வாய்ப்பளித்த உங்களுக்கு என் நன்றி. நான் என்னுடைய கட்சியின் தலைவருக்கும் நாட்டின் பிரதமர் மரியாதைக்குரிய நரேந்திர மோதிக்கும் என் நன்றியைத் தெரிவித்துக் கொள்கிறேன். முக்கியமான தலைப்பின் மீது என் கட்சி சார்பில் பேச வாய்ப்பளித்த நாடாளுமன்ற விவகாரத்துறை அமைச்சர் அனந்த் குமார் அவர்களுக்கும் என் நன்றி. அம்மையாரே, மோதி அரசு பதவி ஏற்றபோது பொருளாதாரம் நொண்டியடித்துக் கொண்டிருந்தது. அவநம்பிக்கை நிறைந்த சூழலில் வளர்ச்சி விகிதம் குறைந்திருக்கும் வேளையில் அவர்கையில் பொறுப்பு வந்துள்ளது. அபரிமிதமான துணிவுடனும், உறுதியுடனும் மோதி அரசு, மக்கள் நல்வாழ்வுக்காவும், சிறந்த நிர்வாகத்தை வழங்குவதற்காகவும் நாட்டின் வளர்ச்சி விகிதத்தை உயர்த்தவும் சீரிய அரசாங்கம் ஒன்றை அர்ப்பணிப்பு உணர்வுடன் நாட்டுக்கு வழங்கியிருக்கிறது. இதன் மூலமாக அவர் இந்தியாவுக்கு மட்டுமல்லாமல் உலகெங்கிலும் ஜனநாயக ஆட்சி நடைபெறும் நாடுகள் அனைத்துக்கும் முன்னுதாரணமாக மாறி விட்டார். இதனாலேயே உலகில் தேர்தல் நடக்கும் இடங்களிலெல்லாம், உலகத் தலைவர்களுக்கு எல்லாம் மோதி ஓர் வலுவான அடையாளமாகத் திகழ்கிறார். இதன் காரணமாகவே, ‘சிறப்பான வளர்ச்சி’ எது என்பதை இந்தியாவிடமிருந்து புரிந்து கொள்ள வேண்டும் என உலகத்தோர் நினைக்கின்றனர்.

2014 புதிய அரசு ஆட்சியமைத்தபோது சூழல் மிகவும் பாதகமானதாக இருந்தது. ஜிடிபியில் நிதி பற்றாக்குறை 8.9% ஆக இருந்தது. ஜிடிபியில் வருவாய் பற்றாக்குறை 2.8% ஆக இருந்தது. பணவீக்கம் 11.2% அளவில் ஊசலாடிக்கொண்டிருந்தது. நடப்பு கணக்கு பற்றாக்குறை ஜிடிபியில் 4.6% ஆக இருந்தது. இதுபோன்றதொரு கடுமையான சூழலில் தான் நம் மகத்தான பாரத பிரதமர் நரேந்திர மோதி இந்த அரசை முன்னெடுத்துச் சென்று வெற்றிகரமான ஆட்சியை வழங்கி வளர்ச்சி விகிதத்தை 8 சதவீதத்திலிருந்து 8.5 சதவீதமாக உயர்த்தியுள்ளார்.

பணமதிப்பிழப்பு நடவடிக்கைக்கு பின் அனைவரும் அதன் பின்விளைவுகளை அறியப் பேராவல் கொண்டிருந்தனர். பண மதிப்பிழப்பு நடந்த ஆண்டும் நாட்டின் வளர்ச்சி விகிதம் 7.9 சதவீதத்துக்கும் அதிகமாகவே இருந்தது. வளரும் நாடான இந்தியா பொருளாதாரத்தில் இவ்வளவு சிறப்பாகச் செயல்படுவதைக் கண்டு

உலகம் வியந்து நின்றது. அந்த மாற்றத்துக்காக நம் நிதி அமைச்சரை நான் வாழ்த்துகிறேன். இவர் தான் நாட்டின் பொருளாதாரத்துக்குப் புத்துயிர் ஊட்டியவர், மறுமலர்ச்சி கூட்டியவர். சீரான இடைவெளியில் ஏராளமான நலதிட்டங்களை அறிவித்து அதை நடைமுறைப் படுத்தியுமிருக்கிறார். அது போன்ற கொள்கைகள் சிலவற்றின் மீது சற்று வெளிச்சம் பாய்ச்ச விரும்புகிறேன். ஏனெனில் சில உறுப்பினர்கள் இந்தத் திட்டங்கள் எல்லாம் 2014 முன்பிருந்தே நடப்பிலிருப்பதாகச் சந்தேகிக்கின்றனர்.

தேர்தல் உரைகளிலும், தேர்தலுக்குப் பின்னான உரைகளிலும் மரியாதைக்குரிய பிரதமர் உறுதியான நம்பிக்கையோடு தன்னுடைய அரசு விவசாயிகளுக்கும் மற்றும் தேவையானவர்களுக்கும் எந்தச் சாதி இன மத வேறுமையின்றி உதவி புரிவதற்காகவே சமர்ப்பிக்கப் பட்டுள்ளதெனத் தெரிவித்தார். சபாநாயகர் அம்மையார் அவர்களே! எனக்கு இன்றும் நன்கு நினைவுள்ளது, *1996-98* வரை தேசியப் பேரிடர் நேரத்தில், பாதிக்கப்பட்ட விவசாயிகளைச் சந்திக்கும் வாய்ப்பு எனக்குக் கிட்டியது. அப்போது அரசாங்க ரூ.*1000* க்கான காசோலையை விவசாயிகளுக்கு வழங்கியதைக் கவனித்தேன். ஆனால் அப்போதிருந்த விவசாயிகள் பலருக்கு வங்கி கணக்கே இல்லை. அப்போது வங்கிகள் முதலில் ரூ.*500* ஐ குறைந்தபட்ச வைப்பு நிதியாகச் செலுத்தி வங்கிக் கணக்கைத் துவங்குங்கள்; அதன் பின் இந்தக் காசோலையை வங்கியில் செலுத்துங்கள் என அறிவுறுத்தின. வேறெந்த அரசும் இந்த பிரச்னை குறித்து இன்று வரை சிந்தித்ததே இல்லை. ஆனால் ஜன்தன் யோஜனா (அனைவருக்கும் வங்கி கணக்கு) என்ற திட்டத்தின் உதவியோடு இன்று 25 கோடிக்கும் அதிகமான மக்களும் குடும்பங்களும் வங்கி கணக்கை துவங்கி பயனடைந்துள்ளன. இது ஏழ்மை நிறைந்த மக்களின் மீது இந்த அரசு கொண்டுள்ள நேர்மறை மனோபாவத்தைப் பிரதிபலிக்கிறது.

இந்தத் திட்டம் (ஜன் தன் யோஜனா) அனைத்துப் பொதுமக்களுக்கும் ஆனது. இதைத் தொடர்ந்து அறிவிக்கப்பட்ட மற்ற திட்டங்களான டிஜிட்டல் இந்தியா, ஸ்டேண்ட்அப் இந்தியா போன்றவை இளைஞர்களின் முன்னேற்றத்துக்கானது. மேலும் இளைஞர்களின் வளர்ச்சிக்கு உதவியாக 'பிரதம மந்திரி முத்ரா' திட்டத்தையும் அரசு துவங்கியுள்ளது. நாங்கள் கிராமப்புறத்துக்குப் பயணம் மேற்கொண்ட நேரங்களில் ஒருமுறை ஒரு பெண் எங்களிடம் சொன்னார்: 'இப்போதெல்லாம் சமைப்பதற்கு விறகு கிடைக்கவில்லையெனில் எந்தக் கவலையும் இல்லை; ஏனெனில் பிரதமர் இப்போது உஜ்வால் யோஜ்னா திட்டத்தின் மூலம் எல்.பி.ஜி சிலிண்டரை அனுப்பியுள்ளார்' என்றார்.

நாம் தற்போது நிதி மசோதா குறித்து விவாதித்து வருகிறோம். இச்சூழலில் நாட்டின் கிழக்குப் பகுதிகள் பெரும்பாலும் நிராகரிக்கப்பட்டு வருவதும் தீவிரமான வளர்ச்சியற்ற தன்மையுடன் இருப்பதும் நம் அனைவருக்கும் நன்கு தெரிந்ததே. நான் இந்த அவைக்கு உத்தரப் பிரதேசத்தின் கிழக்குப் பகுதியிலிருந்து தேர்வு செய்யப்பட்டு வந்திருக்கிறேன். 1998 முதல் ஒவ்வொரு முறையும் இந்தக் கிழக்கு பிரச்னை குறித்து நான் இந்த அவையில் பேசிய போதும் அது குறித்து யாரும் கவலை கொள்ளவில்லை. கடந்த 26 ஆண்டுகளாக கோரக்பூரின் உரத்தொழிற்சாலை மூடப்பட்டுள்ளது. நான் எப்போதெல்லாம் இது குறித்து என் கருத்துகளைப் பகிர்ந்து கொண்டேனோ அப்போதெல்லாம் எனக்குக் கிடைத்த பதில்கள் 'நாங்கள் இதற்கெனச் சில கொள்கைகளை வகுக்கிறோம்', 'மூடிய தொழிற்சாலையை மீண்டும் எப்படி திறக்க முடியும்?' என்பதுதான். ஆனால் இத்தருணத்தில் நான் பிரதமருக்கு நன்றி சொல்லக் கடமைபட்டுள்ளேன். ஏனெனில், அவர் மூடிய தொழிற்சாலையைத் திறந்தது மட்டுமல்லாமல் அங்கே பணி நடப்பதையும் உறுதி செய்திருக்கிறார். 2019-ஆம் ஆண்டுக்குள் பருணி மற்றும் சிந்த்ரி உரத் தொழிற்சாலைகளும் கோரக்பூரில் தோற்றுவிக்கப்படும்.

ஏராளமான முறை இந்த அவையில் இது குறித்த அழுத்தமான கோரிக்கையை முன்வைத்துள்ளேன். உத்தரப் பிரதேசத்தின் கிழக்குப் பகுதியிலுள்ள 34 மாவட்டங்களின் குழந்தைகள் மூளை காய்ச்சலால் பாதிக்கப்பட்டு அதன் காரணமாக உயிரிழந்து உள்ளனர். யாரெல்லாம் சிறுபான்மையினர் குறித்து, கீழ் சாதியினர் குறித்தும் நலிவடைந்த சமூகத்தினர் குறித்தும் பேசினார்களோ அவர்களெல்லாம் ஒன்றுமறியா இந்த அப்பாவி குழந்தைகளின் மரணத்தைக் குறித்துக் கடந்த 20 ஆண்டுகளில் ஒருமுறை கூட வாய் கூடத் திறக்கவில்லை என்பது எனக்கு ஆச்சரியமாக இருந்தது. மூளை காய்ச்சல் நோயால் உயிரிழக்கும் குழந்தைகளில் 90% பேர் சிறுபான்மையினத்தையும் தாழ்த்தப்பட்ட சமூகத்தையும் சேர்ந்தவர்கள். யாரும் அவர்களைத் தொடர்புகொள்ள முயற்சி செய்யவில்லை. இப்போது பிரதமர் கோரக்பூருக்கென ஆகச்சிறப்பான இந்திய மருத்துவக் கழகமான எய்ம்ஸ் மருத்துவ மனையைக் கொடுத்துள்ளார். இதன் செயல்பாடுகள் வெகு விரைவில் துவங்கும்.

கிராமப்புற வளர்ச்சிக்கான மாதிரி வடிவம் முன்னாள் பிரதமர் அடல் பிகாரி வாஜ்பாய் மூலம் 'பிரதான் மந்திரி கிராமின் சதக் யோஜ்னா' என்ற வடிவத்தில் வழங்கப்பட்டுள்ளது. மேலும் பல வழி விரைவு நெடுஞ் சாலைகளுக்கான ஆறு மாதிரிகளையும் வழங்கியிருக்கிறார். மோதியின்

ஆட்சியில் இந்தப் பணிகள் அனைத்தும் புத்துயிரூட்டப்பட்டு நல்ல சூழலில் மீண்டும் துவங்கப்பட்டுள்ளது.

அம்மையார் அவர்களே! 1998 முதல் நாடாளுமன்ற முறைகள் குறித்து ஏராளமான விஷயங்களை இந்த அவையிலிருந்து கற்றுக் கொண்டிருக்கிறேன். உத்தரப் பிரதேச மாநிலத்தின் முழுப் பொறுப்பையும் என்னுடைய கட்சி என்னிடம் கொடுத்துள்ளது, அதற்கு நான் முழுமையாக உடன்பட்டு என்னுடைய சேவையை ஆற்றி வருகிறேன். கடந்த இரண்டரை ஆண்டுகளில் 2.5 இலட்சம் கோடிக்கும் மேலான நிதியை உத்தரப் பிரதேசத்துக்கென மோதி அரசு வழங்கியுள்ளது. ஆனால் எதிர்பாராவிதமாக, எந்த வளர்ச்சி குறித்த கட்டமைப்பும் திட்டமிடலும் இல்லாமையால் அந்த நிதியில் 78 ஆயிரம் கோடி ரூபாய் முந்தைய அரசால் பயன்படுத்தாமலேயே விடப்பட்டுள்ளது.

உத்தரப் பிரதேச மக்கள் வழங்கியிருக்கும் இந்தப் பேராதரவு எதிரணியினரின் முகத்தில் ஓங்கி அறைந்தது போன்ற உணர்வை ஏற்படுத்தியுள்ளது. அம்மையார் அவர்களே, உத்தரப் பிரதேசத்தில் நாங்கள் வலுவான ஆட்சியை மதிப்புக்குரிய பிரதமரின் வழிகாட்டுதலுடன் உருவாக்குவோம். வளர்ச்சி அமைப்பை உள்ளடக்கிய திட்டங்களை 'சப்கா சாத் சப்கா விகாஸ்' என்ற கருத்துருவாக்கத்தின் கீழ் எங்கள் அரசு செயல்படுத்தும். நாங்கள் அனைத்துக் குடிமக்களுக்காகவும் உழைப்போம். எல்லாப் பகுதியின் வளர்ச்சிக்காகவும் பணியாற்றுவோம். மாநிலத்தின் வளர்ச்சிக்காக, ஒதுக்கப்பட்டுப் பயன்படுத்தப்படாமல் இருந்த நிதியை நாங்கள் பயன்படுத்துவோம்.

இந்த அவைக்கு நான் முதன் முதலில் 1998-ல் வந்தேன், அப்போது மெலிந்த தேகத்தோடு வெறும் 26 வயது அகவை நிரம்பிய இளம் பாலகனாக வந்தேன். அப்போதிருந்த கோரக்பூரின் நிலையை இப்போதும் என்னால் நினைத்துப் பார்க்க முடிகிறது. அப்போது நடந்த சம்பவம் ஒன்றை உங்களுடன் பகிர்ந்து கொள்ள விரும்புகிறேன். அப்போது எனக்கு உரம் மற்றும் ரசாயனத் துறை அமைச்சர் சுர்ஜித் சிங் பர்னாலா அவர்களைச் சந்திக்கும் வாய்ப்பு கிட்டியது. நான் அவரைச் சந்தித்த போது, அவர் என்னைத் தொடர்ந்து சில நிமிடங்கள் உற்றுப் பார்த்தார். பின்பு என்னிடம் நான் தான் கோரக்பூரிலிருந்து தேர்வு செய்யப்பட்ட நபரா என வினவினார். நான்தான் அது என உறுதி செய்த பின்னரும் மீண்டும் அவர் நான் தான் கோரக்பூரிலிருந்து செய்யப்பட்ட நபரா என மற்றொரு முறை கேட்டார். அதற்கும் ஆம் என்றேன். அவர் மூன்றாவது முறையும் அந்தக் கேள்வியைக் கேட்டபோது, நானும்

மூன்றாவது முறையாக அவரிடம் உறுதி செய்த பின் அவரிடம் கேட்டேன், ஏன் இத்தனை முறை இந்தக் கேள்வியைக் கேட்கிறீர்கள் என்று. அவர் சொன்னார் நான் முன்பொருமுறை தேர்தல் பேரணிக்காக கோரக்பூர் வந்திருந்தேன். அப்போது பல முனையிலிருந்து குண்டுகள் வீசப்பட்டதால் நான் அந்த இடத்தை விட்டே ஓடிவிட்டேன். பின்பு நான் கோரக்ப்பூருக்குச் செல்லவேயில்லை எனச் சொன்னார். இது தான் கோரக்பூரின் பிம்பம்.

என்னுடைய நகரத்தைப் பற்றி இப்படியான ஒரு பிம்பமிருப்பதை அறிந்தபோது அதிர்ந்து போனேன்; வெட்கித் தலைகுனிந்து நின்றேன். அங்கிருந்து மீண்டும் நான் கோரக்பூர் சென்ற போது அங்கிருந்த உள்ளூர் தொழிற்சங்கங்களையும் சமூக அமைப்புகளையும் அழைத்து வெட்ககரமான சம்பவத்தை விளக்கினேன். அனைவரையும் அழைத்து இந்த பிம்பத்தை மாற்றுவதற்கான பணியைத் துவங்குமாறு வேண்டினேன்.

அம்மையார் அவர்களே! இப்போது என்னால் மிகுந்த நம்பிக்கையோடு சொல்லமுடியும் கடந்த 15 ஆண்டுகளில் எந்தவொரு தொழில் செய்யும் மனிதரும் குண்டர்களுக்கு வரியைச் செலுத்த வேண்டிய நிலை கோரக்பூரில் இல்லை. ஒரு வியாபாரியோ மருத்துவரோ கூடக் கடத்தப்படவில்லை. நாங்கள் நகரத்தில் கலவரத்தை உண்டாக்க எந்தவொரு நபரையும் அனுமதிக்கவில்லை. எதிர்பாரா விதமாக 15 ஆண்டுகளுக்கு முன் கோரக்பூர் குறித்து எந்த மோசமான விமர்சனத்தை நாங்கள் கேட்டோமோ அந்த விமர்சனத்தை இப்போது ஒட்டு மொத்த உத்தரப் பிரதேசத்தின் மீதும் கேட்டுக் கொண்டிருக்கிறோம். இனி வருங்காலங்களில் எந்தவித ஐயமுமின்றி ஒட்டு மொத்த உத்தரப் பிரதேசத்தையும் கலவரமற்ற நகரமாக, குற்றமற்ற நகரமாக மாற்றிக் காட்டுவோம் என இந்த அவையில் உறுதியளிக்கிறேன்.

மக்கள் பெரும்பாலும் என் வயது குறித்துப் பேசுகிறார்கள். நான் ராகுலை விட ஒரு வயது இளையவன் மற்றும் அகிலேஷ் யாதவை விட ஒரு வயது மூத்தவன். இந்த இருவருக்கும் இடையில் குறுக்கே வந்தது தான் இந்த இருவரின் தோல்விக்கான காரணமென நினைக்கிறேன் (அவை சிரிப்பலையில் மிதக்கிறது) ஆனால் நான் உங்கள் அனைவரையும் உத்தரப் பிரதேசத்துக்கு வருமாறு அழைப்பு விடுப்பேன். நீங்கள் அனைவரும் எனக்கு அபரிமிதமான அன்பையும் பாசத்தையும் வழங்கியிருக்கிறீர்கள். இந்த அவையிலிருந்து ஏராளமானவற்றைக் கற்றுக்கொண்டிருக்கிறேன். உண்மையைச் சொன்னால் நடத்தையையும் பண்பையும் இந்த அவையிலிருந்துதான் கற்றுக் கொண்டேன். நான் முதன்முதலில் இந்த அவைக்குத் தேர்வு செய்யப்பட்டபோது நான் மிகுந்த பதற்றத்துடனும் சந்தேகத்துடனும்

இருந்தேன். ஆனால், நான் இந்த நாடாளுமன்ற வளாகத்தில் காலடி எடுத்து வைத்த தருணம் முதல் இங்கிருக்கும் ஒவ்வொரு உறுப்பினரும் ஒவ்வொரு பணியாளரும் ஒவ்வொரு விதத்திலான அன்பை எனக்கு வழங்கியிருப்பதைக் காண்கிறேன். இது மக்களுக்குச் சொல்லப்பட வேண்டிய விஷயம். ஏனெனில் அவையினுள் நாம் எப்போதும் விவாதிப்போம், தர்க்கம் செய்வோம் மற்றும் பெரும் கூச்சலிடுவோமென இந்த அவை குறித்து வெளியே நிலவும் மதிப்பீடே வேறு. இது ஜனநாயகத்தின் ஒரு அங்கம்; ஆனால் நாம் அரங்கினுள் ஒருவரையொருவர் சந்தித்துக் கொள்ளும்போது அரவணைத்துக் கொள்கிறோம். அனைத்து வித்தியாசங்களையும் விடுத்து சகல மரியாதைகளுடன் ஒருவரை ஒருவர் சந்திக்கிறோம்.

என்னுடைய கட்சி தலைவர்கள் எனக்கு உத்தரப் பிரதேசத்தின் பொறுப்பைக் கொடுத்துள்ளனர். அங்கு உங்கள் அனைவரையும் இரண்டு கரம் விரித்து வரவேற்கிறேன். நம்முடைய அன்புக்குரிய பிரதமர் அவர்களும் உத்தரப் பிரதேசத்திலிருந்து தேர்ந்தெடுக்கப் பட்டவர்தான். குறைந்த காலத்தில் உத்தரப் பிரதேச மாநிலம் நாட்டின் சிறந்த மாநிலமாகத் திகழும். ஊழலற்ற, கலவரமற்ற மாநிலமாக மாறும். உத்தரப் பிரதேசத்தில் பெருய அளவிலான மாற்றம் ஏற்படும். தாய்மார்கள், சகோதரிகள் ஒருபோதும் பிறரிடம் சென்று கோரிக்கை விடுக்கும் நிலைக்கு ஆளாகமாட்டார்கள். நாங்கள் வலுவான நிர்வாகத்தின் மூலம் சிறந்த வளர்ச்சி மாதிரியை உத்தரப் பிரதேச மாநிலத்துக்கு வழங்குவோம். இதன் மூலம் இளைஞர்கள் வேறு எங்கும் புலம்பெயர்ந்து செல்ல மாட்டார்கள். எனவே இந்த ஒட்டுமொத்த அவையையும் உத்தரப் பிரதேசத்துக்கு வரவேற்கிறேன்.

அம்மையார் அவர்களே! நீங்கள் எங்களுக்கு மிகுந்த அன்பை இந்த அவையிலே வழங்கியிருக்கிறீர்கள். நீங்கள் இந்த அவையை மிகத் திறமையாகக் கையாண்டு, புதிதாக வந்தவர்களுக்கு வாய்ப்புகளை வழங்கியிருக்கிறீர்கள் அதற்கு என் நன்றி. உத்தரப் பிரதேசத்தின் வளர்ச்சி குறித்து மரியாதைக்குரிய பிரதமர் காணும் கனவு மிக விரைவில் உண்மையாகும் எனும் உறுதியுடன் உங்கள் அனைவருக்கும் என் நன்றியைத் தெரிவித்து கொள்கிறேன்.'

அவருடைய இந்த உரையில் சில நகைச்சுவை, சில எள்ளல் மற்றும் சில துணைக்கதைகள் என ஒரு கலவையான கருத்துகள் இருந்தன. அவருடைய இந்த உரையின் மூலம் நாடாளுமன்ற உறுப்பினராக அவரின் பயணம், கடந்த இருபதாண்டுகளில் கோரக்பூரில் அவர் புரிந்த பணிகள் பற்றி ஓரளவுக்குத் தெரியவந்தன. நாடாளுமன்ற முறையில் அவருக்கு இருக்கும் ஆழ்ந்த நம்பிக்கை, சக உறுப்பினர்களுடனான அவரின் நட்பு, உத்தரப் பிரதேச மாநிலத்தின் தற்போதைய நிலை

ஆகியவை பற்றியும் தெரியவந்தன. முன்னாள் பிரதமர் அடல் பிகாரி வாஜ்பாயிடமிருந்தும், இந்நாள் பிரதமர் நரேந்திர மோதியிடமிருந்தும் பெற்ற தாக்கம் என பலதரப்பட்ட கருத்துகளை உள்ளடக்கி வித்தியாசமான, பக்குவமான ஓர் உரையை யோகி அவர்களிடமிருந்து கேட்டது அனைவரும் இன்பம் பயப்பதாக அமைந்தது.

•

கோரக்பூர் மக்களவை தொகுதி - தேர்தல் களம்

யோகிக்கு அரசியல் மீதான ஈர்ப்பு 1996-லிருந்து துவங்கியது எனலாம். மஹந்த் அவேதநாத்துக்காகத் தேர்தல் பிரசாரத்தை நிர்வகிக்கும்போது அதன் பொறுப்பாளராக இவருடைய பெயர் அறிவிக்கப்பட்டது. 1998-ல், அவேதநாத் அரசியலிலிருந்து ஓய்வு பெற்றபோது தனக்கடுத்து மக்களவைத் தேர்தலில் போட்டியிட யோகியின் பெயரை அறிவித்தார். கோரக்பூர் தொகுதியைக் கடந்த 1998-ஆம் ஆண்டு முதல் வென்றெடுத்தவர் யோகி ஆதித்யநாத். 12 மக்களவை வரலாற்றில் இவர் தான் மிகவும் இளைய நாடாளுமன்ற உறுப்பினர். இவர் நாடாளுமன்ற உறுப்பினராகத் தேர்வு செய்யப்பட்டபோது இவருக்கு வயது 26. கோரக்பூர் மாவட்டமும், மக்களவைப் பகுதிகளும் இவரின் அரசியல் எழுச்சியில் பெரும் பங்காற்றியுள்ளன. கோரக்பூருக்கென நீண்ட நெடிய வரலாற்று, பெருமை மற்றும் சுவாரஸ்ய கதைகள் அங்கே தேர்தலில் போட்டியிட்டவர்களைக் குறித்து உண்டு.

மஹந்த் திக்விஜய்நாத் – மக்களவைக்கு மடத்திலிருந்து தேர்வு செய்யப்பட்ட முதல் பிரதிநிதி

உத்தரப் பிரதேசத்தின் கிழக்குப் பகுதி மக்களவை இடங்களில் அதிக முக்கியத்துவம் பெற்ற இடமாகக் கருதப்படுவது கோரக்பூர். கிழக்குப் பகுதியைச் சேர்ந்த ஒட்டுமொத்த வாக்காளர்களின் மனநிலையையும் பிரதிபலிக்கும் இடமாக கோரக்பூர் திகழ்கிறது. இந்திய தேசிய காங்கிரஸைச் சேர்ந்த சின்ஹாசன் சிங், 1952-ல் நடைபெற்ற முதல் பொது தேர்தல் தொடங்கி 1967 வரை கோரக்பூரைத் தன் வசம் வைத்திருந்தவர். 1967-ல் மஹந்த் திக்விஜய்நாத் கோரக்பூர் மடத்தின் தலைமை அர்ச்சகராக இருந்தவர். ஹிந்து தேசியவாதி, ஆர்வலர் மற்றும் ஹிந்து மஹாசபையைச் சேர்ந்த அரசியல்வாதி. இவர் சுயேட்சையாகப் போட்டியிட்டு 42,700 வாக்குகள் வித்தியாசத்தில் இந்திய தேசிய காங்கிரஸ் கட்சியைச் சேர்ந்த எஸ்.எல் சக்ஸேனாவைத் தோற்கடித்தார்.

1949- ல் நிகழ்ந்த ராம ஜென்மபூமி இயக்கத்திலும், அதன் உச்சகட்டமாக பாபர் மசூதியினுள் ராமர் சிலையை நிறுவியது வரை மஹந்த் திக்விஜய்நாத் முக்கிய பங்கு வகித்ததாகச் சொல்லப்படுகிறது. கோரக்பூர் மடம் எப்போதுமே உள்ளூர் மற்றும் பிராந்திய அரசியலில் பெரும் தாக்கம் கொண்டிருந்ததாகவே கருதப்படுகிறது. ஆனால் மடத்திலிருந்து நேரடியான அரசியல் களத்துக்கு வருவது அதுவே முதல் முறையாக இருந்துள்ளது.

பிறப்பால் ராஜபுத்திர வம்சத்தைச் சேர்ந்தவர், தாய் தந்தையற்றவர், உதய்ப்பூரில் பிறந்தவர் திக்விஜய்நாத். இவர் கோரக்நாத் கோவிலின் மஹந்தாக இருக்கிறார். இவர் பிறந்த ஆண்டு *1894*, இவர் மடத்தால் வளர்க்கப்பட்டவர். இவர் காங்கிரஸ் கட்சியில் *1921*-ல் இணைந்து ‘சவுரி சவ்ரா’ சம்பவத்தில் பங்கேற்றதற்காகக் கைது செய்யப்பட்டார். பின்பு இவர் *1937*-ல் ஹிந்து மஹாசபாவில் இணைந்தார் அப்போது தான் சாவர்கர் அவ்வமைப்புக்குத் தலைமையேற்றிருந்தார். பின்பு மூன்றாண்டுகள் மஹந்தாக நியமிக்கப்பட்டிருந்தார். பின் விரைவில் ஐக்கிய மாகணத்தின் (இப்போது உத்தரப் பிரதேசம்) கட்சிப் பிரிவுக்குத் தலைமை வகித்தார். மஹாசபையின் மற்ற உறுப்பினர்களைப் போலவே இவரும் மகாத்மா காந்தியைக் கடுமையாக எதிர்த்தார். பாகிஸ்தான் உருவாவதற்கான சாதகமான சூழலை ஏற்படுத்திக் கொடுத்த காந்தியின் தவறான முடிவுக்கு எதிராக இருந்தார் மஹந்த் திக்விஜய்நாத். அதன் தொடர்ச்சியாக, காந்தியின் மரணத்துக்கு சரியாக மூன்று நாட்களுக்கு முன் பல ஹிந்து தேசியவாதிகளை இவர் தூண்டிவிட்டார் எனப் பலர் குற்றம்சாட்டினர். அதன் காரணமாக இவர் கைது செய்யப்பட்டார். இவரோடு வி.ஜி.தேஷ்பாண்டே, பேராசிரியர் ராம் சிங் ஆகியோரும் கைது செய்யப்பட்டனர். பின்பு 9 மாதங்கள் கழித்துப் போதுமான ஆதாரங்கள் இல்லாததால் விடுதலை செய்யப் பட்டார்.

கோரக்நாத் மடத்தின் மஹந்தாக இருந்த தகுதியும், இவரின் அரசியல் வியூகங்களும் இவரை அரசியலில் விரைவாக வளர்ச்சியுறச் செய்தன. இந்த நாட்டின் ஒரு அங்கமாக இருக்க வேண்டுமெனில் இஸ்லாமியர்கள் இந்த நாட்டின் மீது அவர்களுக்கு இருக்கும் விசுவாசத்தை நிரூபிக்க வேண்டும் என இவர் கொண்டிருந்த கொள்கைக்காகப் பெரிதும் அறியப்பட்ட ஹிந்து தேசியவாதி திக்விஜய்நாத்.

மஹந்த் அவேதநாத், மடத்தின் முதல் சட்டமன்ற உறுப்பினர்.

*1940*ல், மஹந்த் அவேதநாத், மஹந்த் திக்விஜய்நாத் அவர்களுடன் தொடர்பில் வந்தார். பின்பு *1942*-ல் அவருக்கடுத்த வாரிசாக கோரக்நாத் பீடத்தில் அமர்ந்தார். அப்பகுதியின் சமூக - அரசியல் விவகாரங்களில்

பெரும் தாக்கத்தை மடம் ஏறபடுத்தியிருந்தாலும், மஹந்த் அவேதநாத் அவர்கள் தான் முதன்முதலில் அரசியல் அலுவலகங்களுள் புழங்கி முதல் உத்தரப் பிரதேச சட்டமன்ற உறுப்பினர் ஆனவர். அவேதநாத் மணிராம் தொகுதியிலிருந்து 1962, 1967, 1968, 1974 மற்றும் 1977 ஆகிய ஆண்டுகளில் ஐந்து முறை சட்டமன்ற உறுப்பினராகத் தேர்வு செய்யப்பட்டிருந்தார். 1962-ல் ஹிந்து மஹாசபை சார்பில் கோரக்பூரின் மணிராம் தொகுதியில் இந்திய தேசிய காங்கிரஸ் கட்சியைச் சேர்ந்த கேசவ் பாண்டேவை எதிர்த்துப் போட்டியிட்டார். அதில் 17,664 வாக்குகள் வித்தியாசத்தில் வெற்றி பெற்றார். மணிராம் தொகுதி 1962-ல் தான் உருவாக்கப்பட்டது. அதன் முதல் பிரதிநிதியாக அவேதநாத் சட்டமன்ற உறுப்பினராகத் தேர்வு செய்யப்பட்டார். 1967-ல் அதே இடத்தில் சுயேட்சையாகப் போட்டியிட்டு வெற்றி பெற்றார் . அதே மணிராம் தொகுதியில் மீண்டும் 1969-லும் 1974-லும் ஹிந்து மஹாசபை சார்பில் போட்டியிட்டு வெற்றிபெற்றார். மீண்டும் 1977 ஆம் ஆண்டில், நெருக்கடி நிலை காலத்துக்குப் பின்னான முதல் தேர்தலில் ஜனதா கட்சியின் சார்பில் இதே தொகுதியில் போட்டியிட்டு மீண்டும் வெற்றி பெற்றார்.

மஹந்த் அவேதநாத் அவர்களின் குரு மஹந்த் திக்விஜய்நாத் 1969-ல் இறந்தபோது, இவர் கோரக்பூர் மக்களவை தொகுதியின் நாடாளுமன்ற உறுப்பினராக இருந்தார். 1970-ல் நடைபெற்ற இடைதேர்தலில் இவரின் குருவின் தொகுதியில் சுயேட்சையாகப் போட்டியிட்டு வெற்றி பெற்றார். 1989-ஆம் ஆண்டு அதே மக்களவை இடத்தை ஹிந்து மஹா சபை சார்பில் போட்டியிட்டு வென்றெடுத்தார். 1991 மற்றும் 1996 ஆம் ஆண்டின் பொது தேர்தலில், அதே தொகுதியில் பாரதிய ஜனதா கட்சியின் வேட்பாளராகப் போட்டியிட்டு வெற்றி பெற்றார்.

யோகி ஆதித்யநாத் - மடத்தின் அரசியல் மரபை வளர்த்த விதம்

யோகி ஆதித்யநாத் அவருடைய அறிவியல் பட்டப்படிப்பைத் தற்போதைய உத்தராகண்டில் முடித்திருந்தார். 1994-ல் அவருடைய 22-ஆம் அகவையில், கோரக்நாத் மடத்தின் தலைமை அர்ச்சகராக இருந்த அவரின் குரு மஹந்த் அவேதநாத் அவர்களால் இவருக்கு 'நத் பந்த்' தீக்ஷை அளிக்கப்பட்டது. அந்தக் காலகட்டத்தில் தான், புஜபலம் நிறைந்த அரசியல்வாதிகளான ஹரிஷங்கர் திவாரி மற்றும் வீரேந்திர பிரதாப் சாஹி ஆகியோரின் பிடியிலிருந்து பூர்வஞ்சால் பகுதி நழுவத்துவங்கியிருந்தது. இந்தப் பகுதியில் புஜபல கலாச்சாரத்தை ஒழிப்பதில் யோகி பெரும் பங்காற்றினார். யோகி மாணவர்கள் மற்றும் இளம் தலைமுறையிடம் கற்பனை வேண்டி முறையிட்டார். 1921-ல் நடைபெற்ற 'சவுரி சவுரா' சம்பவத்தில் அதிமுக்கிய பங்காற்றி அதன்

மூலம் மகாத்மா காந்தியையே அவரின் ஒத்துழையாமை இயக்கத்தைப் பின்வாங்கச் செய்த கோரக்பூரைச் சார்ந்த மஹந்த் திக்விஜய்நாத் அவர்களின் வாரிசாகவே யோகியை மக்கள் பார்க்கத்துவங்கிவிட்டனர். யோகி ஆதித்யநாத்தின் குருவால் கோரக்பூர் மடத்தின் அடுத்த அதிகாரப்பூர்வ வாரிசாக யோகி அபிஷேகம் செய்யப்பட்ட பின் இவரின் புகழ் உச்சத்தை அடைந்தது. மஹந்த் அவேதநாத் அவர்களின் மரணத்துக்கு பின் அந்தப் பொறுப்பை 2014 முதல் தலைமையேற்று நடத்தி வருகிறார்.

அவேதநாத் அவர்களின் ஆசியுடன் அவர் கோரக்பூரில் அவருக்கு இருக்கும் செல்வாக்கையும், தாக்கத்தையும் அடித்தளமாகக் கொண்டு யோகி ஆதித்யநாத் 1998-ஆம் ஆண்டின் மக்களவை தேர்தலில் போட்டியிட்டார். அதில் முதல் முறையாக 26,000 வாக்குகள் வித்தியாசத்தில் வெற்றி பெற்றார். 1998-ல் 12-வது மக்களவையில் வெறும் 26 அகவையில் முதன் முதலில் அடியெடுத்து வைத்த இளைய உறுப்பினர். அதன் பின் ஒரு முறை கூட யோகி தேர்தல்களில் தோற்றதில்லை. தோற்கடிக்கப்பட்டவர்கள் மாறிக்கொண்டே இருந்தனர். ஆனால் யோகியின் வாக்கு சதவீதமும், வெற்றி விகிதமும் கூடிக்கொண்டே சென்றது. 1999-ஆம் ஆண்டு சமாஜ்வாதி கட்சியைச் சேர்ந்த ஜமுனா பிரசாத் நிசாத்துக்கு எதிராக வெறும் 7000 வாக்கு வித்தியாசத்துடன் தொடங்கிய இவருடைய வெற்றி, 2004-ல் பா.ஜ.க மோசமாகத் தோற்றபோதும் கூட, அதே ஜமுனா பிரசாத் நிசாத்துக்கு எதிராக 1 லட்சத்து 40 ஆயிரம் வாக்கு வித்தியாசத்தில் வெற்றியை யோகியால் தக்க வைக்க முடிந்திருக்கிறது.

2009-ல் இவரின் வெற்றி சதவீதம் பகுஜன் சமாஜ் கட்சியின் வினய் சங்கர் திவாரிக்கு எதிராக 2 லட்சத்து 20 ஆயிரம் வாக்குகளாக அதிகரித்தது. வினய் சங்கர் திவாரி, கிழக்குப் பகுதியின் புகழ்பெற்ற பலசாலி ஹரி சங்கர் திவாரியின் மகன் என்பது குறிப்பிடத்தக்கது. புகழ்பெற்ற போஜ்பூரி பாடகர் மனோஜ் திவாரியும் அரசியலில் புதிதாக ஈடுபட விரும்பி, யோகிக்கு எதிராகப் போட்டியிட்டார். யோகி மக்களவைத் தேர்தலில் கோரக்பூர் சார்பாகப் போட்டியிட்ட போது 2009-ஆம் ஆண்டு சமாஜ்வாதி கட்சியின் சார்பாக இவர் நின்று 83,000 வாக்குகளுடன் மூன்றாம் இடத்தைப் பிடித்தார். அதன் பின் மனோஜ் திவாரி பா.ஜ.க-வில் இணைந்து தற்போது டெல்லி மாநில பா.ஜ.க-வின் தலைவராகவும், 2014 முதல் பா.ஜ.க-வை சேர்ந்த வட-கிழக்கு டெல்லியின் நாடாளுமன்ற உறுப்பினராகவும் இருந்து வருகிறார். பா.ஜ.க தேசிய அளவில் ஏமாற்றமான முடிவை எட்டிய போதும் 2004 மற்றும் 2009-ல் பிரகாசமான வெற்றியை எட்டிப் பறித்தார் யோகி ஆதித்யநாத்.

2014- ல் மோதியின் அலை ஒரு புறம் வீச, மீண்டும் கோரக்பூரில் யோகி போட்டியிட்ட போது, பொங்கி வரும் அருவியென வாக்குகள் பொழிந்தன. கிட்டத்தட்ட 3 லட்சம் வாக்குகள் வித்தியாசத்தில் சமாஜ்வாதி கட்சியின் ராஜ்மதி நிஷாத்தைத் தோற்கடித்து வெற்றி வாகை சூடியிருந்தார்.

கடந்த கால சாதனைகளின் மூலம், யோகி ஓர் வலுவான மனிதராக அடையாளப்படுத்தப்பட்டார். கோரக்பூரின் அரசியல் அச்சாரமாகத் திகழ்ந்தார். யோகி என்கிற பெயர் ஒவ்வொரு நாளும் கடக்கக் கடக்க ஓர் கலாசாரமாக மாறிவந்தது. வெகு விரைவாக கோரக்பூரின் மூலை முடுக்குகள் அனைத்தும் இந்த கோஷத்தால் நிரம்பியிருந்தது 'கோரக்பூர் மெய்ன் ரெஹ்னா ஹை தொ யோகி யோகி கெஹ்னா ஹெய்' (நீங்கள் கோரக்பூரில் வசிக்க வேண்டுமெனில், யோகியின் பெயரை உச்சாடனம் செய்ய வேண்டும்)

•

மடத்தில் யோகி நிகழ்த்திய ஜனதா தர்பார் (மக்கள் சந்திப்பு)

பிரதீப் ராவ், கோரக்பூரில் யோகி ஆதித்யநாத்தின் நெருங்கிய நண்பர் நம்மிடம் சொன்ன விஷயம் இது: 'யோகியை மாபெரும் தலைவராக இந்தப் பகுதி கொண்டாடுவதற்கு மூன்று முக்கியங்கள் காரணங்கள் உண்டு – புராதனச் சிறப்புமிக்க இந்தப் பாரம்பரிய மடத்தின் தலைமை அர்ச்சகராக அவர் இருக்கிறார். இரண்டாவது, தன்னுடைய சக பணியாளர்களாகப் பல சாதியையும் மதத்தையும் சேர்ந்தவர்களைப் பெற்றிருக்கிறார். முக்கியமான மூன்றாவது அம்சம், அவரின் 'வியாபக் ஜன் சம்பர்க்' (பிரமாண்டமான முறையில் அவர் கொண்டிருக்கும் மக்கள் தொடர்பு). மக்களுடனான அவரின் தொடர்பு என்பது தொண்டர்களால், கட்சியினரால் அல்லது மடத்திலுள்ள நண்பர்களால் நிகழ்ந்தது அல்ல. அவர் நேரடியாகத் தொடர்பு கொண்டிருந்தார்.

யோகியின் குருவான மஹந்த் அவேதநாத், மக்களின் குறைகளை நிவர்த்தி செய்யும் ஜனதா தர்பாரினை நிகழ்த்தி வந்த பெரு மரபுக்குச் சொந்தக்காரர். இந்த மரபினைப் போற்றிப் பாதுகாத்துக் கடந்த இருபது வருடங்களாகச் செழுமைப்படுத்தி வந்துள்ளார் யோகி. குறைகேட்கும் வேலைக்கென்றே சில மணிநேரங்களை மடத்தில் ஒதுக்குவார் யோகி. மக்களின் பிரச்னைகளைச் செவிகொடுத்துக் கேட்பார். கோரக்பூர் மட்டுமல்லாமல், உத்தரப் பிரதேசத்தின் மற்ற மாவட்டங்களிலிருந்தும்

குறிப்பாக உத்தரப் பிரதேசத்தின் கிழக்குப் பகுதியிலிருந்து மக்கள் யோகி தர்பாரில் குவியத் துவங்கினர். ஒவ்வொரு காலாண்டிலும், அவர்கள் நம்பிக்கை இழக்கும் போதும், அவர்கள் யோகியின் தர்பாருக்கு வருவது வாடிக்கையானது. மக்கள் பல்வேறு பிரச்னைகளுடன் யோகியைச் சந்திப்பார்கள். அவர்களின் ரயில் பயணச் சீட்டு உறுதியாவது தொடங்கி, பென்ஷன், உதவித்தொகை, பணியிடமாற்றம், மருத்துவ சிகிச்சைகளை நல்ல வசதிகள் உள்ள அரசு மருத்துவமனையில் பெறுதல் எனக் கலவையான பிரச்னைகள், தேவைகளுடன் யோகியைச் சந்திப்பார்கள்.

எப்போது பலம் படைத்தவர்களை அனுசரித்துக் காவலர்கள் மக்களுக்கு உதவி செய்வதைப் புறக்கணிக்கிறார்களோ அப்போதெல்லாம் யோகியின் தர்பாரை வந்தடைந்தனர் மக்கள். மடத்தில் அமைந்திருந்த யோகியின் ஜனதா தர்பார் உள்நாட்டுப் பாணியில் கட்டமைக்கப்பட்ட விறுவிறுப்பான அலுவலகம். அங்கே அலைபேசிகள் கோரிக்கைகளால் அலறிக்கொண்டிருக்கும். விண்ணப்பதாரர்களுக்கு முகப்புக் கடிதத்தை வடிவமைக்க உதவும் நோக்கில் தட்டச்சுக்காரர்களின் விசைப்பலகைகள் தடதடத்துக் கொண்டிருக்கும். இப்படியான மிக விறுவிறுப்பான காட்சிகளை யோகியின் ஜனதா தர்பாரில் காணலாம். இந்த உதவிகள் அனைத்தும் மொழி, இனம், சாதி மதம் போன்ற பேதங்கள் ஏதுமின்றிச் செய்யப்பட்டு வருகின்றன.

இந்தியா டிவி செய்தி குறிப்பின் படி, அப்துல் என்ற விண்ணப்பதாரர் அவருடைய மனைவியின் சார்பாக ஜனதா தர்பாருக்கு வந்திருந்தார். அவர் மனைவியின் சிறுநீரகத்தில் தீவிரமான பிரச்னை என வந்திருந்தார். மாநிலத்தின் தலைநகரமான லக்னோவின் தலைசிறந்த மருத்துவமனைகளுள் ஒன்றான கிங் ஜார்ஜ் மருத்துவமனையில் அனுமதிக்க யோகியின் முகவரியடங்கிய காகிதத்தில் ஒரு பரிந்துரைக் கடிதத்தை மிக விரைவாகப் பெற்றுக்கொண்டார் அப்துல். மடத்திலிருந்து பெறும் கடிதம் மாயஜாலம் நிகழ்த்தும் மந்திரகோலைப் போன்றது என்பது மக்களின் கருத்து. அது கோப்பு கலாசாரத்தில் சிக்குண்டிருக்கும் அரசு எந்திரத்தை வெட்டிப் பிளந்து மாயங்கள் நிகழ்த்தவல்லது என்பது அவர்களின் எண்ணம்.

இதன் செயல்பாடு எப்படியிருக்குமெனில், மடத்திலிருக்கும் யோகியின் அலுவலகத்திலிருந்து பிரச்னைகளை ஆராய்வார்கள். நேர்மையான பிரச்னைகளாக, கோரிக்கைகளாக இருப்பின் பரிந்துரைக் கடிதத்தை வழங்குவார்கள். யோகி பெரும்பாலான விண்ணப்பதாரர்களின் பிரச்னையை நேரடியாக அணுகி அவர்களின் கோரிக்கைகளுக்கு செவி மடுத்துள்ளார். ஒருவேளை மடத்தால் கொடுக்கப்பட்ட கடிதத்தை அதிகாரிகள் சரிவரக் கவனிக்கத் தவறி அது குறித்த புகார்

மனுவை விண்ணப்பதாரர் மடத்தில் ஒப்படைத்தால், அந்த அதிகாரிக்கு உடனே மடத்திலிருந்து அழைப்பு செல்லும். பெரும்பாலும் அழைப்பவர் யோகியாகவே இருப்பார். ஒருவேளை அழைத்தும் எந்தப் பதிலும் இல்லையெனின், (இந்தச் சூழல் மிக அரிதாகவே நிகழும்) யோகி அந்தக் குறிப்பிட்ட அலுவலகத்துக்கு நேராகவே செல்வார். கோரக்பூரின் மிகவும் புகழ்பெற்ற, மரியாதைக்குரிய தலைவர் எந்த அரசு அலுவலகத்தை அடைந்தாலும் அங்கு ஆயிரம் பேர் வழி நெடுகிலும் திரள்வார்கள். இதன் மூலம் அந்த விண்ணப்பத்தைப் பரிசீலிக்க வேண்டிய கட்டாயத்துக்கு அந்த அதிகாரி தள்ளப்படுவார். இது மாதிரியான போராட்டம், பேரணி எனப் பல முன்னனுபவங்கள் அதிகாரிகளுக்கு நிகழ்ந்துள்ளது. எனவே, இப்போதெல்லாம் மடத்திலிருந்து ஓர் அழைப்பு அல்லது கடிதம் சென்றாலே வேலை சுலபமாக முடிந்துவிடும்.

திரு.ராவ் இது குறித்து மேலும் நம்மிடம் உரையாடியபோது, செல்வாக்கு மிகுந்த மனிதரின் சில வலிமையான பரிந்துரையுடன் யோகியின் தர்பாருக்கு வந்தாலும், யோகி முதலில் நலிந்த, பலவீனமான மக்களின் கோரிக்கைகளுக்கு த்தான் முன்னுரிமை அளிப்பார். ஏனெனில் செல்வாக்கு மிகுந்த மனிதர்கள் எப்படியும் அவர்களின் காரியத்தைச் சாதித்துக் கொள்வார்கள் என்பது அவரின் நம்பிக்கை. ஆனால் எளிமையான மக்களுக்கு பாபா கோரக்நாத்தை தவிர வேறு யாரும் உதவிக்கு இல்லை என்பதை அவர் அறிந்திருக்கிறார். நலிந்தவர்களுக்கு உதவவில்லையெனில் கடவுள் தன்னை மன்னிக்க மாட்டார் என்பது யோகியின் அழுத்தமான நம்பிக்கைகளுள் ஒன்று.

2017-ஆம் ஆண்டு பதவி நிலையில் மாற்றம் நிகழ்ந்தன. தற்போது யோகி ஆதித்யநாத் மாநிலத்தின் முதல்வர். யோகி அவருடைய ஜனதா தர்பாரை இன்றளவும் ந.5, காளிதாஸ் மார்க், லக்னோ என்ற முகவரியில் நடத்தி வருகிறார். முன்பிருந்த ஜனதா தர்பாருக்கும் இப்போதைய தர்பாருக்குமான ஒரே வித்தியாசம், கோரிக்கைகளை நிறைவேற்ற வேண்டிய பரிந்துரைக் கடிதம் இப்போது முதல்வர் அலுவலகத்திலிருந்து செல்கிறது. இந்தக் கடிதத்தின் மீதான தீர்வுக்கு எந்தத் தொடர் அழைப்புகளோ, போராட்டங்களோ தேவையில்லை. யோகி மடத்தை விட்டுத் தள்ளி லக்னோவில் இருந்தபோதிலும், மடத்தில் ஜனதா தர்பார் தொடர்ந்து நடைபெற்று வருகிறது. யோகியின் நெருங்கிய சகாவான துவாரகா ப்ரசாத் திவாரி மடத்தில் வைக்கப்படும் குறைகளுக்கு விரைவான தீர்வு கிடைக்கும் படி செய்வார். நிகழ்வுகளைக் காண்கிற போது, வாரணாசியில் பிரதமர் அலுவலகம் இருப்பது போல கோரக்பூரில் ஓர் சிறிய அளவிலான முதல்வர் அலுவலகம் ஒன்று தொடங்கிவிடும் போலத் தெரிகிறது.

யோகியின் ஜனதா தர்பார் மூலம் உந்துதல் பெற்று, பா.ஜ.க-வும் அதைப்போலவே ஓர் ஏற்பாட்டைத் தங்களின் மாநிலத்தின் கட்சி அலுவலகத்தில் செய்துள்ளது. அங்கே அமைச்சர்களே நேரில் அமர்ந்து மக்களின் பிரச்னைகளைக் கேட்டு வருகின்றனர்.

வலுவான மக்கள் தொடர்பின் மூலம் யோகி அழுத்தமான ஆணித்தரமான ஓர் அடித்தளத்தை கோரக்பூரிலும், உத்தரப் பிரதேசத்தின் கிழக்குப் பகுதி முழுவதிலும் ஏற்படுத்தியுள்ளார். தொகுதி மக்களுடன் மிக நெருக்கமாக இசைந்து பணியாற்றிய அதே வேளையில், மிகவும் துடிப்புமிக்க உறுப்பினராக நாடாளுமன்றத்தில் தன் பணியைச் செவ்வனே ஆற்றியுள்ளார்.

•

யோகி ஆதித்யநாத்-
துடிப்புமிக்க நாடாளுமன்ற உறுப்பினர்

நாடாளுமன்றத்தின் கீழவையான மக்களவையில் மிகக் குறுகிய காலத்தில் நுழைந்தவர் யோகி. 12-வது மக்களவையில் உறுப்பினராகத் தன் பயணத்தைத் துவங்கியபோது முதல், தன்னுடைய கடைசி உரையை 16-வது லோக்சபாவில் வழங்கியதுவரை யோகி செயல்திறன் மிக்க நாடாளுமன்ற உறுப்பினராகவே செயல்பட்டார். நாடாளுமன்ற உறுப்பினர் ஒருவரின் செயல்பாடுகளை எதைக் கொண்டு ஒருவர் அளவிடுவார்? அவரின் வருகை பதிவு, பல்வேறுவிதமான விதிகளின் கீழ் நடைபெற்ற கூட்டத்தில் அவர் பங்கேற்ற விவாதங்கள், நாடாளு மன்றத்தில் அவர் எழுப்பிய கேள்விகள், அவர் தாக்கல் செய்த தனி மசோதாக்கள் போன்றவற்றின் அடிப்படையில் ஒரு நாடாளுமன்ற உறுப்பினரின் செயல்பாடுகளைக் கணிப்பார்கள். இந்த அனைத்து அளவீடுகளிலும் சராசரிக்கும் மேற்பட்ட மதிப்பெண்ணைப் பெற்றுச் சிறப்பான செயல்பாட்டை வெளிப்படுத்தியவர் யோகி ஆதித்யநாத்.

உதாரணத்துக்கு 16-வது மக்களவையைக் கணக்கில் கொண்டு பார்த்தால், யோகி தேசிய சராசரி விகிதமான 50.6-க்கு மேலாக 57 விவாதங்களில் பங்கெடுத்துள்ளார். தேசிய சராசரி கேள்வி விகிதமான 199-ல் – 306 கேள்விகளை யோகி எழுப்பியுள்ளார். தேசிய சராசரி விகிதம் 1.5-க்கைவிட அதிகமாக யோகி 3 தனிநபர் மசோதாவைத் தாக்கல் செய்துள்ளார். அவருடைய துடிப்புமிக்க செயல்பாடுகளை இந்தத் தரவுகள் பறைசாற்றும். இது போன்ற ஒரு தரவை ராகுல் காந்தி போன்றோரின் தரவுடன் ஒப்பிட்டுப் பார்த்தால் காங்கிரஸின் மூத்த

தலைவர் மற்றும் காந்தி குடும்பத்தின் வெளிப்படையான வாரிசு, வெறும் 11 விவாதங்களில் மட்டுமே பங்கெடுத்துள்ளார்; பூஜ்ஜியம் கேள்விகளைக் கேட்டுள்ளார்; ஒரு தனி நபர் மசோதாவைக்கூடத் தாக்கல் செய்யவில்லை.

நாடாளுமன்றத்தில் யோகி ஆதித்யநாத் துவக்கிய அல்லது பங்கெடுத்த விவாதங்களை (சிறப்புக் குறிப்பு, Calling Attentions, Rule – 377 போன்றவற்றில்) ஒருவர் ஆழ்ந்து பார்த்தால், அதில் அவர் பலவிதமான தலைப்புகளை உள்ளடக்கி விவாதித்ததைக் கண்டறிய முடியும். தேசிய பிரச்னைகளான வெளியிடப்படாத வெளிநாட்டு வருவாய் மற்றும் உடமைகள், நாட்டில் பொது சிவில் சட்டத்துக்கான தேவை, கரும்பு விவசாயிகளுக்குப் பணத்தைத் திரும்பச் செலுத்தாது போன்றவை குறித்துப் பேசியிருக்கிறார். அதேவேளையில் அதற்கு நிகராக அவர் மிகவும் கவலையுற்று விவாதித்தது உத்தரப் பிரதேசத்தின் கிழக்குப் பகுதி மற்றும் கோரக்பூர் பிரச்னைகள் குறித்துத்தான்.

மத்திய பல்கலைக்கழகத்தின் தகுதியைப் போன்று கோரக்பூர் பல்கலைக்கழகமும் இந்திய தொழில்நுட்ப நிறுவனத்தைப் போன்று மதன் மோகன் மால்வியா தொழில்நுட்பப் பல்கலைக்கழகமும் இயங்குவது, கோரக்பூரில் எய்ம்ஸ் மருத்துவமனைக்கான தேவை, கோரக்பூரில் இருக்கும் கோரா மற்றும் அமி நதிகளை மாசுகளற்ற நதியாக மாற்றுவது, ஹிந்துஸ்தான் பெர்டிலைசர்ஸ் கார்ப்பரேஷன் லிமிட்டை கோரக்பூரில் அமைப்பது. உத்தரப் பிரதேசத்தின் கிழக்குப் பகுதியான வன கிராமங்களுக்கு நிரந்தர இடப் பட்டா வழங்குவது, நாட்டில் மூளைக்காய்ச்சல் பரவுவதற்கு எதிரான நடவடிக்கையை எடுப்பது, குறிப்பாகக் கிழக்கு உத்தரப் பிரதேச மாவட்டங்களில் ஏற்படும் வருடாந்திர வெள்ளத்தைத் தடுக்க நடவடிக்கை, அரசியலமைப்பின் எட்டாம் வகுப்பின் கீழ் போஜ்பூரியை இணைப்பது போன்றவற்றைக் குறித்தும் அதிகம் விவாதித்துள்ளார். இலங்கை தமிழர் நலன் குறித்துக் கூட இவர் நாடாளுமன்றத்தில் பேசியுள்ளார் என்பது நம்மை ஆச்சரியத்தில் ஆழ்த்துகிறது.

முக்கிய ஊடகங்கள் சில யோகியின் முகத்தைப் பிரகடனப் படுத்துவதற்கும் கடந்த இருபது வருடங்களில் நாடாளுமன்றத்தில் மற்றும் தன்னுடைய தொகுதியில் தன்னைத் தானே யோகி வழிநடத்திக் கொண்டதற்கும் பெரும் வித்தியாசம் உண்டு. யோகியின் ஒரு சில தேர்தல் உரைகளை ஒரு சில குற்றச்சாட்டுகளை முன்வைத்து தொடர்ச்சியாகச் சொல்லி வந்தன. ஆனால், நாடாளுமன்றத்தில் அவர் கொண்டிருந்த பன்முகத்தன்மை கொண்ட செயல்பாடுகளை அவை வெளிக்கொணரத் தவறிவிட்டன.

யோகி ஹிந்து சமூகத்தின் உரிமைகளைக் குறித்துப் பேசியபோது ஊடகங்கள் அவருக்குத் தீவிர ஹிந்துத்வா கொள்கையாளர் எனச் சாயம் பூசின. ஆனால், நான் மேற்கொண்ட ஆய்வில், அவர் எழுப்பிய 300-க்கும் அதிகமான கேள்விகளை மிக உன்னிப்பாகக் கவனித்த போது ஊடகங்களால் 'தீவிர ஹிந்து கொள்கையாளர்' என அழைக்கப்படும் இந்த நபர், 16-வது மக்களவையில் அவர் எழுப்பிய கேள்விகளைக் கவனித்துப் பார்த்தால் மனித வளர்ச்சிக் குறியீடு, ஆங்கிலத்தில் அதிகப் புலமையில்லாத மாணவர்கள் சந்திக்கும் UPSE பிரச்னைகள், சுற்றுலாத் துறையில், துறை சார்ந்த நிபுணத்துவம் இல்லாத மனிதவளம் இருப்பது, PMAYG கீழ் உள்ள இலக்குகள், மாநிலங்களில் மின்சார உற்பத்தி திறன், பண்டைய நாட்டுப்புறப் பாரம்பரியம் மற்றும் இலக்கியப் பாதுகாப்பு, காப்பீடு நிறுவனங்களை இணைத்தல், ஸ்டார்ட்-அப் இந்தியா எதிர்பார்ப்பு நிதி, சூரிய சக்தியில் இயங்கும் இரட்டை பம்ப் குழாய் நீர் வழங்கல் திட்டம், குறைந்து வரும் வனவிலங்குகள், பயிர்க் காப்பீடு, குழந்தை தொழிலாளர்களுக்கு பள்ளிக்கூடம், புதிய உள்நாடு விமானப் போக்குவரத்துக் கொள்கை, கழிவு மேலாண்மை, துறைமுகங்களை மேம்படுத்துதல், உணவு பொருட்களில் இருக்கும் ஊட்டச்சத்தை ஆய்வு செய்தல், பெருகிவரும் சீனாவுடனான வர்த்தகம், விவசாயத்தில் உரங்கள் மற்றும் பூச்சிக்கொல்லி உபயோகித்தல், முனிசிபல் திடக் கழிவுகளிலிருந்து மின் உற்பத்தி, மின்னணு உற்பத்தி க்ளஸ்டர், சார்க் மாநாட்டில் கையெழுத்திடப்பட்ட ஒப்பந்தங்கள், வெளிநாடுகளில் பணிபுரியும் இந்தியர்களின் பாதுகாப்பு, கால்நடைக் கல்லூரியில் இருக்கும் அடிப்படை வளங்களின் பற்றாக்குறை, அணு ஆயுதப் பொருட்களின் பாதுகாப்பு, இணையத்தில் உளவு பார்த்தல், பெண்கள் மற்றும் குழந்தைகளுக்கு எதிரான குற்றம், செயல்படா சொத்துகள், விவசாயத்தில் பருவமழை நிகழ்த்தும் தாக்கம், இந்திய பல்கலைக் கழகங்களின் சர்வதேச மதிப்பு, 'க்ரிஷி விஞ்ஞான் கேந்திரா'க்களை அமைத்தல், புதிய ஐஐடி மற்றும் ஐஐஎம் அமைப்பதற்கான அடிப்படை அம்சங்கள். இந்திய – அமெரிக்கா ஒப்பந்தங்கள், இந்தியா- ஜப்பான் ஒப்பந்தங்கள், எண்ணெய் மற்றும் எரிவாயு ஆய்வு, MCI வழிமுறைகளில் திருத்தங்கள், தொற்று நோய், மூளைக் காய்ச்சல், BPL குடும்பங்களுக்கு மருத்துவக் காப்பீடு திட்டம் மற்றும் என்னற்றவையோடு நீளும் பட்டியல். ஆனால் எதிர்பாராவிதமாகப் புகழ்பெற்ற ஊடகங்கள் யோகியின் இந்த முகத்தைக் காட்டுவது குறித்து எந்த அக்கறையும் எடுத்துக்கொள்வதில்லை.

கலாசாரம் தொடர்பாக அவர்கள் எழுப்பிய கேள்விகளையும் நாம் தவறவிடக்கூடாது. சட்டவிரோதமாக நடைபெறும் இறைச்சி

கூடங்களை மூடுவதற்கான தேவை, மற்றும் மக்களின் ஆரோக்கியத்துக்குத் தீங்கு விளைவிக்கும் தீவிர பிரச்னையாக உத்தரப் பிரதேசத்தின் மூலை முடுக்கெங்கும் பகிரங்கமாக விற்கப்படும் சுகாதாரமற்ற இறைச்சிகளைத் தடை செய்வது, கைரனாவில் ஹிந்து சமூகத்தைச் சேர்ந்த மக்கள் கூட்டம் கூட்டமாக வெளியேறுவது, நாட்டில் பொது சிவில் சட்டத்துக்கான தேவை, ஸ்ரீமத் பகவத் கீதையை தேசியப் புத்தகமாக அறிவித்து அதை மாணவர்கள் அனைவருக்கும் கற்றுத்தர ஆணை பிறப்பிக்கக் கோருதல் என இந்தப் பட்டியலும் பெரும் நீளத்தைக் கொண்டதாகவே உள்ளது.

பல முறை நாடாளுமன்ற உறுப்பினராக இருந்த யோகி தலைமை பொறுப்பை ஏற்றவராக, துடிப்பு மிக்க உறுப்பினராகப் பல்வேறு நாடாளுமன்ற கமிட்டிகளில் பங்கேற்றுள்ளார். மற்றும் நாடாளு மன்றத்தின் பிரதிநிதியாக கம்போடியா, மலேசியா, நேபாளம், சிங்கப்பூர், தாய்லாந்து மற்றும் அமெரிக்கா போன்ற நாடுகளில் பங்கேற்றுள்ளார்.

யோகி யல் நிகழ்த்தப்பட்ட இந்த விவாதங்கள் கோரக்பூருக்கும் கிழக்கு உத்தரப் பிரதேசத்துக்கும் சுவையான பல கனிகளைக் கிடைக்கச் செய்துள்ளது என்றால் அது மிகையில்லை. ஜூலை 2016-ல் பிரதமர் நரேந்திர மோதி கோரக்பூரில் எய்ம்ஸ் மருத்துவமனை அமைவதற்கான அடிக்கல்லை நாட்டினார். இதன் மூலம் அதி நவீனப் பன்நோக்கு மருத்துவத்தை மக்களுக்கு வழங்கவும் பெரும் திரளான மருத்துவர்களை இங்கே அமர்த்தவும் வழி பிறந்தது. இந்தத் திட்ட மதிப்பு 1011 கோடி ரூபாய். இந்த வருகையின் போதே பிரதமர் மோதி உர ஆலைகளுக்கு மறுமலர்ச்சி ஏற்படுத்தும் வகையில் அடிக்கல் நாட்டினார். அதன் மூலம் 4000 பேருக்கு வேலைவாய்ப்புகள் உருவாக்கப்பட்டு போதுமான ஊட்டச்சத்து உத்தரப் பிரதேச விவசாயிகளுக்குக் கிடைக்க வழி பிறந்தது. Fertilizers Corporation India Ltd-க்கு சொந்தமான உர ஆலைகள் 1990-ஆம் ஆண்டு முதல் எந்த இயக்கமும் இன்றி வெறுமனே கிடந்தன. அனைத்துப் பொது துறை நிறுவனங்களின் Special Purpose Vehicle -SPV மூலம் ரூபாய் 6000 கோடி மதிப்பீட்டில் இந்த ஆலை புத்துயிர் பெற்றுப் புலர்ந்துள்ளது.

•

நாடாளுமன்றத்தில் யோகி ஆதித்யநாத் வகித்த பொறுப்புகள்

1998	*12*-ஆம் மக்களவைக்குத் தேர்வு செய்யப்பட்டார்
1998-99	உணவு, குடிமை பொருள் வழங்கல் மற்றும் பொது விநியோகம் நிலை குழுவின் உறுப்பினர். அதனுடைய துணை கமிட்டி (பி) சர்க்கரை மற்றும் உணவு எண்ணெய் விநியோகத்துறை உள்துறை அமைச்சகத்தின், ஆலோசனை கூட்டத்தின் உறுப்பினர்
1999	*13*-ஆம் மக்களவைக்கு இரண்டாவது முறையாக மீண்டும் தேர்ந்தெடுக்கப்பட்டார்
1999 - 2000	உணவு, குடிமை பொருள் வழங்கல் மற்றும் பொது விநியோகம் நிலை குழுவின் உறுப்பினர். உள்துறை அமைச்சகத்தின், ஆலோசனை கூட்டத்தின் உறுப்பினர்
2004	*14*-ஆம் மக்களவைக்கு மூன்றாம் முறையாக மீண்டும் தேர்ந்தெடுக்கப்பட்டார். அரசாங்க உத்தரவாத கமிட்டியின் உறுப்பினர், வெளியுறவுத்துறை அமைச்ச கத்தின் நிலை குழு உறுப்பினர், உள்துறை அமைச்ச கத்தின், ஆலோசனை கூட்டத்தின் உறுப்பினர்.
2009	*15*-ஆம் மக்களவைக்கு நான்காம் முறையாக மீண்டும் தேர்ந்தெடுக்கப்பட்டார்
31.08.2009	போக்குவரத்து, சுற்றுலா மற்றும் கலாசாரத்துறை நிலை குழு உறுப்பினர், உள்துறை அமைச்சகத்தின், ஆலோசனைக் கூட்டத்தின் உறுப்பினர்
மே *2014*	*16*-ஆம் மக்களவைக்கு ஐந்தாவது முறையாக மீண்டும் தேர்வு செய்யப்பட்டார்.
14.08.2014 - 30.04.2015	பொதுத்துறை நிறுவனங்கள் கமிட்டியின் உறுப்பினர்
01.09.2014	முதல் போக்குவரத்து, சுற்றுலா மற்றும் கலாசாரத் துறை நிலை குழு உறுப்பினர்
02.09.2014	முதல் நாடாளுமன்ற உறுப்பினர்களின் சம்பளம் மற்றும் படிகளின் கூட்டுக் குழுவின் தலைவர். உள்துறை அமைச்சகத்தின், ஆலோசனை கூட்டத்தின் உறுப்பினர்
29.01.2015	முதல் பொதுப்பயன் குழுவின் உறுப்பினர்

யோகியைக் குறித்து சர்வதேச ஊடகங்களின் கருத்து

உத்தரப் பிரதேசத்தின் முதல்வர் பதவிக்கு யோகி உயர்ந்ததை சர்வதேச ஊடகங்கள் எதுவும் தவறுதலாகக்கூட கவனிக்காமல் விடவில்லை. வாஷிங்டன் போஸ்ட் பத்திரிகை வெளியிட்ட செய்தி குறிப்பில், 'இந்தியாவின் மிகப்பெரிய மாநிலத்தின் தலைவராக, மோதியின் கட்சி கடுமையான ஹிந்து தேசியவாத மஹந்த் யோகி ஆதித்யநாத்தைத் தேர்வு செய்துள்ளது' என்று குறிப்பிட்டிருந்தது.

பிபிசியின் குறிப்பில் 'உத்தரப் பிரதேசத்தின் முதல்வராக யோகி ஆதித்யநாத்தின் தேர்வு விமர்சனத்துக்குள்ளாகியுள்ளது' என்றது.

நியுயார்க் டைம்ஸ் தெரிவித்த குறிப்பில் 'கனல்தெறிக்கும் ஹிந்து மதகுரு யோகி ஆதித்யநாத் உத்தரப்பிரதேசத்தின் அமைச்சராகத் தேர்வு செய்யப்பட்டுள்ளார் எனத் தெரிவிக்கப்பட்டுள்ளது.

ஜூலை 12-ல், நியூ யார்க் டைம்ஸ்-சின் தெற்காசிய பணியகத்தின் தலைவர் எலன் பெர்ரி, யோகி ஆதித்யநாத்தின் எழுச்சியைக் குறித்து எழுதிய கட்டுரைக்கு டிவிட்டரில் அவரிட்ட தலைப்பு 'தீவிரவாத ஹிந்து கோவில் தலைவர், இந்திய அரசியல் ஏணியில் ஏறுகிறார்'.

இது குறித்து இந்திய சம்வாத் பீரோ தெரிவித்த கருத்தில், இந்தியாவைக் குறித்து அறியாமை நிறைந்த கட்டுரைகளை வெளியிடுவது நியூ யார்க் டைம்ஸ் பத்திரிகைக்கு இது ஒன்றும் முதல் முறை அல்ல; ஆனாலும் உத்தரப் பிரதேசத்தின் முதல்வரை அப்பத்திரிகை தீவிரவாதகுணம் உடையவர் என அழைத்த போது அனைவரும் வாயடைத்துப் போயினர் எனத் தெரிவித்திருந்தது. இந்தக் கட்டுரை டிவிட்டரில் கவனத்தைப் பெற ஆரம்பித்த போது, டிவிட்டர்வாசிகள் யோகியைத் தீவிரவாத குணம் கொண்ட ஹிந்து கோவிலின் தலைவர் என அழைத்ததற்கு நியூ யார்க் டைம்ஸ் பத்திரிகையை விளாசித் தள்ளிவிட்டனர். இதற்குப் பின் எலென் பெர்ரி ஆங்கிலத்தில் "Militant' என்பதன் அர்த்தம் ஆக்ரோஷமானவர், அதிரடியானவர் என்பது தானே தவிர இதில் தீவிரவாதத்தைக் குறிப்பதற்கு எதுவுமில்லை என்ற நொண்டிச் சாக்கொன்றைத் தெரிவித்தார். ஆனாலும் கூட டிவிட்டர்வாசிகளிடமிருந்து கடுமையான எதிர்ப்பைச் சந்தித்தபின் ஆசிரியர் அக்கட்டுரையின் தலைப்பை 'கனல்தெறிக்கும் ஹிந்து மதகுரு இந்திய அரசியல் ஏணியில் ஏறுகிறார்' என மாற்றிவிட்டார்.

எதிர்பாராவிதமாக, உலகின் தலை சிறந்த பத்திரிகையாளர்களாகத் தம்மை அடையாளப்படுத்திக் கொள்ளும் பிபிசி, நியூ யார்க் டைம்ஸ், வாஷிங்டன் போஸ்ட் ஆகிய பத்திரிகைகளின் பணியாளர்கள்

பத்திரிகை, சில ஹிந்தி சிறுபத்திரிகைகளிலிருந்து மொழியாக்கம் செய்து வெறும் மேலோட்டமான, ஆழமற்ற அறிக்கை மட்டுமே வெளியிட்டுள்ளனர். இதில் ஒருவர் கூட அவருடைய நாடாளுமன்றச் செயல்பாடுகள், கடந்த இருபது ஆண்டுகளில் நாடாளுமன்றத்தில் அவர் எழுப்பிய தேசிய மற்றும் சர்வதேச பிரச்னைகள், தன்னுடைய தொகுதியில் தன்னை அவர் எப்படி வழிநடத்திக் கொண்டார், எதற்காக ஒவ்வொரு வருடமும் அவருக்கான வாக்கு சதவீதம் அளப்பரிய வகையில் அதிகரித்துக் கொண்டே வருகிறது என்பது பற்றியெல்லாம் அவர்கள் ஆராய்ந்ததாகத் தெரியவே இல்லை.

•

யோகியும் சர்ச்சையும்

சிறுபான்மையினரைத் திருப்திப்படுத்துவதையே அரசியல் பழக்கமாகக் கொண்டிருந்த காங்கிரஸ் கட்சி, காவிதரித்த யோகியின் மீது கற்பனை ரீதியிலான வெறுப்பை மதச்சார்பின்மை என்ற பெயரில் உண்டாக்கி விட்டது. மற்றும் ஏதேனும் துணிவான, யுக்திகள் நிறைந்த மற்றும் வலிமையான நகர்வை யோகி ஆதித்யநாத் மேற்கொண்டால் அது புகழ்பெற்ற செய்தி ஊடகங்களில் சர்ச்சையாக வெடிக்கத் துவங்கியது. முதல் முறையாக இந்த வாழ்க்கை வரலாறு மூலம் இட்டுக்கட்டிச் சொல்லப்பட்ட கட்டுக்கதைகள் யாவும் கட்டவிழ்க்கப்பட இருக்கின்றன.

1999, பஞ்ச்ருக்கியா வழக்கு

மக்கள் மீதான பேரன்பு மற்றும் அவர்களின் பிரச்னைகளுக்குத் தீர்வு காண வேண்டுமென்ற ஆழமான ஆர்வம் இவையனைத்தும் பெரும்பாலும் அவரை இக்கட்டான சூழலுக்கு இட்டுச் சென்றுள்ளன. இது குறித்த நம் கள ஆய்வின் போது, ஓர் உள்ளூர்வாசி என்னிடம் தெரிவித்தது, ‘பஞ்ச்ருக்கியா என்ற கிராமத்தில் இடுகாட்டு (கப்ரிஸ்தான்) நிலத்தை விரிவுபடுத்துவதற்காக இஸ்லாமிய கும்பல் ஒன்று பழம்பெருமைமிக்க புனிதமான ஆலமரத்தை அகற்றியுள்ளது. இதில் குறுக்கிட்ட யோகி அந்தக் கிராமத்துக்கே நேரடியாகச் சென்று ஓர் புதிய ஆலமரத்தை நட்டார். அதன் பின் கிராமத்திலிருந்து யோகி புறப்பட எத்தனித்தபோது, சமாஜ்வாதி கட்சியின் தலைவர் தலாத் அஸீஸ், பெரும் கூட்டம் ஒன்றை கிராமப்புறத்திலிருந்து திரட்டி வந்து சூழலை வேறுவிதமாக மாற்றினார். கட்சி தாவலுக்குப் புகழ்பெற்ற இதே தலாத் அஸீஸ் தான் 2017 சட்டசபை தேர்தலில் மஹாராஜ்கஞ்ச்

பகுதியின், பணியரா சட்டமன்ற தொகுதியில் காங்கிரஸ் சார்பில் போட்டியிட்டு மண்ணைக் கவ்வியவர்.

இக்கிராமத்திலிருந்து யோகியின் படை மிக சாந்தமாகத் திரும்பிக் கொண்டிருந்தனர். அப்போது யோகியின் பேரணியில் கடைசி வாகனம் ஆஸிஸ் குழுவின் ஆட்களால் கடுமையாகக் கல்லடிக்கு உள்ளாக்கப் பட்டது. முன்னதாகச் சென்றுகொண்டிருந்த வாகனத்தில் இருந்த யோகிக்கு இந்தத் தகவல் அலைபேசி வாயிலாகத் தெரிவிக்கப்பட்ட போது, அவர் மீண்டும் திரும்பி வர முடிவு செய்தார். அப்போது அவருடன் இருந்த உதவியாளர்கள் வேண்டாம் என அறிவுறுத்தினர். ஆனால் யோகி என் மக்கள் பிரச்னையில் உழல்கின்ற போது என்னால் புறமுதுகு காட்டிச் செல்ல முடியாது என்பதை ஆணித்தரமாகச் சொன்னார். யோகி தலாத் ஆஸீஸ் குழு குழுமியிருந்த இடத்தை அடைந்த போது கடுமையான துப்பாக்கி சூடும், கல்லடியும் யோகியின் வாகனத்தைச் சூழத் துவங்கியிருந்தது. இந்தப் பழிவாங்கும் வெறியாட்டத்தில், தலாத் ஆஸிஸுக்கு பாதுகாப்புக் காவலராக நியமிக்கப்பட்டிருந்த சத்திய பிரகாஷ் யாதவ் குண்டடி பட்டு உயிரிழந்தார்.

இந்தச் சம்பவம் குறித்துப் போதிய விவரங்களை விளங்கிக்கொள்ளாத அப்பகுதியின் காவல்துறை துணைத்தலைவர் ஆர்.பி சிங் யோகி ஆதித்யநாத்தைக் கைது செய்ய ஆணை பிறப்பித்தார். களத்திலிருந்த காவலர்களுக்கு தலைமையகத்திலிருந்து ‘குற்றவாளி’ சிவப்பு நிற டாட்டா சுமோ வாகனத்திலிருப்பதாகத் துப்பு கிடைத்தது. கோரக்நாத் கோவிலுக்குச் செல்லும் வழியிலிருந்த மூன்று தடுப்பரண்களிலும், சிவப்பு சுமோவில் காவலர்கள் பார்த்த ஒரே மனிதர் அவர்களின் உள்ளூர் நாடாளுமன்ற உறுப்பினரான யோகி ஆதித்யநாத்தைத்தான். வேறெந்த ‘குற்றவாளியையும்’ அவர்களால் காண முடியவில்லை. எனவே கோவிலை அடையச் சென்றுகொண்டிருந்த அவருடைய வாகன வரிசையைக் கடக்க அனுமதித்தனர்.

2002, ஹிந்து யுவ வாகினி உருவான விதம்

ஏப்ரல் 2002, மங்களகரமான தருணமான ராமநவமி அன்று யோகி ஆதித்யநாத் ஹிந்து யுவ வாகினி என்ற அமைப்பை அரசு சாரா, அரசியல் சாரா அமைப்பாக முற்றிலும் கலாசார அமைப்பாகத் தோற்றுவித்தார். நிறுவன சாசனத்தின் படி, தேசிய உணர்வைப் பரப்புவது, ஹிந்துக்களின் நலனை நிலைநிறுத்துவது, அவர்களின் கோரிக்கைகளைத் தொகுப்பது, ஹிந்து மதத்தின் சமய உரைகள் மீதான நம்பிக்கையைக் காப்பது, ஒருங்கிணைந்த ஒத்துழைப்புடன்

பணியாற்றுவது, சமமான சமூகத்தை உருவாக்குவது போன்றவையே அவற்றின் நோக்கம். அவர்களைப் பொறுத்தவரை வேத தத்துவங்கள், பௌத்த மதம், சமணமதம், சீக்கியம், நாக தத்துவம், இதர ஹிந்து கலாசார தத்துவங்களில் யாரொருவர் நம்பிக்கை கொண்டிருக்கிறாரோ, அவர்களே 'ஹிந்து'. மேலும் யார் ஒருவர் 'ஓம்' என்ற பிரணவ ஒலியின் மீது நம்பிக்கையும் மரியாதையும் கொண்டிருக்கிறாரோ அவரும் ஹிந்து வார்த்தைக்குள் அடங்குபவரே, யாரொருவர் பசு வதைக் கூடங்களை எதிர்க்கிறார்களோ, யார் ஒருவருக்கும் மறுபிறப்பின் மீது நம்பிக்கை இருக்கிறதோ, யாரொருவர் இந்தியத் திருநாட்டைத் தன் தாய்நிலம் அல்லது தந்தை நிலம் அல்லது புனித நிலமாகக் கருதுகிறார்களோ, ஹிந்து சமய உரைகளின் மீது யாருக்கு அலாதியான பற்றும் நம்பிக்கையும் இருக்கிறதோ அவர்கள் அனைவரும் ஹிந்துக்களே!

ஹிந்து யுவ வாகினியின் குறிக்கோள் ஹிந்தியில் இவ்வாறு உள்ளது 'தேரே வைபவ் அமர் ரஹே மா… ஹம் தின் சார் ரஹே ந ரஹே' இதன் பொருள் 'தாயே (பாரத மாதாவே)… உன்னுடைய மகிமை அழிவின்றி நிலைக்கட்டும்… எங்கள் வாழ்நாள் குறைவானதாக இருந்தாலும் கூட.'

ஹிந்து யுவவாகினியின் நோக்கங்கள் பின்வருமாறு:

1) இந்துக்களை ஒருங்கிணைத்தல்: ஹிந்து மதத்தை, சமூகத்தை நிலை நிறுத்துதல், பாதுகாத்தல், பேணி வளர்த்தல்; பாரத தேசத்தின் கலாசார பாரம்பரியத்தை வலிமையாக்குதல்.

2) சமூகச் சமநிலையை வளர்த்தல்: சமூகத்தில் புரையோடிப் போயிருக்கும் தீண்டாமை, ஜாதி வேறுபாடு ஆகிய மோசமானவற்றை வேரறுத்து ஒருங்கிணைப்பு மற்றும் பரஸ்பர நல்லெண்ணத்தைப் பரந்து விரிந்த ஹிந்து சமூகத்தில் வளர்த்தல்.

3) அச்சத்தின் காரணமாக, ஆசை காட்டியதால், கட்டாயப் படுத்தியதால் அல்லது தன்னுடைய சக மனிதர்கள் தவறாக நடந்து கொண்டார்கள் என்பதற்காக ஹிந்து மதத்தை விட்டு வெளியேறியவர்கள் மரியாதையோடும் கௌரவத்தோடும் ஹிந்துத்துவத்துக்கும், பரந்து விரிந்த ஹிந்து சமூகத்துக்கும் திரும்ப வழிவகுத்தல்.

4) எந்த வயதைச் சார்ந்த மற்றும் பாலினத்தைச் சார்ந்த பசுக்களைக் கொல்வதாக இருந்தாலும் சரி அதற்கு முழுமையான தடையைக் கோரும் சட்டபூர்வமான முயற்சிகள் மேற்கொள்ளுதல். வேளாண்மையில் பசுக்களை ஈடுபடுத்துதல், பசு வளர்ப்பு ஆகியவற்றை முன்னெடுத்தல்.

5) கட்சி அரசியலிலிருந்து மேலோங்கி, ஹிந்து தேசிய உணர்வு அனைத்து ஹிந்துக்களிடமும் இருக்க வேண்டும் என்ற விழிப்புணர்வை ஏற்படுத்துவது.

6) கிராமப்புறங்களில், வனப்பகுதியில் அல்லது தொடர்பில்லா மலை பிரதேசத்தில் வசிப்பதால் தனித்துவிடப்பட்டவர்கள் பிரதான தேசிய வாழ்வில் தம்மை இணைத்து கொள்ளப் போதிய சட்டப்பூர்வ நடவடிக்கைகள் எடுக்கப்படுதல்.

7) ஹிந்து சமூகத்தில் உள்ள அனைத்து மதத்தினருக்குமிடையே ஒருங்கிணைப்பு, நல்லெண்ணம் மற்றும் பரஸ்பரப் புரிதலை வளர்த்தல்

8) தொந்தரவுகளால் பாதிக்கப்பட்ட வயதானவர்கள், சகோதரிகள் மற்றும் தாய்மார்களுக்குப் போதிய சேவை மற்றும் உதவிகளைச் செய்தல்; மோசமான உடல்நிலையால் உதவியற்று இருப்பவர்கள் அல்லது வறுமையில் உழல்பவர்கள் அல்லது சுரண்டலுக்கு ஆளாக்கப்பட்டவர்கள் ஆகியோருக்கு உதவுதல்.

9) தேசிய அளவிலான ஊழலை நிர்மூலமாக்குவதற்குத் தேவையான ஒழுங்குமுறை மற்றும் சிறந்த திட்ட முயற்சிகளை மேற்கொள்ளுதல்.

10) இந்தியாவைச் செழிப்பான வளர்ச்சி மிகுந்த தேசமாக மாற்றுவதற்குக் கை கொடுத்தல்.

11) படித்த வேலையில்லாத இளைஞர்களுக்கு, அரசு அல்லது அரசு சாரா சுய வேலைவாய்ப்பு அல்லது வேலைவாய்ப்பை ஏற்படுத்திக் கொடுப்பதற்கான அனைத்து வசதிகளையும் உதவிகளையும் பெற்று தருதல்.

12) ஒத்த சிந்தனையுள்ள தேசிய மற்றும் சர்வதேச நிறுவனங்களுக்கு மத்தியில் பரஸ்பர ஒருங்கிணைப்பை ஏற்படுத்துதல்.

13) மேல் குறிப்பிட்ட நோக்கங்களை நிறைவேற்றச் சிறு அல்லது பெரிய நிறுவனங்களைத் தேவைப்படும் வேளைகளில் தோற்றுவிப்பது மூலம் மேல் குறிப்பிட்ட நோக்கங்களுக்கான, இலக்கியங்களுக்கான அச்சு மற்றும் பதிப்பக நிறுவனத்தைத் துவக்குதல் மற்றும் மேல் குறிப்பிட்ட அனைத்து நோக்கங்களை நிறைவேற்ற 'ஹிந்து நிதி'யை உருவாக்குதல்.

ஹிந்து யுவ வாகினி அமைப்பின் இந்த நோக்கங்களையும் அதன் அமைப்பையும் சீர்தூக்கிப் பார்க்கிறபோது யோகி ஆதித்யநாத்தின் ஆழமான அரசியல் அறிவுக்கூர்மையும், தொலைநோக்குப் பார்வையும் தெளிவாக நம் காட்சிக்குக் கிடைக்கின்றன. ஹிந்து யுவ வாகினி

அமைப்பின் சாசனத்தில், ஏராளமான தத்துவங்கள், ஆர்.எஸ்.எஸ்-சின் நோக்கமான பண்டைய ஹிந்து கலாசாரத்தை அடிப்படையாகக் கொண்ட தேசம், பசுக்கள் மீதான அர்ப்பணிப்பு போன்ற சிந்தனைகள் இடம்பெற்றுள்ளன. அன்பு, சமத்துவம் குறித்த சமூகப் பார்வை, விளிம்பு நிலை மனிதருக்கு உதவுவது குறித்த சிந்தனைகள் இடம்பெற்றுள்ளன. தீன்தயாள் உபாத்யாவின் அந்தோதயா கருத்துருவாக்கத்தை அடியொற்றி இருத்தல், பிரதமர் நரேந்திர மோதியின் கருத்துகளின் வழி நின்று இந்தியாவை மேம்படுத்த நவீன சிந்தனைகள் வழங்குதல் மற்றும் வேலை வாய்ப்பை உருவாக்குதல், ஊழலை ஒழிக்கப் புதிய தலைமுறையின் சீர்திருத்தக் கருத்துகள், சிந்தனைகள் எனப் பலவும் உள்ளன. இவை அனைத்தும் நல்ல நிர்வாகத்தை அமைப்பதற்கு ஏதுவாக வடிவமைக்கப்பட்டவை களாகவும் உள்ளன. நிதிகள், தொலைதொடர்பு வசதி போன்றவை மேல் கூறிய நோக்கங்களை நிறைவேற்ற மிக அழகாக அந்த சாசனத்தில் தொகுக்கப்பட்டுள்ளன.

ஆவணரீதியாக ஹிந்து யுவவாகினியின் அமைப்பும் நோக்கங்களும் பன்முகத்தன்மை கொண்டதாய் இருக்கின்றன. ஊடகத்தில் தொகுக்கப்பட்ட செய்திகளைப் பார்க்கிறபோது, ஹிந்து யுவவாகினி அமைப்பு எதையெல்லாம் செயல்படுத்தியுள்ளது என்ற சாரத்தை நம்மால் உள்வாங்க முடிகிறது. ஹிந்து உரிமைகளைக் காப்பது, அனைத்து சாதியினரும் அமர்ந்து உண்ணும் பெரிய அளவிலான சமபந்தி நிகழ்வுகளை நடத்துதல், மது போன்ற சமூக அவலங்களுக்கு எதிரான பிரசாரங்கள் குறித்த நிகழ்ச்சிகள், பிரசாரங்கள், சட்ட விரோதமான கால்நடை இயக்கங்களுக்கு எதிரான செயல்பாடுகள், தேவை நிறைந்த ஏழ்மையான மக்களுக்கு நிர்வாக அதிகாரிகள் உதவுதல், அரசாங்கத்தின் நலதிட்டங்களைப் பெறுவதற்காக ஆதார் அட்டை மற்றும் வாக்காளர் அடையாள அட்டையைத் தேவையான மக்களுக்குப் பெற்றுத் தர உதவுதல், கடந்த காலத்தின் மத்திய அரசு மற்ற உள்ளூர்த் தலைவர்கள் நிகழ்த்தி வந்த ஊழலுக்கு எதிரான பிரசாரம் ஆகியவற்றை ஊடகங்கள் பரந்த அளவில் பதிவு செய்துள்ளன. இது போன்ற அனைத்துச் செயல்பாடுகளையும் யோகியே முன்னின்று நடத்தியிருக்கிறார்.

தேர்தல் வெற்றிகளை மனதில் கொண்டு இந்திய தேசிய காங்கிரஸ் கட்சி, அப்பட்டமாக இஸ்லாமியர்களை ஆதரிக்கும் போக்கை வெறும் அரசியல் காய் நகர்த்தலுக்காக வடிவமைத்துள்ளனர். உத்தரப் பிரதேசத்தின் சாதி சார்ந்த பிராந்தியக் கட்சிகளுக்கும் இந்த சூத்திரம் மிக வசதியாகப்படவே அதை மிக இறுக்கமாகப் பற்றிக் கொண்டுள்ளனர். ஒரு புறத்தில், முலாயம் சிங் யாதவ் அவருடைய பெயரின் ஆங்கிலச்

சுருக்கமான MY என்பதை முஸ்லீம் + யாதவ் எனச் சொல்லும் அளவில் அந்தக் கூட்டணியில் நிபுணத்துவத்தைப் பெற்றுவிட்டார். மற்றொருபுறம் முதல்வர் நாற்காலியைத் தக்கவைத்துக் கொள்ள மாயாவதி தலித் - இஸ்லாமியர்களை இணைத்துப் பணியாற்றினார்.

இதைப்போன்ற திருப்திப்படுத்தும் முயற்சி நாடெங்கிலும் நடைபெற்றது. மத்தியில் காங்கிரஸ் கட்சியும் மாநில அளவில் சில சிற்றரசர்களும் இதற்குத் தகுந்தாற் போன்ற கதைகளைப் பரப்ப ஊடகங்களைப் பயிற்றுவித்தும் பழக்கப்படுத்தியும் வைத்திருந்தனர். கிழக்கு உத்தரப் பிரதேசத்தின் எழுச்சி நாயகன் மற்றும் மிக வலிமையான நெஞ்சுரம் கொண்ட யோகி ஆதித்யநாத் போன்ற ஒருவர் ஹிந்து யுக வாகினி அமைப்பை ஹிந்து உரிமைகளைக் காக்கவும், சமூக பிரச்னைகளைத் தீர்க்கவும் செயல்படத் துவங்கியபோது அதைப் பல புகழ்பெற்ற ஊடகங்களினாலும், இடது-முற்போக்கு கூட்டத்தாலும் ஜீரணிக்க முடியவில்லை.

அதனைத் தொடர்ந்து ஹிந்து யுவ வாகினி அமைப்பு குறித்துப் பல பொய்யான கதைகளை நெய்யத் துவங்கினர், இந்த அமைப்புக்கு இனவாத சாயத்தைப் பூசி, இதைச் சிறுபான்மைக்கு எதிரான அமைப்பு எனப் பறைசாற்றப் பல நச்சு தோய்ந்த சொற்களை அடுக்கி வீசினர். எதிர்பாராவிதமாக நடந்த கோத்ரா சம்பவத்துக்குப் பிறகு மோதியின் மீது ஊடகங்களில் பரப்பட்ட பொய்யுரைகளும் ஒருவகையில் அவருடைய வெற்றிக்குக் காரணமாக இருந்திருக்கின்றன. அது போலவே யோகியின் மீது வீசப்பட்ட போலியான மற்றும் நயவஞ்சகமான ஊடகத் தாக்குதல்கள் அனைத்தும் ஹிந்து யுவ வாகினி மற்றும் யோகியின் வெற்றிக்கு மறைமுகமாக வழிவகுத்தும் இருக்கின்றன.

தீரேந்திர கே. ஜா வால் யோகி மற்றும் ஹிந்து யுவ வாகினி அமைப்பின் அசுர வளர்ச்சியைப் பொறுத்துக்கொள்ள இயலவில்லை. எனவே முழுமையான பாரபட்சம் நிறைந்த நூல் ஒன்றை எழுதி அதற்கு 'யோகி ஆதித்யநாத் மற்றும் ஹிந்து யுவ வாகினி' எனத் தலைப்பிட்டார். ஜா அந்தப் புத்தகத்தில், ' ஹிந்து யுவ வாகினி அமைப்பு உருவான காலந்தொட்டே உறுதியான இனவாத வன்முறையில் சிக்குண்டு கிடக்கிறது; நச்சுப் பிரசாரங்களை மக்கள் மத்தியில் பரப்புகிறது; சிறிய நிகழ்வுகளைக்கூடப் பூதாகரமாக ஊதிப் பெரிய இனவாதப் போராக மாற்றி விடுகிறது; சிறுபான்மை மக்களை ஹிந்துக்களின் எதிரியைப்போல் சித்திரிக்கிறது; ஹிந்து யுவ வாகினி அமைப்பினர் குண்டர்களுக்கு நிகராக நடந்துகொள்கிறார்கள். அவர்களின் தலைவரைத் தவிர வேறு எவருக்கும் அடிபணிவதேயில்லை. இவர்கள் யோகி ஆதித்யநாத்தை 'கவ் ரக்ஷக் பீதாதீஸ்வர் பரம்பூஜ்ய யோகி

ஆதித்யநாத் ஜி மஹராஜ்' என்றே அழைக்கின்றனர். தங்களை மற்றவர்களிடமிருந்து வித்தியாசப்படுத்திக் காட்டிக்கொள்ளக் கழுத்தைச் சுற்றிச் சிறிய காவித்துண்டை அணிந்து கொள்கின்றனர். அவர்களின் வலைதளத்தில் தங்களைப்பற்றிக் குறிப்பிடுகையில் 'ஹிந்துத்துவத்துக்கும் தேசத்துக்கும் அர்ப்பணிக்கப்பட்ட உக்கிரமான கலாசார, சமூக நிறுவனம்' என விளக்கமளித்துள்ளனர்.

நம்முடைய புரிதலைப் பொறுத்தவரை, ஜா நிறுவனத்தின் நோக்கம் குறித்தோ, சாசனம் குறித்தோ அல்லது சட்டப்பூர்வமான அமைப்பு குறித்தோ அக்கறை கொண்டதாகத் தெரியவில்லை. அவருடைய ஆய்வின் பெரும் பகுதி பரபரப்பை விரும்பும் பத்திரிகை மனநிலையை மட்டுமே அடித்தளமாகக் கொண்டுள்ளது. காவி நிறத்துக்கும் ஹிந்து தத்துவங்களுக்கும் எதிரான அவரின் தனிப்பட்ட வெறுப்புணர்ச்சி அப்பட்டமாக வெளிப்பட்டிருக்கிறது.

யோகி ஆதித்யநாத் உத்தரப் பிரதேசத்தின் முதல்வராகப் பதவியேற்றதால் அமைதியிழந்த இந்தியன் எக்ஸ்பிரஸ் பத்திரிகை சமீபத்தில் வெளியிட்ட செய்தியில், 'ஹிந்து யுவ வாகினி துவங்கப்பட்டதிலிருந்தே கோரக்பூரிலும் அதைச் சுற்றியுள்ள இடங்களிலும் மதவாதக் கலவரங்கள் அதிகரித்துவிட்டது. இந்நிறுவனத்தின் செயல்பாடுகளைக் கண்டு உள்ளூர் நிர்வாகம் மௌனமாக இருப்பதுதான் இதில் குறிப்பிடத்தக்க விஷயமே' என்று செய்தி வெளியிட்டது.

ஒருதலைப்பட்சமான செய்திகளை வெளியிடும் உற்சாகத்தில் இந்தியன் எக்ஸ்பிரஸ் பத்திரிகையின் ஆசிரியர் குழு, நிஜத்தில் யோகியின் எழுச்சிக்குப்பின் கோரக்பூரிலும் கிழக்கு உத்தரப் பிரதேசத்திலும் மதவாதக் கலவரங்கள் குறைந்திருக்கும் உண்மையை உணரத் தவறிவிட்டது. மேலும், ஹிந்து யுவ வாகினியின் செயல்பாடுகளைக் கண்டு உள்ளூர் நிர்வாகம் மௌனமாக இருந்ததாகக் குறிப்பிட்டிருப்பது இந்தியன் எக்ஸ்பிரஸ் குழுவின் அரசியல் அறிவு மீது ஆழ்ந்த சந்தேகத்தை எழுப்புகிறது. காரணம் யோகியும், ஹிந்து யுவ வாகினி அமைப்பும் பகுஜன்சமாஜ் மற்றும் சமாஜ்வாதி கட்சிகள் உத்தரப் பிரதேசத்தை ஆண்ட போதும், மத்தியில் ஐக்கிய முற்போக்குக் கூட்டணி ஆட்சி நிகழ்ந்தபோதும்தான் செழிப்பாகத் தழைத்தோங்கின.

யோகியும் ஹிந்து யுவ வாகினி அமைப்பும் முற்றிலுமாகத் தேசியவாதத்தை அடிப்படையாகக்கொண்டு, ஆர்.எஸ்.எஸ் மற்றும் பா.ஜ.க-வை முழுமையாக அடியொற்றி வந்தமையால் உலகெங்கிலும் இருந்த இடது முற்போக்குவாதிகள் மிக அசௌகரியமாக உணர்ந்தனர். அவர்கள் அனைவரும் ஒருசேர

முனைந்து, ஆர்.எஸ்.எஸ்/பா.ஜ.கவுக்கும் ஹிந்து யுவவாகினிக்கும் இடையே பிளவு இருப்பதாகப் பல கற்பனை கதைகளைப் புனைந்து எழுதினர். அரசியல் அறிவியலின் விஞ்ஞானி கிறிஸ்தோஃப் ஜாஃப்ரிலா ஹிந்து யுவ வாகினியின் கடுமையான ஹிந்துத்துவத்துக்கும், பா.ஜ.க-வின் அரசியல் செயல்பாடுகளுக்கும் இடையில் பெருமளவிலான வித்தியாசம் இருப்பதாகத் தன்னுடைய சொந்தக் கருத்தை வலிந்து திணித்துக் கூறியிருந்தார். ஹிந்து யுவ வாகினியின் அரசியல் சித்தாந்தத்தின் வேரை ஆதித்யநாத்தின் முன்னோடியான கோரக்பூரிலிருக்கும் கோரக்நாத் கோவிலின் மஹந்தாக இருந்த திக்விஜய்நாத்திடம் காணலாம் என்கிறார் ஜாஃப்ரிலா.

திரேந்திர கே.ஜா தன் புத்தகத்தில் 'ஆதித்யநாத் தேர்தலுக்குச் செல்கிற போதெல்லாம் பா.ஜ.க-வின் சின்னத்தைப் பயன்படுத்துகிறார். ஆனால், ஹிந்து யுவ வாகினி என்ற அமைப்பின் மூலம் தன் உத்தரப் பிரதேசத்தின் கிழக்குப் பகுதியில் இருக்கும் அவரின் ராஜ்ஜியத்தில் அவரின் மேலாதிக்கத்தைத் தக்கவைத்துக்கொள்ளவும் செய்கிறார். ஆர்.எஸ்.எஸ் மற்றும் அதன் இதர அமைப்புகளிலிருந்து சுயாதீனமாகவே செயல்படுகிறார்' என்று குறிப்பிட்டிருக்கிறார்.

திரேந்திர.கே.ஜா இதற்கும் ஒரு படி மேலே சென்று, scroll.in என்ற வலைதளத்தில் சமீபத்தில் எழுதிய கட்டுரையில், ஓர் சதிக்கோட்பாட்டை நெய்துள்ளார். அதாவது, ஆர்.எஸ்.எஸ் ஆதித்யநாத்திடம் ஹிந்து யுவ வாகினி அமைப்பைக் கலைத்துவிடுமாறு கூறியதாகக் குறிப்பிட்டுள்ளார். இந்தக் கதைக்கான தரவுகள் முழுவதும் சில கற்பனை கதாபாத்திரங்களின் அடிப்படையிலேயே முன்வைக்கப்பட்டுள்ளன. இந்தக் கட்டுரையில் அவர், 'பா.ஜ.கவுக்குள் இருக்கும் சிலர்', இந்த மாதம் துவக்கத்தில் நடந்த பா.ஜ.க-வின் மாநில நிர்வாகக் கூட்டத்தில் உத்தரப் பிரதேச மாநிலத்தின் துணை முதல்வரான கேஷவ் பிரசாத் மவுரியாவும், மாநிலத்தின் பா.ஜ.க தலைவரும், 'வெளியாட்களான' சிலர் அரசாங்கத்தில் கட்சியினரை விடவும் அதிகம் முன்னுரிமை பெறுகிறார்கள் என்று சொல்லி மறைமுகமாக ஹிந்து யுவ வாகினியை வெளியேற்றத் துடித்ததாகப் பதிவு செய்துள்ளார்.

மேலும் மவுரியாவின் இந்த எதிர்பாரா வெளிப்பாடானது கூட்டத்தின் இறுதி நாளில், ஆதித்யநாத் மற்றும் அமித் ஷாவின் முன்னிலையில் நிகழ்ந்ததாகவும், இதற்கான ஒப்புதலை மாநில ஆர்.எஸ்.எஸ் வழங்கியிருப்பதாகவும் நம்பப்படுகிறது என அக்கட்டுரையில் குறிப்பிட்டுள்ளார். கட்சியின் மாநில நிர்வாகக் குழுவில் இருந்த உறுப்பினர் ஒருவர் அவரிடம் கூறியதிலிருந்து, மவுரியா ஹிந்து யுவ வாகினி என்ற பெயரை நேரடியாகக் குறிப்பிடவில்லை என்றபோதும்

அவர் 'வெளியாள்' எனச் சொன்னது அந்த அமைப்பைத்தான் என்பது தெள்ளத் தெளிவாக இருந்தது எனக் குறிப்பிட்டுள்ளார்.

ஆனால் இது குறித்த நம்முடைய ஆய்வில் இந்தக் கருத்துகளுக்கான எந்தவொரு அடிப்படை ஆதாரங்களும் கிடைக்கவில்லை.

ஹிந்து யுவ வாகினி அமைப்பு புதிய உறுப்பினர்களைச் சேர்த்துக் கொள்ளக் காலவரையற்ற இடைக்காலத் தடை விதித்திருப்பதாக திரேந்திர.கே.ஜா தெரிவித்திருந்தார். நாம் இது குறித்து ஹிந்து யுவவாகினியின் பொது செயலாளர் பிகே மால் அவர்களிடம் கேட்டோம். அவர் 'முன்பெல்லாம் ஒரு மாதத்துக்கு 500 முதல் 1000 வரை தான் ஹிந்து யுவ வாகினியில் உறுப்பினராக இணைவதற்காகத் தொடர்பு கொள்வார்கள். ஆனால் மார்ச் 19 அன்று மஹந்த் ஜி முதல்வராகப் பதவியேற்றதற்குப் பின் தொலைபேசி முதற்கொண்டு அனைத்து வழிகளிலிருந்தும் ஒரு நாளில் 5000-க்கும் அதிகமான உறுப்பினர் கோரிக்கைகளைப் பெறுகிறோம்.

முந்தைய அதிகார மையமாக இருந்த சமாஜ்வாதி அரசு இங்கு பல குற்றவியல் அம்சங்களை நிலைநாட்டியிருக்கிறது. இது மாநிலத்தில் பல கலவரங்கள் நடப்பதற்கும் காரணமாக அமைந்துள்ளது. மேலும் அதன் தாக்கத்தின் காரணமாக இப்போதும் சில வன்முறை அம்சங்கள் ஆங்காங்கே தலைவிரிக்கின்றன. அதன் விளைவுகளுக்குக் காரணமாக யுவ வாகினி அமைப்பினர் தவறாக அடையாளம் காட்டப் படுகிறார்கள். அல்லது தவறான நோக்கத்துடன் சில விஷமிகள் புதிய உறுப்பினர்களாக இணைவது போன்ற செயல்களும் நடை பெறுகின்றன. எனவே அமைப்புக்குள் புதிய உறுப்பினர்களை அமர்த்தும் போது நாங்கள் அதீதக் கவனத்துடன் இருப்பது அவசிய மாகிறது. அதன் பொருட்டே தற்காலிகமாக உறுப்பினர் பதிவினை நிறுத்தி வைத்துள்ளோம் எனத் தெரிவித்தார் மால்.

ஹிந்து யுவ வாகினி உறுப்பினர்கள் எவரேனும் சட்டத்துக்குப் புறம்பான நடவடிக்கையில் ஈடுபடுவது தெரியவந்தால் அவர்கள் மிகக் கடுமையாக தண்டிக்கப்படுவார்கள்; தற்சமயம் உறுப்பினர்களாக இருப்பவர்கள், அரசின் நலத் திட்டங்களை மக்களிடம் கொண்டு சேர்ப்பதற்கும், அரசுடன் இசைந்து பணியாற்றுவதற்கும் சகயோகியாக (உடந்தையாளராக) இருக்கவேண்டும் எனவும் தெரிவித்தார்.

லவ் ஜிகாத்

இஸ்லாமிய ஆண்களைத் தொந்தரவுக்கு உள்ளாக்கவும், சிறுபான்மையினருக்கு எதிரான போக்கைக் கடைப்பிடிக்கவும் 'லவ் ஜிகாத்' என்ற கருத்துருவாக்கத்தைப் பயன்படுத்துவதாக யோகி

ஆதித்யநாத் மீதும் அவரின் கலாசார அமைப்பான ஹிந்து யுவ வாகினி மீதும் குற்றம் சுமத்தப்படுகிறது. இந்தக் கருத்துருவாக்கத்தை முழுமையாகப் புரிந்து கொள்ளாமல், சமூகத்தின் அடிப்படை இயக்கவியல் தெரியாமல் பத்திரிகையாளர்கள் சிலர் 'லவ் ஜிகாத்' என்ற ஒரு விஷயமே இல்லை எனச் செய்தியை வெளியிடுகிறார்கள். இது யோகி ஆதித்யநாத் மற்றும் அவரின் ஆதரவாளர்களால் புனையப்பட்ட ஓர் கற்பனைக் கதை என்றும் குறிப்பிடுகின்றனர்.

இந்தியன் எக்ஸ்பிரஸ் வெளியிட்ட செய்தியில், 'லவ் ஜிகாத் என்ற பெயரில் ஹிந்து யுவ வாகினி அமைப்பு பெண்களை நிலை குலையச்செய்யும் தொந்தரவுகளிலிருந்து காப்பதாகக் காட்டிக் கொள்கிறது.ஆனால், நிதர்சனத்தில் இஸ்லாமிய சமூகத்தை இலக்காக வைத்து இவ்வமைப்பு ஹிந்து பெண்களுடன் தொடர்பிலிருக்கும் இஸ்லாமிய ஆண்களின் மீது தீவிரமான கண்காணிப்பை நிகழ்த்துகிறது' என்று குறிப்பிட்டுள்ளது.

இது குறித்த என் கருத்தை என் வாசகர்களுக்குத் தெரிவிக்கும் முன்பாக, ஆழமான ஆய்வினை இத்தலைப்பின் கீழ் மேற்கொண்டேன். Front Page பத்திரிகையின் ஸ்டீபன் ப்ரவுன் 2009-ல் எழுதியிருக்கும் புகழ்பெற்ற கட்டுரையில் வெளிப்படையான மதப்போரான 'ஜிகாத்', மேற்கு சமூகங்களுக்கு சவால் விடும் வன்முறையற்ற 'தந்திரமான ஜிகாத்' என்ற வரிசையில் முரண் வாக்கியமாகக் காதல் போர் அதாவது'லவ் ஜிகாத்'தையும் சேர்த்து கொள்ளலாம். சமீபத்தில் புலர்ந்திருக்கும் இந்த இஸ்லாமிய அதிரடிக்கு 'காதல்' என்ற விஷயத்தில் செய்ய ஏதுமில்லை. இந்த லவ் ஜிகாத்தின் செயல்முறை என்பது, உணர்வுகளற்ற யுக்தியை அடிப்படையாகக் கொண்டது. பலவீனமான பெண்களையும் இளம் பெண்களையும் ஏமாற்றி, காதல் எனப் பாசாங்கு காட்டி, திருமணம் என்ற போலியான வாக்குறுதிகளை வழங்கி அவர்களை இஸ்லாமியத்துக்கு மதமாற்றம் செய்வதே இதன் நோக்கம். திருமணம் என்ற பேரானந்தத்தில் மிதப்பதற்குப் பதிலாக இந்தப் பெண்கள் அறியாமையினால் இஸ்லாமிய அடிப்படைவாத அமைப்புகளின் சதிவலையில் சிக்கிக்கொள்கிறார்கள்.

இந்தியா டிவியின் ரஜத் சர்மா, புகழ்பெற்ற தொலைகாட்சி நிகழ்ச்சியான 'ஆப் கி அதால்த்' ல் (உங்கள் நீதிமன்றம்) லவ் ஜிகாத் குறித்து யோகி ஆதித்யநாத்திடம் கேட்டார். அதற்குப் பதிலளித்த யோகி 'சிபிஐ(மா) கட்சியைச் சேர்ந்த கேரளாவின் முன்னாள் முதல்வர் ஸ்ரீ வி.எஸ்.அச்சுதானந்தன் தான் லவ் ஜிகாத்தால் நடைபெறும் கொடூரங்களை முதன்முதலில் வெளிப்படுத்தியவர். ஜூலை 2010-ல் 'லவ் ஜிகாத் என்ற வார்த்தையை விளக்கிய கேரளாவின் முதல்வரான அச்சுதானந்தன், இஸ்லாமியர் அல்லாத பெண்களின் மத மாற்றத்

திருமணத்தைக் குறிப்பிட்டு இது கேரள மாநிலத்தைப் பெரும்பான்மையான இஸ்லாமியர்கள் நிறைந்த மாநிலமாக மாற்றுவதற்கான முயற்சியின் ஒரு பகுதியெனச் சுட்டிக்காட்டியுள்ளார்.

லவ் ஜிகாத் குறித்த குற்றசாட்டுகள் தேசிய அளவில் விழிப்புணர்வைப் பெற்றது செப்டம்பர் 2009 முதல் தான். லவ் ஜிகாத் என்பது துவக்ககாலத்தில் கேரளா, கர்நாடகாவின் கடலோரப்பகுதியான மங்களூர் ஆகிய இடங்களில் நடைபெறுவதாகக் குற்றம் சாற்றப் பட்டது. கேரளா கத்தோலிக்க பிஷப் கவுன்சிலின் படி, அக்டோபர் 2009 வரை கிட்டத்தட்ட 4500 கேரளப் பெண்கள் குறிவைக்கப்பட்டுள்ளனர். இதில் ஹிந்து ஜாக்ருதி சமிதி என்ற அமைப்பு கர்நாடகாவில் மட்டும் 30,000 பெண்கள் மதமாற்றம் செய்யப்பட்டுள்ளதாகத் தெரிவிக்கிறது. ஸ்ரீநாராயண தர்ம பரிபாலனத்தின் பொதுச் செயலாளர் வேலபல்லி நடேசன் கூறும்போது, நாராயணிய சமூகத்தில் லவ் ஜிகாத் நடைபெறுவதற்கான முயற்சிகள் நடப்பதாக அறிக்கைகள் தெரிவிக்கின்றன எனக் கூறியுள்ளார்.

இதே போன்ற நடவடிக்கைகள் பாகிஸ்தான் மற்றும் இங்கிலாந்தில் தோன்றியிருப்பதாகவும் அறிக்கைகள் தெரிவிக்கின்றன. சன்னி ஹூன்டாக் முற்போக்கு அரசியல் வலைபதிவர், இவரின் கருத்துப்படி '90களில் அடையாளம் தெரியாத துண்டறிக்கையொன்று (ஹிஸ்புத்-தஹ்ரிர் ஐ பின்தொடர்பவர் எனச் சந்தேகிக்கப்படுகிறது) பிரிட்டனில் சீக்கியப் பெண் ஒருவரை மயக்கி இஸ்லாமுக்கு மதமாற்றம் செய்யுமாறு இஸ்லாமிய இளைஞரை உந்தியுள்ளது. 2014-ல் அப்பெண்தான் லவ் ஜிகாத்தால் பாதிக்கப்பட்டவர் என்பதை உத்தரப் பிரதேசத்தைச் சேர்ந்த டேக்வாண்டோ வீரர் தெரிவித்தார்.

காலம்காலமாக அரசியல் மற்றும் சமூக வட்டத்திலிருக்கும் பல தலைவர்கள் லவ் ஜிகாத் குறித்த பிரச்னைகளை எழுப்பி வருகின்றனர். டிசம்பர் 2011-ல் கர்நாடகா சட்டமன்றத்தில் பா.ஜ.க-வின் மல்லிகா பிரசாத் இந்தப் பிரச்னை தொடர்ந்து நடைபெற்றுக் கொண்டிருப்பதாகவும் இது குறித்த நடவடிக்கை எடுக்கப்படாமல் இருப்பதாகவும் தெரிவித்தார். காணமல் போன 84 பெண்களில் 69 பெண்கள் மீட்கப்பட்டபின், இஸ்லாமிய இளைஞர்கள் தங்களை ஏமாற்றித் தங்கள் காதலை வெளிப்படுத்தியதாக ஒப்புக்கொண்டுள்ளனர் எனத் தெரிவித்துள்ளார்.

ஜூன் 25, 2012-ல் உம்மன்சாந்தி, கேரளாவின் முதல்வர் அந்த மாநில சட்டமன்றத்தில் லவ் ஜிகாத் குறித்த எண்ணிக்கைகளைத் தெரிவித்துள்ளார்: '7,713 பேர் 2006 முதல் 2012க்குள் இஸ்லாமுக்கு மாறியுள்ளதாகவும் 492 கிறிஸ்தவ பெண்கள் இஸ்லாத்துக்கு 2009 முதல்

2012-க்குள் மாறியுள்ளதாகவும் சட்டமன்ற அவையில் தெரிவித்துள்ளார். செப்டம்பர் 2014-ல் பா.ஜ.க எம்.பி சாக்ஷி மஹராஜ் தெரிவித்த போது மதரஸாக்களில் இஸ்லாமிய இளைஞர்கள் லவ் ஜிகாத்துக்காக ஊக்குவிக்கப்படுவதாகவும் அதற்கான சன்மானமாக சீக்கிய பெண்ணுடன் தொடர்புகொண்டிருந்தால் ரூபாய் 11 லட்சம் தருவதாகவும், ஹிந்து பெண்ணுடன் உறவு கொண்டிருந்தால் ரூபாய் 10 லட்சம் என்றும், ஜெயின் சமூகப் பெண்ணென்றால் ரூபாய் 7 லட்சம் தருவதாகவும் ஊக்கப்படுத்தப்படுகிறார்களாம்.

யோகி ஆதித்யநாத் ரஜத் சர்மாவுடனான நேர்காணலின் போது, 'இஸ்லாமிய இளைஞர்கள் போலியான பெயர்களுடன் ஹிந்து பெண்களை ஏமாற்றுகிறார்கள். இது போன்ற லவ் ஜிகாத்களுக்கு அவர்களுக்கு சன்மானங்களும் வழங்கப்படுகின்றன' எனத் தெரிவித்துள்ளார்.

நீதிமன்றமும் லவ் ஜிகாத் என்ற நிகழ்வு நடப்பதை ஒத்துக்கொண்டு பல்வேறு கருத்துகளைப் பல்வேறுவிதமான வழக்குக்கு எதிராக வழங்கியுள்ளது. டிசம்பர் 9, 2009-ல் கேரளா உயர் நீதிமன்றத்தின் நீதிபதி கே.டி.சங்கரன், இரண்டு பெண்களைப் பலவந்தமாக மத மாற்றத்துக்குக் கட்டாயப்படுத்தியதற்காகக் கைது செய்யப்பட்ட இஸ்லாமிய இளைஞரின் ஜாமின் மீதான மனுவை விசாரித்தார். அப்போது லவ் ஜிகாத் என்ற விவாகரத்தில் தெளிவான ஓர் கோணத்தை முன்வைத்தார். 'மத மாற்றத்திற்காகச் செய்யப்படும் திருமண முயற்சிக்குச் சில அமைப்புகளின் ஆதரவு இருப்பதாகக் காவல்துறை அறிக்கையில் தெரியவந்துள்ளது; கடந்த நான்காண்டு காலங்களில் மட்டும் 3000 முதல் 4000 வரையிலான மதமாற்ற நிகழ்வுகள் காதல் விவகாரங்களின் பின்னணியுடன் நடைபெற்றிருக்கிறது' என்றும் அவர் தெரிவித்துள்ளார். மேலும் காதல் என்ற போர்வையில் பலவந்தமாக மதமாற்றம் செய்யப்பட்டதற்கான அறிகுறிகள் தென்படுவதாகவும், இது போன்ற ஏமாற்று செயல்களில் இருந்து பாதுகாப்புப் பெறச் சட்டத்தின் குறுக்கீடு அவசியம் என அறிவுறுத்துவதாகவும் தெரிவித்துள்ளார்.

2017-ல், தேசிய அளவிலான துப்பாக்கி சுடும் வீரர் தாரா சாஹ்தியோ பதிவு செய்த லவ் ஜிகாத் வழக்கொன்றில் சிபிஐ குற்ற அறிக்கையைத் தாக்கல் செய்துள்ளது. இந்த வழக்கு ரஞ்ஜித் சிங் கோஹ்லி என்பவருக்கு எதிராகப் பதியப்பட்டுள்ளது. தன்னை இவர் மதம் மாறித் திருமணம் செய்துகொள்ளுமாறு வற்புறுத்தியதாக தாரா குற்றம் சாட்டியுள்ளார். குற்றவியல் சதி, பாலியல் தாக்குதல், வீட்டு வன்முறை, மற்றும் மோசடியான திருமணத்துக்கு ஏற்பாடு செய்தது போன்ற

பிரிவுகளின் கீழ் ராஞ்சி நீதிமன்றத்தில் கோஹ்லிக்கு எதிரான குற்றப்பத்திரிகை தாக்கல் செய்யப்பட்டது. திருமணத்துக்குப் பின்னே கோஹ்லியின் நிஜபெயர் ரக்கிபுல் ஹாசன் கான் என்பதை தாரா கண்டறிந்துள்ளார். கணவரின் மதத்தை ஏற்றுக்கொள்ள வேண்டும் எனத் தன்னை ஒரு மாத காலம் அவர் சித்ரவதை செய்ததாக தாரா சொன்னதை நியுஸ் 18 தொலைகாட்சியின் சுபாஜித் சென்குப்தா பதிவு செய்துள்ளார்.

யோகி ஆதித்யநாத் அவர் பகுதியில் நடைபெறும் லவ் ஜிகாத்துக்கு எதிரான பிரச்னைகளை எழுப்பினார்; அதற்கு எதிராகக் கடுமையாகப் போராடினார். இந்த உண்மைகள் எவற்றையும் அறியாமலேயே பல புகழ்பெற்ற ஊடகங்கள் லவ் ஜிகாத் குறித்த பிரச்னைகளை முழுமையாகப் புறந்தள்ளுவதிலேயே மிக மும்முரமாக இருக்கின்றன.

2005 –இல் நடைபெற்ற பிரமாண்ட தாய் மதம் திரும்புதல் நிகழ்வு

அக்டோபர் 2005-ல் ஆதித்யநாத் தலைமையில் 'சுத்திகரிப்பு இயக்கம்' ஒன்று உத்தரப் பிரதேசத்தின் இத்தாவா மாவட்டத்தில் நடைபெற்றது. அங்கே 1800 கிறிஸ்தவர்கள் ஹிந்து மதத்துக்குத் திரும்ப வந்தனர். அதற்கு ஒரு வருடம் முன்னதாக, அதே மாவட்டத்தைச் சேர்ந்த 5000 தலித் கிறிஸ்தவர்களை அவர் தாய் மதம் திரும்பச் செய்தார்.

இதைக் குறித்து ரஜத் சர்மா இந்தியா டிவியின் ஆப்கி அதாலத் நிகழ்ச்சியில், பிரம்மாண்ட மதமாற்றம் சம்பவம் குறித்து யோகி ஆதித்யநாத்திடம் கேட்டபோது, யோகி அந்தக் குற்றசாட்டை மிகுந்த பெருமையோடு ஒப்புக்கொண்டு சொன்னார்: 'இவர்களெல்லாம் அச்சமூட்டப்பட்டு, ஆசை காட்டப்பட்டு, கட்டாயப்படுத்தப்பட்டு ஹிந்து மதத்திலிருந்து வெளியேற்றப்பட்டவர்கள். இவர்கள் மீண்டும் அவர்களின் தாய் வீட்டுக்கே (கர் வாப்ஸி), அவர்களின் ஆரம்ப நம்பிக்கைக்கே திரும்பியுள்ளனர்.

இந்திய அரசியலமைப்பின் பிரிவு 25 இந்தியாவில் மதத்தைப் பின்பற்றுவதற்கான சுதந்திரத்தை உறுதிப்படுத்துகிறது. மத சுதந்திரம் என்ற போர்வையில் மதபோதக குழுக்கள் பிரமாண்ட மதமாற்ற இயக்கங்களைச் செயல்படுத்துகின்றன. குறிப்பாக ஏழ்மை நிறைந்த பகுதிகளில் அச்சுறுத்தல்களின் மூலமும் ஆசைகாட்டுவதன் மூலம் இதைச் செய்கிறார்கள். ஏராளமான இந்திய மாநிலங்கள் கிறிஸ்தவ மதத்துக்கு மக்கள் மாறுவதைத் தடுக்கத் துவக்கத்தில் மத சுதந்திர மசோதாவை இயற்றியது. குறிப்பாக இது போன்ற ஒரு சட்டத்தை இயற்றிய முதல் மாநிலமாக ஒடிசா திகழ்கிறது. 'ஒரிசா மதச் சுதந்திர சட்டம் 1967' என்ற சட்டத்தை முதன்முதலில் இயற்றியது ஒடிசா.

அதனைப் பின் தொடர்ந்து மத்திய பிரதேசம் 1968-லும் மற்றும் அருணாச்சல பிரதேசம் 1978- லும் இயற்றின.

கிறிஸ்தவ மதம் குறித்த பிரசாரத்தை நிகழ்த்துவது எங்கள் மதத்தின் முக்கிய பகுதி எனக் கூறி கத்தோலிக்கர்கள் இதற்கு எதிரான ஆர்ப்பாட்டங்களை நடத்தினர். ஒடிசா மற்றும் மத்திய பிரதேச உயர்நீதிமன்றத்தால் இயற்றப்பட்ட இரண்டு சட்டங்களுக்கும் எதிராக, அரசியலமைப்பின் பிரிவு 25 ஐக் குறிப்பிட்டு சவால் விடுத்தனர். உச்ச நீதிமன்றம் மாநிலத்தை ஆதரித்து 'ஒருவருக்கு என்ன சுதந்திரம் இருக்கிறதோ அதே சுதந்திரம் மற்றவருக்கும் சம அளவில் உண்டு, எனவே, ஒருவரின் சொந்த மதத்துக்கு எந்தவொரு மனிதரையும் மாற்றுவதற்கான அடிப்படை உரிமை எல்லாருக்கும் உண்டு' எனத் தெரிவித்தது.

அதன் பின் பல மாநிலங்கள் மதமாற்றத்துக்கு எதிரான சட்டத்தை ஏற்றுக்கொண்டன. கட்டாயப்படுத்தி மதமாற்றம் செய்வது பணத்தாசை காட்டி மதமாற்றத்துக்கு உந்துவது போன்றவற்றை அச்சட்டம் தடுக்கும். சட்டீஸ்கர் மாநிலம் 2000- லும், குஜராத் மாநிலம் 2003- லும் இந்த மதமாற்றத்துக்கு எதிரான சட்டத்தை இயற்றின. ஜூலை 2006-ல் மத்திய பிரதேச அரசாங்கம் ஓர் சட்டத்தை இயற்றியது. அதாவது வேற்று மதத்துக்கு மாற விரும்பும் மக்கள் ஒரு மாதம் முன்னதாகவே ஓர் அறிவிப்பை அரசாங்கத்துக்கு வழங்க வேண்டும். இல்லாவிடின் அபராதத்தைச் செலுத்த வேண்டும் எனத் தெரிவிக்கப்பட்டது.

ஆகஸ்ட் 2006-ல், சட்டீஸ்கர் மாநிலம் அதனுடைய சட்டமன்றத்தில் இதைப் போலவே ஓர் சட்டத்தை இயற்றியது. அதாவது யாரொருவர் மதமாற விரும்புகிறார்களோ அவர்கள் 30 நாள் முன்பாகவே ஓர் அறிவிப்பைக் கொடுத்து முறையாக மாவட்ட மாஜிஸ்ட்ரேட்டிடம் இருந்து அனுமதி வாங்க வேண்டும். காங்கிரஸ் ஆட்சியில், சட்டவிரோத மதமாற்றத்துக்குத் தடை விதிக்கும் சட்டத்தை இயற்றிய முதல் மாநிலம் இமாச்சல பிரதேசம். இம்மாநிலம் பிப்ரவரி 2007-ல் இச்சட்டத்தை இயற்றியது. ராஜஸ்தான் 2008-ல் இச்சட்டத்தை இயற்றியது.

கட்டாய மத மாற்றங்களுக்கு எதிரான அறப்போராளியாக நன்கு அறியப்படும் யோகி ஆதித்யநாத்தை உத்தரப் பிரதேச விவகாரங்களின் தலைமை பொறுப்பில் இருக்கும் போது, இது போன்ற மதமாற்றத்துக்கு எதிரான ஓர் சட்டத்தை விரைவில் உத்தரப் பிரதேசத்தில் நாம் எதிர்பார்க்கலாம்.

2007, யோகி ஆதித்யநாத் கைது

ஜனவரி 2007-ல், கோரக்பூரில் நடைபெற்ற மொகரம் ஊர்வலத்தில் சில இஸ்லாமிய குழுக்களின் நடவடிக்கை கட்டுக்கடங்காமல் சென்றது. சில ஹிந்து பெண்களை அவர்கள் கேலி செய்தனர். அப்போது ஓர் ஹிந்து இளைஞன் ராஜ் குமார் அக்ரஹாரி அதை எதிர்த்து நின்றார். அதன் விளைவாய் இஸ்லாமியர் ஒருவரால் மிகக் கொடூரமாகத் தாக்கப்பட்டு மருத்துவமனையில் அனுமதிக்கப்பட்டார் ராஜ் குமார். முலாயம் சிங் அரசின் அழுத்தம் காரணமாக மாவட்ட நிர்வாகம் குற்றவாளிகள் மீது எந்தவொரு நடவடிக்கையும் எடுக்கவில்லை. அதற்குப் பதிலாக மாவட்ட மாஜிஸ்ட்ரேட், யோகி ஆதித்யநாத் அவர்களை சம்பவம் நடைபெற்ற இடத்துக்கு வர வேண்டாம் எனவும், அது தேவையில்லாத பிரச்னைகளுக்கு வித்திடும் எனவும் அறிவுறுத்தியுள்ளார்.

இதைத் துவக்கத்தில் ஏற்றுக் கொண்ட ஆதித்யநாத், மருத்துவமனையில் அனுமதிக்கப்பட்ட அக்ரஹாரி இறந்த பின் யோகியால் தன்னைத் தானே கட்டுப்படுத்திக் கொள்ள முடியவில்லை. அவர் மாஜிஸ்ட்ரேட்டின் வார்த்தைகளையும் மீறி சம்பவ இடத்துக்குப் பயணம் செய்தார். அங்கே வன்முறையற்ற முறையில் தர்ணா போராட்டத்தில் அவரின் ஆதரவாளர்களுடன் ஈடுபட்டார். இதன் மூலம் முலாயம் சிங் அரசின் கீழ் இஸ்லாமியர்களைத் திருப்திப்படுத்த முனையும் காவலர்கள் இருப்பதையும், உள்ளூர் நிர்வாகம் போதிய நடவடிக்கை எடுக்கவில்லை என்பதையும் அமைதியான முறையில் அம்பலப் படுத்திக் கொண்டிருந்தார் யோகி.

யோகி எப்படியும் இந்தப் பிரச்னையை லேசில் விடமாட்டார்; மக்களின் பக்கம் உற்றதுணையாக நிற்பார் என்பதை யூகித்த காவல்துறை அவரை கைது செய்வதற்கான வலையைப் பின்னி, அந்த இடத்தில் ஊரடங்கு உத்தரவைப் பிறப்பித்தது. எதிர்பார்த்ததைப் போலவே ஆதித்யநாத் ஊரடங்கு உத்தரவை உடைத்தெறிந்தார். அதன் தொடர்ச்சியாக 'அமைதியைக் குலைக்கிறார்' என்ற பிரிவின் கீழ் கைது செய்யப்பட்டுக் காவலில் வைக்கப்பட்டார். ஆனால் ராஜ் குமார் அக்ரஹாரியின் கொலைக்கு எதிராக எந்தவொரு உறுதியான நடவடிக்கையும் எடுக்கப்படவில்லை என யோகி ஆதித்யநாத் அவர்களின் நெருங்கிய நண்பரான பிரதீப் ராவ் தெரிவித்தார். இதைவிட வேறு எதையும் நாம், ஜவஹர்லால் நேரு பல்கலைக்கழகத்தின் முன்னாள் மாணவரான மாவட்ட மாஜிஸ்ட்ரேட் ஹரி ஓமிடம் இருந்து எதிர்பார்க்க முடியாது.

மாவட்ட மாஜிஸ்ட்ரேட்டும், தலைமைக் காவலதிகாரியும் கோவில் வளாகத்தில் யோகியை வீட்டுக் காவலில் வைக்க விரும்பினர். ஆனால் யோகி தன்னைச் சிறைக்கு அழைத்துச் செல்லுமாறு அறிவுறுத்தினார். அப்போது அவரை ஏற்றிக்கொண்டு கோரக்பூர் தெருக்களில் காவல் வாகனம் நகர்ந்த போது, மக்கள் காரின் முன்பாகப் படுத்துக் கொண்டனர். ஒவ்வொருவரையாக அகற்றி எறும்பென ஊர்ந்து வந்தது வாகனம். வெறும் இரண்டு கிலோ மீட்டரைக் கடக்க மாவட்ட நிர்வாகத்துக்கு 8 மணி நேரம் பிடித்தது. ஓர் துறவியின் கீர்த்தியை, நன்மதிப்பை, பிரபலத்தன்மையைப் புகழை இந்த உலகம் கண்கூடாகக் கண்டது. இஸ்லாமியர்களைத் திருப்திப்படுத்த படு தீவிரமாக இயங்கி வந்த முலாயம் அரசின் நடவடிக்கைகள் கோரக்பூரின் பெரும் பான்மையான மக்களிடம் பெரும் கொந்தளிப்பை, ஆற்றாமையை ஏற்படுத்தியது, இதனால் அவர்கள் வீதிக்கு வந்து போராடத் துவங்கினர். வெறும் கண்துடைப்பு நடவடிக்கையாக சமாஜ்வாதி அரசு மாவட்ட மாஜிஸ்ட்ரேட் மற்றும் மாவட்டக் காவல் தலைவரை வேறு இடத்துக்குப் பணிமாற்றம் செய்து உத்தரவிட்டது.

நாடாளுமன்றத்தில் அதற்கடுத்ததாக நடைபெற்ற பட்ஜெட் கூட்டத் தொடரில், யோகி முலாயம் அரசின் முகத்திரையை மொத்த தேசத்தின் முன்பும் கிழித்தெறிந்தார். சபாநாயகரைக் குறிப்பிட்டு, மனதில் கனத்துடன், கண்களில் ஈரத்துடனும் தழுதழுத்த குரலில் யோகி சொன்னார்: ‘சபாநாயகர் அவர்களே!! கோரக்பூர் மக்களவைக்கு நான் மூன்றாம் முறையாகத் தேர்வு செய்யப்பட்டிருக்கிறேன். முதல் முறை நான் 25,000 வாக்குகளை அதிகம் பெற்று வெற்றி பெற்றேன். இரண்டாம் முறை 50,000 வாக்குகள் அதிகம் பெற்று வெற்றி பெற்றேன். மூன்றாம் முறை 1.5 லட்சம் வாக்குகளை அதிகமாகப் பெற்று வெற்றி பெற்றேன். ஆனால் அரசியல் காழ்ப்புணர்ச்சியின் காரணமாகக் கடந்த சில காலமாகவே நான் இலக்காக்கப் பட்டுள்ளேன்.

சபாநாயகர் அவர்களே, நான் இங்கு வந்ததே உங்களிடம் ஒன்றைக் கேட்கத்தான். நான் இந்த அவையின் உறுப்பினரா இல்லையா? இந்த அவை எனக்கான பாதுகாப்பை வழங்குமா இல்லையா? எனக் கேட்ட யோகி, மேலும் ‘இந்த அவையால் எனக்குப் பாதுகாப்பு வழங்க முடியாது எனின், நான் இங்கிருந்து திரும்பி விடுவதே சரி. இது எனக்கு எந்த வகையிலும் முக்கியத்துவம் வாய்ந்ததாகத் தெரியவில்லை. நான் சமூகத்துக்காக சன்யாசத்தை மேற்கொண்டவன். என்னுடைய குடும்பத்தைத் துறந்திருக்கிறேன், என்னுடைய பெற்றோரைத் துறந்திருக்கிறேன். ஆனால் இன்று வெறும் அரசியல் காழ்ப்புணர்ச்சி காரணமாக என்னைக் குற்றவாளி என்றழைக்கின்றனர்.

இவையனைத்தும் விஸ்வரூபம் எடுக்கக் காரணம், மாநிலத்தில் நிகழும் ஊழல் குற்றச்சாட்டுக்களை நான் வெளிக்கொணர்ந்தது, இந்திய - நேபாள எல்லையில் ஐஎஸ்ஐ போன்ற அமைப்புகள் நிகழ்த்தும் தேச விரோதச் செயல்களுக்கு எதிராகத் தொடர்ந்து குரலெழுப்பியது மற்றும் இது தொடர்பான கவனத்தை அவையில் தொடர்ந்து ஈர்த்து வந்துள்ளதுதான். மேலும், நிர்வாக ஊழலால் பசியின் கோரப்பிடியில் மக்கள் சிக்கி உயிரிழக்கும் அவலத்தை நான் எழுப்பியதும் அவர்களின் இந்தக் கொந்தளிப்புக்குக் காரணம். சபாநாயகர் அவர்களே, இது தான் என் மீது பல வழக்குகள் தொடரப்படுவதற்கான காரணம்.

கடந்த இருபது வருட காலமாக இதயமற்றவர்களுக்கும் ஊழல் நிறைந்த எதிர்கட்சிகளுக்கும் எதிராக யோகி நிகழ்த்திய கடுமையான யுத்தத்தின் பயன் இன்று பலன் தரத்தொடங்கிவிட்டன. மக்களோடு பணியாற்றுவதில் தோய்ந்த அனுபவமும் நிபுணத்துவமும் பெற்றமையால் இன்று உத்தரப் பிரதேசத்தையே தலைமையேற்று நடத்திச் செல்பவராக இருக்கிறார் யோகி ஆதித்யநாத்.

2008, யோகி ஆதித்யநாத் மீது நிகழ்த்தப்பட்ட அபாயகரமான தாக்குதல்

ஆகஸ்ட் 2007-ல், அஹமதாபாத்தை அசைத்துப் பார்த்த தொடர் குண்டு வெடிப்பு சம்பவத்தில் 57 பேர் கொல்லப்பட்டனர். அதற்கு மூன்று வாரங்கள் கழித்து, இதற்காக, குஜராத்தைச் சேர்ந்த 9 பேர் உட்பட, தடை செய்யப்பட்ட இயக்கமான சிமியைச் சேர்ந்த (Students Islamic Movement of India (SIMI) 10 தீவிரவாதிகளைக் கைது செய்திருப்பதாக குஜராத் காவல்துறை தெரிவித்தது. இந்தக் குற்றச்செயலுக்கு மூலகர்த்தாவாக இருந்து செயல்பட்டவன் எனக் குற்றம் சாட்டப்பட்ட முஃப்தி அப்துல் பஷார் கஸ்மி என்பவனை உத்தரப் பிரதேசத்திலுள்ள சராய் மீர் பகுதியிலிருந்து பிடித்த பின்னரே இந்தக் கைது நடவடிக்கை குறித்த அதிகாரப்பூர்வ அறிவிப்பு வெளியானது.

இந்தக் குற்றச்செயலில் ஈடுபட்ட பஷாரைக் கைது செய்ய உதவும்படி உத்தரப் பிரதேசக் காவல்துறையினரைச் சம்மதிக்க வைக்க குஜராத் காவல்துறை அதிகம் போராட வேண்டியிருந்தது. இரண்டு மாநிலங்களின் மேல்மட்டக் காவல் அதிகாரிகளிடையே பேச்சு வார்த்தை நடந்த பிறகே ங்கைது நடவடிக்கை எடுக்க முடிந்ததாக டைம்ஸ் ஆப் இந்தியா செய்தி வெளியிட்டிருந்தது.

அப்துல் பஷாரின் கைது நடவடிக்கையைத் தொடர்ந்து, அசாம்கர் பகுதியில் சிமி அமைப்புக்குத் தங்கள் ஆதரவையும் ஒத்துழைப்பையும் காட்டும் வண்ணம் உள்ளூர் இஸ்லாமியக் குழு ஒன்று பொதுக்

கூட்டத்துக்கு ஏற்பாடு செய்திருந்தது. தீவிரவாதத்துக்கு இத்தனை வெளிப்படையாக ஆதரவு தெரிவிக்கப்படுவதைப் பார்த்தும் மௌனம் சாதிக்கும் அரசையும், உள்ளூர் நிர்வாகத்தையும் கண்டு கடும் கோபத்தில் ஆழ்ந்தார் யோகி ஆதித்யநாத். சிமி அமைப்பின் மீது முலாயம் சிங்குக்கு இருக்கும் பாசம் நாம் அறிந்தது என்றாலும், 2008-ல் உத்தரப் பிரதேசத்தின் ஆட்சி பீடத்தில் இருந்தது மாயாவதியின் அரசு. இஸ்லாமியர்களைத் திருப்திப்படுத்தும் இவர்களின் போக்கும் ஒன்றும் சளைத்ததல்ல. உள்ளூர் நிர்வாகம் வாயை மூடியிருந்தது. ஆனால், யோகியால் அப்படி இருக்க முடியவில்லை. செப்டம்பர் 7, 2008-ல் யோகியின் தலைமையின் கீழ் பா.ஜ.க மற்றும் ஹிந்து யுவ வாகினி அமைப்பு இணைந்து ஓர் மாபெரும் பேரணியைத் தீவிரவாதத்தை வெளிப்படையாக ஆதரிக்கும் மக்களுக்கு எதிராக அசாம்நகர் ஈஅங மைதானத்தில் ஏற்பாடு செய்திருந்தனர்.

இந்த சம்பவத்தைச் சொல்லும்போது பிரதீப் ராவ் மற்றொன்றையும் நினைவு கூர்ந்தார்: பேரணி நடைபெற்ற இடத்துக்கு யோகி தன்னுடைய வாகன வரிசைகளுடன் பயணித்தார். நீண்டநெடிய சிவப்பு நிற வாகன அணிவரிசையில் அவரின் வாகனம் 11-ஆவதாக இருந்தது. வருகின்ற வழியில் அவர் தாக்கப்படலாம் என்ற துப்பு அவரின் தொண்டர் ஒருவரின் மூலம்கிடைத்தது. அசாம்கரை நோக்கி அவர் பயணித்துக் கொண்டிருந்த போது, வழியிலிருந்த அரசாங்க விருந்தினர் மாளிகையில் சிறிது நேரம் வாகனத்தை நிறுத்தினர். பின்பு வாகன வரிசையில் மூன்றாவதாக இருந்த வாகனத்தில் ஏறிக் கொண்டார். அவருடைய வாகன அணிவரிசை அசாம்கரின் டக்கியா என்ற பகுதியைக் கடந்த போது, வாகன வரிசை மாறியிருப்பதை அறியாத இஸ்லாமிய குழு ஒன்று, யோகி 11 ஆம் வாகனத்தில் இருப்பதாக நினைத்து 10, 11 மற்றும் 12-ஆம் இடத்திலிருந்த வாகனங்களின் மீது கொடூரமான தாக்குதலை நிகழ்த்தின. முதலில் அவர்கள் கம்பு, கல் மற்றும் தீப் பந்தங்களைக் கொண்டு தாக்கினர். பின்பு அவர்கள் துப்பாக்கி குண்டுகளால் தாக்கினர். இந்த வாகனத்திலிருந்த தொண்டர்கள் இதுகுறித்து முன்பே எச்சரிக்கைப் பட்டிருந்தமையால் அவர்கள் மிக விரைவாக அங்கிருந்து தப்பிவிட்டனர்.

யோகியின் வாகனம் இந்தத் தாக்குதலில் இருந்து தப்பிப் பேரணி நடந்த மைதானத்தை வந்தடைந்தது. அந்தக் கூட்டத்தில் யோகி பேசியபோது எந்தவிதப் புலம்பலோ அலட்டலோ இல்லை. அவர் வாகனம் தாக்குதலுக்கு உள்ளானதைக்கூட அவர் குறிப்பிடவே இல்லை. அவருடைய உரையில் தீவிரவாதத்துக்கு உடந்தையாக இருக்கும் எந்தவொரு சக்தியும் ஆதரிக்கப்படக்கூடாது; அவர்கள் கடுமையாகத்

தண்டிக்கப்பட வேண்டும் என்றும், அற்பத்தனமான அரசியல் விளையாட்டுகள் தேசியப் பாதுகாப்பு விஷயத்தில் நிகழக்கூடாது என்றும் சொன்னார். யாரெல்லாம் தீவிரவாதிகளுக்கு ஆதரவாகக் கூட்டம் போடுகிறார்களோ, தீவிரவாதிகளின் கைதுக்கு எதிராக ஆர்ப்பாட்டம் செய்கிறார்களோ அவர்கள் எல்லாம் தேச விரோதிகளின் கையாள்கள்; அவர்கள் அனைவரும் சட்டத்தின் பிடிக்குள் கொண்டுவரப்பட வேண்டும் எனவும் தெரிவித்தார் என ஹிந்துஸ்தான் டைம்ஸ் தெரிவித்துள்ளது.

வாகன வரிசையின் மீது நடத்தப்பட்ட தாக்குதல் குறித்து யோகி பேசாவிட்டாலும், அது பற்றிய செய்தி அன்று மாலையே மிகப் பெரிய அளவில் வெளியானது. இந்த சம்பவம் தொடர்பாக பா.ஜ.க தன்னுடைய கட்சியின் நாடாளுமன்ற உறுப்பினருக்கு ஆதரவு தெரிவித்து இந்தச் செயலைக் கடுமையாகக் கண்டித்து இந்த சம்பவத்துக்கான விசாரணையையும் கோரியது. பா.ஜ.க-வின் மூத்த தலைவர் மற்றும் கட்சியின் பொதுச் செயலாளர் அருண் ஜெட்லி 'அசாம்கரின் யோகி ஆதித்யநாத்தின் கான்வாய் தாக்கப்பட்டிருப்பதை நாங்கள் கடுமையாகக் கண்டிக்கிறோம். அஹமதாபாத் குண்டு வெடிப்பில் ஈடுபட்டதாகக் குற்றம் சாட்டப்பட்ட தீவிரவாதிகள் கைது செய்யப்பட்டதைப் பொறுத்துக்கொள்ள முடியாதவர்கள் அதனால் கோபமுற்று இச்செயலைச் செய்திருப்பதைப் போலவே தெரிகிறது. இந்தக் குற்றத்துக்கான முழுமையான விசாரணையையும் குற்றவாளிகளுக்கு எதிரான கடுமையான தண்டனையையும் கோருகிறோம்' எனத் தெரிவித்தார்.

செப்டம்பர் 12-ஆம் தேதிக்குச் சில தினங்களுக்கு பின், மாயாவதி அரசு, கண்துடைப்பு நடவடிக்கையாக அசாம்கர் டிஐஜி அபிமன்யு திரிபாதி, எஸ்.பி .வி.கே.கார்க் ஆகியோரை இடைக்காலப் பணிநீக்கம் செய்தது என நியுஸ் நேஷன் தெரிவித்துள்ளது. சமீபத்தில் இந்தியா டிவிக்கு வழங்கிய நேர்காணலில் இந்த சம்பவத்தை யோகி குறிப்பிட்டுள்ளார். நடந்த சம்பவத்தை விளக்கிய யோகி இந்தத் தாக்குதல் குறித்த திட்டம் உள்ளூர் நிர்வாகத்துக்கு முன்பே தெரிந்திருந்தும் அது குறித்து எந்த நடவடிக்கையையும் அவர்கள் எடுக்கவில்லையெனக் கருத்துத் தெரிவித்துள்ளார்.

புகழ்பெற்ற ஊடகங்கள், யோகி ஆதித்யநாத் தற்போது உத்தரப் பிரதேசத்தின் முதல்வராகப் பதவியேற்றபின் அவருடைய உரைகளை முழு நீளத்துக்குப் பதிவு செய்கின்றன. அவர் எப்போது நாடாளுமன்றத்தில் அழுதார், எப்போது ஹிந்து யுவ வாகினி அமைப்பைத் துவங்கினார், முலாயம் அரசால் எதற்காகக் கைது

செய்யப்பட்டார், ஏன்... அவரின் சவர அட்டவணையைக்கூட அவர்கள் பதிவு செய்துகொண்டிருக்கிறார்கள். ஆனால் இந்த ஊடகங்களுக்கு, அசாம்கரின் இஸ்லாமிய குழுக்கள் அவர் மீது நிகழ்த்திய அபாயகரமான தாக்குதல்களைக் குறித்துப் பதிவு செய்ய நேரமில்லை. இஸ்லாமியர்களை வரம்பு மீறிச் சென்று திருப்திப்படுத்த வேண்டும் என்ற உணர்வு நீண்ட நெடுங்கால காங்கிரஸ் தலைமையிலான ஆட்சியின் மூலம் இச்சமூகத்தில் மிக ஆழமாக வேரூன்றியிருக்கிறது. அந்தக் கலக்கம் இன்றளவும் தொடர்ந்து கொண்டேயிருக்கிறது.

யோகியின் சர்ச்சைக்குரிய பேச்சும் கருத்துகளும்

யோகி, கொண்ட லட்சியத்திலிருந்து பிறழாமல் திண்மையுடன் நிற்கும் மனிதர். அவருடைய உரைகளில் அவர் கோபமாக இருப்பது போன்ற ஒரு தோற்றம் தென்படும். ஆனால் அவரைக் குறித்து நான் தனிப்பட்ட முறையில் விசாரித்த போது அவருடைய நெருங்கிய உதவியாளர்கள் நம்முடன் பகிர்ந்து கொண்டது வேறு.

யோகி அரசியலில் நுழைந்தபோது காங்கிரஸ் கட்சியும் மற்ற வலிமையான உள்ளூர் கட்சிகளும் அரசியல் என்பதை வெறும் வாக்குக் கணிதமாக மாற்றி வைத்திருக்கின்றனர் என்பதை உணர்ந்தார். இந்தக் கணிதத்தில் வெற்றி பெறுவதற்காக இவர்கள் கண்டறிந்த சூத்திரம் என்பது, உத்தரப் பிரதேசத்திலும் நாட்டின் மற்ற பகுதிகளிலும் உள்ள இஸ்லாமியர்களைத் திருப்திப்படுத்துவது, ஹிந்துக்களை ஜாதிரீதியாகப் பிரித்தே வைப்பது ஆகிய இரண்டும்தான். இந்த இணைப்பை உடைப்பதென உறுதிபூண்டார் யோகி. நெடுங்காலமாக இஸ்லாமியர்களை அப்பட்டமாகத் திருப்திப்படுத்தும் இப்போக்கைக் கண்டு கொந்தளித்திருந்தார் யோகி. அதுவே அவருடைய உரைகளில் வெளிப்படுகிறது என்றனர்.

சூரியநமஸ்காரத்தை எதிர்ப்பவர்கள் இந்தியாவை விட்டு விலகலாம்

மிதமாகப் பேசவேண்டும் என்ற குணம் கொண்டவரல்ல அல்ல யோகி. புகழ்பெற்ற யோக உடற்பயிற்சியான சூரிய நமஸ்காரத்தைச் சில இஸ்லாமியக் குழுக்கள் எதிர்த்ததைக் குறித்து அழுத்தம் திருத்தமாகத் தன் கருத்துகளை யோகி பதிவு செய்தார். சூரிய நமஸ்காரத்தை எதிர்ப்பவர்கள் இந்தியாவை விட்டு வெளியேறலாம்; எவரொருவர் சூரியக் கடவுளிடம்கூடத் தன் மதப்பாகுபாட்டைப் பார்க்கிறாரோ அவர் தன்னைத் தானே கடலில் சென்று மூழ்கடித்துக்கொள்ளட்டும். அல்லது ஓர் இருட்டறையில் எஞ்சிய வாழ்நாளைக் கழிக்கட்டும் எனக் குறிப்பிட்டதாக தி ஹிந்து செய்திவெளியிட்டுள்ளது.

இஸ்லாமியர்கள் ஒரு ஹிந்துப் பெண்ணை எங்களிடமிருந்து பறித்தால், நாங்கள் 100 இஸ்லாமியப் பெண்களை அவர்களிடமிருந்து பறிப்போம்.

ஆகஸ்ட் 2014-இல் தேதியிடப்படாத காணொளி ஒன்று யூடியூபில் வலம் வந்து கொண்டிருந்தது. வெளியான செய்திகளின் படி, யோகி ஆதித்யநாத் அசாம்கரில் நடந்த பொதுக்கூட்டத்தில் கலப்புத் திருமணத்தால் ஏற்படும் மத மாற்றங்களைக் குறித்துப் பேசுகிறபோது 'இஸ்லாமியர்கள் ஒரு ஹிந்துப் பெண்ணை எங்களிடமிருந்து பறித்தால், நாங்கள் 100 இஸ்லாமியப் பெண்களை அவர்களிடமிருந்து பறிப்போம்' என்று சொன்னார். தொடரும் அதே காணொளியில் யோகி 'அவர்கள் ஒரு ஹிந்துவைக் கொன்றால் நாங்கள் 100 இஸ்லாமியர்களைக் கொல்வோம்' எனக் கூறி நிறுத்தியபோது கூடியிருந்த பெருங்கூட்டம் 'கொல்லுங்கள்' என கோஷம் எழுப்பியதாக தி ஹிந்துஸ்தான் டைம்ஸ் பத்திரிகை செய்தி வெளியிட்டுள்ளது.

ரஜத் சர்மாவுடனான இந்தியா டிவி நேர்காணலில், இது குறித்துக் கேள்வி எழுப்பியபோது, யோகி தன்னுடைய தரப்பை விளக்கினார். யோகி (அதாவது சன்யாசிகள்) இரண்டு விதத்திலும் பயிற்றுவிக்கப் பட்டிருக்கிறார் - மாலா (உத்திராட்ச மணிகள்) மற்றும் பாஹ்லா (ஈட்டி). யோகிக்கு இரண்டும் தெரியும் - சாஸ்திரம் மற்றும் சஸ்திரம் (ஆயுதங்கள்). அமைதியாக வாழவேண்டுமெனில் இரண்டையும் பயன்படுத்த வேண்டியுள்ளது என்றார். மேலும் அவர் கூறும் போது, மௌனத்தைப் பலவீனம் என எடுத்துக்கொள்ளக்கூடாது என்றார்.

அப்படியெனில் சட்டத்தை உங்கள் கையில் எடுத்துக் கொள்வீர்களா என்ற கேள்விக்கு, 'அவர்கள்(இஸ்லாமியர்கள்) எங்கள் மக்களை, எங்கள் மகள்களைத் தொடர்ந்து தாக்கிக்கொண்டிருக்கும் வேளையில் உள்ளூர் நிர்வாகம் வாயை மூடி இருக்குமேயானால், எங்கள் சொந்த யுத்தத்தை, நாங்கள் சண்டையிட்டுத்தானே வெல்ல வேண்டும்.

வாய்ப்புக் கிடைக்குமென்றால் அனைத்து மசூதிகளிலும் தேவி கௌரி, விநாயகர் மற்றும் நந்தி சிலைகளை நிறுவுவோம்

மொகலாயர்களும் மற்ற இஸ்லாமிய படையெடுப்பாளர்களும் ஹிந்துக் கோவில்களை, நினைவுச்சின்னங்களை, பல்கலைக்கழகங்களை அழித்திருக்கிறார்கள். மற்றும் வேத இலக்கியங்களைத் தீயிட்டுக் கொளுத்தியிருக்கிறார்கள். இவை பற்றியெல்லாம் விரிவாக ஆவணப்படுத்தப்பட்டுள்ளன. இந்த வரலாறு யோகியின் மனதில் உணர்வுபூர்வமான அதிர்வலைகளை உருவாக்கியிருந்தது. விஸ்வ ஹிந்து பரிஷத்தின் பொன்விழாவைக் கொண்டாடும் விதமாக வாராணசியில் ஏற்பாடு செய்திருந்த 'விராட ஹிந்து சம்மேளனத்தில்'

பேசினார் யோகி. மூலமுதலானதாக இருந்த அசல் காசி விஸ்வநாதர் ஆலயத்தை இடித்த பின் கியான்-வாபி மசூதி முகலாயப் பேரரசர் அவுரங்ஸீப்பால் கட்டப்பட்டதைச் சுட்டிக்காட்டிப் பேசிய யோகி, 'கௌரியையோ, கணேசரையோ மசூதிக்குள் நிறுவியது போன்ற சம்பவம் உலகில் எங்காவது நடந்ததுண்டா? ஒவ்வொரு முறை ஹிந்துக்கள் விஸ்வநாதர் கோவிலினுள் செல்லும் போதும் கியான்-வாபி மசூதி நம்மை எள்ளி நகையாடுகிறது. ஒருவேளை வாய்ப்பு அளிக்கப்படுமேயானால் நாங்கள் தேவி கௌரி, கணேஷர், மறும் நந்தியின் சிலைகளை ஒவ்வொரு மசூதிக்குள்ளும் நிறுவுவோம்' எனக் கூறியதாக டெக்கான் கிரானிக்கல் பத்திரிகையின் அமிதா வர்மா பதிவு செய்துள்ளார்.

மேலும் பேசிய யோகி, 'மதங்களைக் கடந்து அனைவரும் காசிக்கு வரலாம். ஆனால் மெக்காவிலும் மெதினாவிலும் இஸ்லாமியர்கள் மட்டுமே அனுமதிக்கப்படுகிறார்கள். இது ஹிந்துத்துவத்தின் நூற்றாண்டு; இந்தியாவில் மட்டுமல்ல உலகெங்கிலும்' எனத் தெரிவித்தார்.

ஷாருக்கான் ஹபீஸ் சயீத்தைப் போலவே பேசுகிறார்; அவர் பாகிஸ்தானுக்கே சென்றுவிடலாம்

2015 க்கு பின், இந்திய ஊடகங்களில் இடம்பிடித்த சகிப்புத்தன்மை இன்மை தொடர்பான விவாதத்தின் போது, ஆதித்யநாத் , 'நடிகர் ஷாருக்கான் பாகிஸ்தான் தீவிரவாதி ஹபீஸ் சயீதைப் போலவே பேசுகிறார். ஷாருக்கான் ஒன்றை நினைவில் கொள்ளவேண்டும் இங்கிருக்கும் பெரும்பான்மையான மக்கள்தான் அவரை நட்சத்திரமாக மாற்றியுள்ளனர். ஒருக்கால் அவர்கள் இவரின் திரைப்படத்தைத் தவிர்ப்பார்களேயானால் பின் இவர் தெருவில்தான் அலையவேண்டும்' எனச் சொன்னதாக இந்தியன் எக்ஸ்பிரஸ் செய்தி வெளியிட்டுள்ளது.

இந்தியாவை கிறிஸ்தவ நாடாக்கும் சதியில் பங்குபெற்றவர் தெரேசா

எக்கனாமிக் டைம்ஸ் பத்திரிகையின் மன்மோகன் ராய் வெளியிட்ட செய்தியில், ஜூன் 2016 பஸ்தியில் நடைபெற்ற மதக் கூட்டம் ஒன்றில் பேசிய யோகி, 'ஹிந்துக்களை கிறிஸ்தவத்துக்கு மாற்றும் சதியில் தெரேசாவுக்கும் பங்குண்டு. சேவை என்ற பெயரில் ஹிந்துக்கள் இலக்காக்கப்பட்டு இவரால் மதமாற்றம் செய்யப்பட்டனர்' என்றார். 'வடகிழக்குப் பகுதிகளில் ஏற்பட்ட பிரமாண்ட மதமாற்றம், அருணாச்சலப் பிரதேசம், திரிபுரா, மேகாலையா, நாகாலாந்தில் பிரிவினைவாத இயக்கங்களுக்கு வழிவகுத்தது. என்றார். மேலும், 'நீங்களெல்லாம் இங்கே பெரும்பான்மையாக இருக்கிறீர்கள். எனவே

வடகிழக்குப் பகுதிகளில் ஹிந்துக்கள் என்ன மாதிரியான சூழலை எதிர்கொள்கிறார்கள் என்பதை அறியமாட்டீர்கள். அங்கே நிகழ்வதை உணர வேண்டுமெனில் நீங்கள் அங்கே சென்று அதை நேரில் காண வேண்டும்' எனவும் தெரிவித்தார்.

பா.ஜ.க மூத்த தலைவர் சுப்ரமணியன் சுவாமி அவருடைய கட்சி நாடாளுமன்ற உறுப்பினர் ஆதித்யநாத்துக்கு, தெரசா குறித்துச் சொன்ன கருத்துக்குத் தன் ஆதரவைத் தெரிவித்தார். தெரசா இந்திவை கிறிஸ்தவ நாடாக்கும் சதியில் பங்காற்றினார் என்ற கருத்துத் தனி நபரின் கருத்தல்ல, இது குறித்து ஏராளமான புத்தகங்கள் பிரசுரிக்கப்பட்டுள்ளன என்றார்.

ஏ.என்.ஐ-யின் செய்தியின் படி சுவாமி 'யோகி ஆதித்யநாத் சொன்ன கருத்துத் தனி நபர் கருத்து அல்ல. அந்த விஷயம் புத்தகங்களுக்குள் முடக்கப்பட்டிருக்கும் உண்மை. கிரிஸ்டோபர் ஹிட்சன்ஸ் என்ற எழுத்தாளர் ஒருவர் இருக்கிறார். லட்சக்கணக்கில் விற்கும் புத்தகங்களை எழுதியுள்ளார். நீங்கள் கூகுள் வலைப்பக்கத்தில் தேடினால் உங்களுக்கு தெரேசா குறித்து ஏராளமான புத்தகங்கள் கிடைக்கும்' எனத் தெரிவித்துள்ளார்.

ஓர் உதாரணத்தைச் சொன்னார் சுவாமி. புகழ் பெற்ற குற்றவாளி ஒருவன், கலிஃபோர்னியாவில் நடுத்தரவர்க்க மக்களின் கோடிக்கணக்கான ஓய்வூதியப் பணத்தைத் திருடிவிட்டான். பிடிபட்ட அவன் மீது விசாரணை நடைபெற்று கொண்டிருந்த வேளையில் தெரசா, 'அவன் மில்லியன் கணக்கான டாலர்களை இந்தியாவில் நடைபெறும் கிறிஸ்தவப் பணிகளுக்கு வழங்குவதால் அவனைத் தண்டிக்க வேண்டாம்' எனக் கடிதம் எழுதியிருந்தார். இதற்குப் பதிலளித்த நீதிபதி ஓர் குற்றவாளியின் சார்பில் அன்னை தெரசா கடிதம் எழுதியதைக் கண்டு ஆச்சரியமடைந்ததாகவும், அவன் ஏசுவின் பெயரைச் சொல்லி உழைக்கும் மக்களின் ஓய்வூதியத்தைத் திருடியிருப்பதாகவும், அதை மக்களிடமே திரும்ப ஒப்படைக்க வேண்டும்' எனவும் அவர் பதிலில் குறிப்பிட்டிருந்ததாக சுவாமி தெரிவித்தார்.

தாஜ்மஹால் இந்திய கலாசாரத்தைப் பிரதிபலிப்பதில்லை

உத்தரப் பிரதேசத்தின் முதல்வரான யோகி ஆதித்யநாத், மனதில் இருப்பதை வெளிப்படையாகப் பேசும் வழக்கமுடையவர்; ஆதாயத்துக்கான அரசியல் சரி நிலைகளைப் பேசும் குணம் கொண்டவரல்ல. இதன் காரணமாக 'தாஜ்மஹாலும் அது போன்ற மற்ற நினைவுச்சின்னங்களும் இந்திய கலாசாரத்தைப் பிரதிபலிப்பதாக

இல்லை' எனக் கூறி மற்றொரு சர்ச்சையில் சிக்கிக் கொண்டதாக ஸ்வராஜ்யா பத்திரிகையின் ஆர்.ஜெகநாதன் செய்தி வெளியிட்டுள்ளார். உத்தரப் பிரதேச அரசு சார்பில் வெளிநாட்டுப் பிரமுகர்களுக்கு முன்பு தாஜ்மஹால்பொம்மை வழங்கப்பட்டுவந்தது. தற்போது இவர்களுக்கு கீதை மற்றும் இராமாயணத்தின் பிரதிகள் வழங்கப்படுவதாக அவர் தெரிவித்தார்.

யோகி சொல்லவந்த கருத்தினுள் ஓர் உள்ளார்ந்த உண்மையொன்று உண்டு. இந்தியாவின் உண்மையான சாரத்தை, கடந்த கால ஆட்சியாளர்கள் தற்பெருமைக்காகக் கட்டிய நினைவுச்சின்னங்களைக் கொண்டு அளவிட முடியாது, மாறாக நாகரிகம், பண்பாடுகள், கலாசாரம் மற்றும் ஆன்மிக முயற்சிகளைக் கொண்டே கணிக்க முடியும் என ஆர். ஜெகநாதன் எழுதியுள்ளார்.

சாத்தான்கூட மாறுவார், ஆனால் பாகிஸ்தான் மாறாது

ஜனவரி 3, 2016 அன்று, பதன்கோட்டின் விமானப்படைத் தளத்தில் பாகிஸ்தான் தீவிரவாதிகளால் நிகழ்த்தப்பட்டதென குற்றம் சாட்டப்படும் தாக்குதலுக்கு ஒருநாளுக்குப்பின், ஆதித்யநாத் பாகிஸ்தானை சாத்தானுடன் ஒப்பிட்டார். பாகிஸ்தானின் இந்தத் தாக்குதலைக் கடுமையாகச் சாடிய ஆதித்யநாத், 'சாத்தான் கூட மாறிவிடுவார், ஆனால் பாகிஸ்தான் மாறாது என்பது பதன்கோட்டில் நிகழ்ந்த தாக்குதலின் மூலம் மீண்டும் ஒருமுறை நிருபணம் ஆகியுள்ளது' எனக் கூறியதாக தி ட்ரிப்யூன் பதிவுசெய்துள்ளது.

சில இஸ்லாமிய நாடுகளின் பயணத்தைத் தடைசெய்ததற்காக ட்ரம்பை புகழ்ந்தார்

இஸ்லாமியப் பெரும்பான்மை நிறைந்த ஏழு நாடுகளின் குடிமக்கள் அமெரிக்காவினுள் நுழையக்கூடாது எனத் தடைவிதித்த அமெரிக்க அதிபர் டொனால்ட் ட்ரம்ப்பின் முடிவை வெகுவாகப் புகழ்ந்தார் ஆதித்யநாத். மேலும் தீவிரவாதத்தைச் சமாளிக்க இது போன்ற கொள்கையை இந்தியாவும் கடைப்பிடிக்கவேண்டும் எனக் கேட்டுக் கொண்டதாக மீஈகூங செய்தி வெளியிட்டுள்ளது.

சர்ச்சைக்குரிய பேச்சு எனச் சொல்லப்படுபவற்றிலிருந்து யோகி தன்னை காத்துக்கொள்ளும் விதம்

ஆகஸ்ட் 13, 2014-ஆம் ஆண்டு, நாடாளுமன்றத்தில் இந்தியாவில் நிகழும் மதவாதம் சார்ந்த வன்முறை குறித்த விவாதமொன்றில் பேசும் போது, யோகி ஆளுமைமிக்க ஓர் உரையை நிகழ்த்தினர். பல

ஆண்டுகளாக காங்கிரஸ் கட்சியாலும் இதர உள்ளூர் கட்சிகளாலும் நிகழ்த்தப்படும் இஸ்லாமியரைத் திருப்திப்படுத்தும் போக்கு குறித்தும் அதனால் பெரும்பான்மையின ஹிந்து சமூகத்துக்குள் எழும் கொந்தளிப்பு குறித்தும் மிக விரிவாகப் பேசினார். இந்தத் தெளிவான உரையின் மூலம் இந்தப் புத்தகத்தின் வாசகர்களுக்கு, யோகியின் கடுமையான தாக்குதல் நிறைந்த பேச்சுகளில் வெளிப்பட்ட கோபம் பற்றிய நல்ல புரிதல் கிடைக்கும்.

யோகி நாடாளுமன்றத்தில் கூறியது: 'அவர் (காங்கிரஸ் கட்சி தலைவர் மல்லிகார்ஜுன் கார்கே-வை குறிப்பிடுகிறார்) அறிக்கையை வாசிக்கையில் 113 சம்பவங்கள் வன்முறைச் சம்பவங்கள் நடைபெற்றிருப்பதாகச் சொன்னார். ஆனால் அறிக்கைக்குப் பின் பேசும் பொழுது 600-க்கும் மேற்பட்ட வன்முறைச் சம்பவங்கள் நடைபெற்றதாகச் சொன்னார். அப்படியெனில் உண்மை எது? இதை இந்த மொத்த நாடும் நன்கறியுமென யூகிக்கிறேன். மே 26, 2014-ல் நரேந்திர மோதியின் வழிகாட்டுதலின் கீழ் பா.ஜ.க அரசு பதவியேற்றபின், புதிய அரசாங்கம் உருவான பின் மக்களிடம் ஆளுகை குறித்தும், நிர்வாகம் குறித்தும் புதிய நம்பிக்கை மீண்டும் துளிர்த்துள்ளது. மரியாதைக்குரிய திரு.கார்கே கொடுத்துள்ள தரவினுக்குள் உங்களின் கவனத்தைத் திருப்ப விரும்புகிறேன். திரு. கார்கே அவருடைய தரவுகளை நம்புவார் எனில், அவருடைய தரவை அவரே ஒப்புக்கொள்வார் எனில், உண்மையிலேயே மதவாதம் சார்ந்த வன்முறைகள் குறித்து அவர்கள் தீவிரமான அக்கறையுடன் இருக்கிறார்கள் எனில், மதவாத ரீதியாக அவர்கள் இயற்றிய ஏராளமான கொள்கை வரைவுகளுக்காக அவர்கள் இந்த நாட்டு மக்களிடம் மன்னிப்புக் கோர வேண்டும்.

சபாநாயகர் அவர்களே, நான் 2011-ஆம் ஆண்டைப் பற்றிப் பேசுகிறேன். அப்போது மத்தியிலோ நான் குறிப்பிடப்போகும் மாநிலங்களிலோ பாஜக அரசு இருந்திருக்கவில்லை. 2011-ஆம் அறிக்கையின் படி, நாட்டில் 580 மதவாத வன்முறைகள் நிகழ்ந்துள்ளன. இதில் 91 மக்கள் உயிரிழந்துள்ளனர் மற்றும் 18,99 பேர் காயமடைந்துள்ளனர். இதில் அதிகபட்சமாக 84 சம்பவங்கள் உத்தரப் பிரதேசத்தில் நடந்துள்ளன, இதில் 12 பேர் உயிரிழந்தனர் மற்றும் 347 பேர் காயமடைந்தனர்.

இரண்டாம் இடத்தில் இருப்பது மகாராஷ்ட்ரா இங்கு 88 சம்பவங்கள் நடந்துள்ளன, இதில் 15 பேர் உயிரிழந்துள்ளனர். அந்தக் காலகட்டத்தில் இம்மாநிலத்தை ஆண்டு வந்தது காங்கிரஸ் அரசு.

மூன்றாம் இடத்தில் கர்நாடகா. மொத்தம் 70 சம்பவங்கள் அங்கே நடந்துள்ளன அப்போது அங்கு நிலவியதும் காங்கிரஸ் ஆட்சிதான். அதன் பின் கேரளா அங்கே மொத்தம் 30 சம்பவங்கள் நடந்துள்ளன.

2012-ல், 668 சம்பவங்கள் நடந்துள்ளன மொத்தம் 94 மக்கள் உயிரிழந்துள்ளனர்; 2114 பேர் உயிரிழந்துள்ளனர். 2013-ல் மத்தியில் இருந்தது காங்கிரஸ் அரசு. அப்போது ஒட்டு மொத்த இந்தியாவிலும் ஏற்பட்ட மதவாத வன்முறைகளின் எண்ணிக்கை மொத்தம் 823.

சட்டம் ஒழுங்கு என்பது மாநிலத்தின் பிரச்னை; மற்றும் உள்ளூர்க் காவல் நிர்வாகம் அம்மாநிலத்தை ஆளும் அரசின் விருப்பத்தின் பேரிலேயே இயங்கி வருகிறது.

காங்கிரஸ் கட்சியினர் நேர்மையாகத் தங்களுடைய மற்றும் தங்களுடைய கூட்டாளிகளின் செயல்பாடுகளை சுயபரிசோதனை செய்து பார்த்தால், இந்த மதம் சார்ந்த அணிதிரளல் ஏன் ஏற்படுகிறது என்பது அவர்களுக்குப் புரியும். இந்த அணிதிரளலுக்கான காரணம் என்ன? நாம் இது குறித்துப் பேசினால், தாங்கள் மதச்சார்பற்று இருப்பதாக அவர்கள் பேசுவார்கள். ஆனால் மற்றொரு புறத்தில் பார்த்தால் அவர்கள்(காங்கிரஸ்) நடைமுறைப்படுத்தும் செயல்திட்டம் என்பது முற்றிலும் மதவாதத் தன்மையுடையதாகவே இருக்கிறது.

இந்த நாட்டில் 12 லட்சத்துக்கும் மேற்பட்ட துறவிகள், அர்ச்சகர்கள் இருக்கிறார்கள். ஆனால், இவர்கள் (காங்கிரஸ் மற்றும் அதன் கூட்டாளிகள்) 'இமாம்களுக்கு' (இஸ்லாமிய பூசாரிகள்) மட்டுமே வருவாயை அறிவிக்கின்றனர். இப்படி அவர்கள் நடைமுறைப் படுத்துவதெல்லாம் ஒருதலைப்பட்சமான அரசியலையே. இது தான் மதசார்பற்ற செயல் திட்டமா? பா.ஜ.க ஆளாத மாநிலங்களில் இதே போன்ற போக்கைத்தான் டில்லி அரசு கடைப்பிடித்தது. மேற்கு வங்க அரசு கடைப்பிடித்தது, மகாராஷ்ட்ரா அரசும் கடைபிடித்தது. இதில் ஏதேனும் மதச்சார்பின்மை தென்படுகிறதா? அவர்கள் சமூகத்தை மதச்சார்பின்மை என்ற பெயரில் பிரித்துக்கொண்டிருக்கிறார்கள், சபாநாயகர் அவர்களே!!

இதை ஒட்டிய உத்தரப் பிரதேசத்தின் இடுகாட்டுக்கான எல்லைச் சுவர்கள் குறித்துப் பேச விரும்புகிறேன். உத்தரப் பிரதேசத்தில் துவங்கப்படும் திட்டங்கள் அனைத்தும் இஸ்லாமியர்களுக்கென 20% இட ஒதுக்கீடு கொண்டது. அவர்களின் (இஸ்லாமியர்கள் எரியூட்டும் மைதானம்) இடுகாட்டின் எல்லை சுவர்களுக்காக நிலத்தை அபகரிக்கும் நோக்குடன் பல கிராமங்களிலும் பல பிரச்னைகள் உருவாக்கப் படுகின்றன. சமாஜ்வாதி அரசு இதற்கென 300 கோடி ரூபாயை ஒதுக்கியுள்ளது.

கோவில், மசூதி மற்ற மதரீதியான போலி காரண ங்களைச் சொல்லி பொதுசொத்துகளை அபகரித்தல் கூடாது என நீதிமன்றம் முன்னரே வலியுறுத்தி உள்ளது. ஆனால் உத்தரப் பிரதேசத்தில் இடுகாட்டின் பெயரைச் சொல்லி நடைபெறும் நில அபகரிப்பு என்பது கட்டுக் கடங்காமல் சென்று கொண்டேயிருக்கிறது. இது போன்ற நடவடிக்கைகள் எதுவும் விசாரிக்கப்படாமல் கிடப்பில் கிடக்கின்றன. காரணம் அரசாங்கமே இதை ஊக்குவிக்கிறது. மற்றும் உள்ளூர் நிர்வாகம் கண்டும் காணாமல் மௌனம் சாதிக்கிறது. இது தான் நிலையெனின், மதவாத வன்முறைகள் நடைபெறாமல் இருக்குமா?

இதைப் போலவே தீவிரவாதிகளுக்கு எதிரான குற்றங்கள் பதியப்படும் போதும் நிலை மிக மிக மோசமடைகிறது. அவர்கள் குற்றவாளிகள். தேசியப் பாதுகாப்புக்கு அபாயகரமானவர்களாக விளங்கக் கூடியவர்கள். இவர்கள் எப்போதும் இந்திய இறையாண்மைக்குச் சவாலாகவும், நம் நாட்டில் வன்முறைகளைப் புகுத்துபவர்களாகவும் இருக்கிறார்கள். இது போன்ற தீவிரவாதிகள் மீதான வழக்குகள் திரும்பப் பெறப்படுகின்றன. ராம ஜென்ம பூமியைத் தாக்கிய குற்றவாளிகள், காசியிலுள்ள சங்கத் மோச்சான் கோவிலின் இகீகஊ வளாகத்தைத் தாக்கிய அக்கிரமக்காரர்கள், கோரக்பூரில் தொடர் குண்டு வெடிப்பு நடக்கக் காரணமாக இருந்த குற்றவாளிகள் அனைவரும் அதில் அடங்குவர்.

அப்போதிருந்த உத்தரப் பிரதேச அரசு, தங்களின் ஓட்டு வங்கியைத் தக்க வைத்துக் கொள்ளும் நோக்கில் தீவிரவாதிகளுக்கு எதிரான இந்த வழக்குகள் அனைத்தையும் திரும்பப் பெறுவதற்குத் தங்களால் இயன்ற அளவு முயற்சித்துள்ளன. நல்லவேளை, நம் நாட்டில் நீதிமன்றங்கள் இருக்கின்றன. இல்லையெனில் தீவிரவாதிகள் அங்கிருந்து வெளியேறி நாட்டின் தெருக்கள் அனைத்திலும் ஏராளமான மக்களைக் கொன்று குவித்திருப்பார்கள்.

சபாநாயகர் அவர்களே, இந்த விவாதத்தின் தலைப்பென்பது யார் உண்மையில் மதவாதி என்பதாகத்தான் இருக்க வேண்டும். இந்தத் தலைப்பு குறித்து விவாதிக்க வேண்டியது அவசியம் என்றும் கருதுகிறேன். சபாநாயகர் அவர்களே, யார் ஒருவர் தன்னுடைய கடவுள் மட்டுமே சிறந்தவர் எனச் சொல்கிறாரோ அவரே மதவாதி. தன் மதத்தைப் பின் தொடர்பவர்களும் மட்டுமே வாழ உரிமை உள்ளது. ஆனால் எஞ்சியிருப்பவருக்கு அல்ல என்பதுதான் மதவாதம் எனக் கருதுகிறேன்.

எங்களின் செய்தி என்னவெனில் 'க்ரின்வந்தோ விஸ்வம் ஆர்யம்' (இந்த உலகை உன்னதமானதாக ஆக்குவது). 'சர்வே பவந்து சுகினஹ'

(அனைவரும் மகிழ்வாக இருப்பது) என்ற செய்தியை நாங்கள் உலகுக்கு வழங்கியிருக்கிறோம்.மேலும் 'ஏகம் சத் விப்ரா பஹுதா வதந்தி'(உண்மை என்பது ஒன்று தான், ஆனால் அதை ஞானிகள் பல பெயர்களில் குறிப்பிடுகிறார்கள்) என்ற கருத்தைக் குறித்தும் நாங்கள் பேசியுள்ளோம். எங்கள் சித்தாந்தம் என்பது வாழு, வாழவிடு என்பதாகத்தான் இருக்கிறது. உலகின் எந்தவொரு மதத்துக்கும் ஹிந்து மதம் பாதுகாப்பையும் அவர்களின் கடுமையான சூழலில் வளர்வதற்கான வாய்ப்பையும் தரத் தவறியதில்லை. ஆனால் பல நூற்றாண்டுகளாக மற்ற மதங்களுக்குப் பாதுகாப்பு வழங்கி வந்த ஹிந்து மதத்துக்கு எதிராக இன்று பல வியூகங்கள் உருவாக்கப்படுவது துரதிஷ்டவசமானது. ஹிந்துக்கள் ஆகிய நாம் ஒன்று திரண்டு ஒற்றுமையுடன் இந்தச் சவாலை எதிர்கொள்ள வேண்டும் மற்றும் இது போன்றவர்களால் இந்நாட்டின் ஹிந்துக்கள் அனைவரும் இன்று ஒன்றாக இணைந்து தங்களுக்கு எதிராக நெய்யப்படும் இது போன்ற சதிகளுக்கு எதிராக, வியூகங்களுக்கு எதிராகப் பதிலடி கொடுக்க வேண்டுமென நினைக்கிறார்கள்.

சபாநாயகர் அவர்களே, இந்த அவையில் நான் ஒன்றைச் சொல்லிக் கொள்கிறேன்: ஒரு இஸ்லாமியர் இந்திய துணை கண்டத்திலிருந்து ஹஜ்ஜுக்கு பயணம் போவாரேயானால் அவருடைய அடையாளம் என்பது இந்தியா, பாகிஸ்தான் அல்லது பங்களாதேஷ் என்ற பெயரில் குறிக்கப்படுவதில்லை; அவர் ஹிந்து என்ற பெயரில் தான் குறிக்கப்படுகிறார். ஆனால் இந்தியா திரும்பியவுடன் அவர்கள் ஹிந்து என்ற பெயரை வெறுக்கிறார்கள். ஹிந்து என்பது தேசியவாதத்தின் அடையாளம். அது ஒரு மதமோ சமூகமோ அல்ல. யாரொருவர் தேசியவாதத்தின் அடையாளத்துக்குக் களங்கம் கற்பிக்க முனைகிறார்களோ அவர்கள் அதற்கான விலையை கொடுத்துத்தான் ஆக வேண்டும்.

சபாநாயகர் அவர்களே, நான் உங்கள் மூலம் ஒன்றைச் சொல்லிக் கொள்ள விரும்புகிறேன். குருதேவர் ரவீந்தரநாத் தாகூர், 'நீங்கள் இந்தியாவைப் புரிந்துகொள்ள வேண்டும் என்றால் முதலில் நீங்கள் இந்திய கலாசாரத்தைப் புரிந்து கொள்ள வேண்டும்; இந்திய கலாசாரத்தைப் புரிந்து கொள்ள வேண்டுமெனில், முதலில் நீங்கள் சுவாமி விவேகானந்தரைத் தெரிந்து கொள்ள வேண்டும்' என்று கூறினார். சுவாமி விவேகானந்தர் அவர்கள் நமக்கு போதித்தது 'அனைவரும் பெருமையுடன் சொல்லுங்கள் நாம் ஹிந்துக்கள் என்று' என்பதைத்தான். சுவாமி விவேகானந்தர் மதவாதி அல்ல; அவர் எந்தக் கட்சியையும் சேர்ந்தவர் அல்ல. அவர் இந்தியாவின் பிரதிநிதியாக உலகெங்கும் வலம் வந்தவர். உலகெங்கிலும் தங்களின்

சகிப்புத்தன்மைக்குப் பெயர் போன ஹிந்துக்கள் இன்று இப்படியொரு அவலநிலையைச் சந்தித்து வருகின்றனர்.

2012-ல் அசாமில் போடோ இன மக்கள் கொல்லப்பட்டனர். ஆனால் அவர்களின் சார்பாக இந்த அவையில் யாரும் பேசக்கூட இல்லை. 3.5 லட்சம் காஷ்மீர் பண்டிட்களுக்கு ஆதரவாக எதிர்கட்சிகள் ஒரு வார்த்தையைக் கூட இந்த அவையில் உதிர்க்கவில்லை, அவர்களெல்லாம் காஷ்மீரத்தை விட்டே வெளியேற்றப்பட்டு விட்டனர். தங்களுடைய சொந்த நாட்டிலேயே நாடோடி வாழ்க்கை வாழ்பவர்களின் நிலையிது என்பதற்கான ஆகப் பெரும் உதாரணம் இது. எதிர்க்கட்சிகள் இது போன்ற வெட்கக்கேடான செயலுக்கு ஒரு கண்டனத்தைக் கூடப் பதிவு செய்யவில்லை.

அவர்கள்(எதிர்கட்சிகள்) மும்பையில் நடந்த கலவரத்தின் போதும் மௌனமாகவே இருந்தார்கள். ஜம்ஷத்பூர் மற்றும் பகல்பூரில் காங்கிரஸ் ஆட்சியின் போது கலவரம் நடந்தது. ஆனால் அதற்கான சிறு பச்சாதாபத்தை கூட அவர்கள் காட்டுவதில்லை. 1984-ல் காங்கிரஸ் தலைவர்களாலும் அதன் கட்சியினராலும் பிரமாண்டமான முறையில் நிகழ்த்தப்பட்ட சீக்கியர்களின் கொலை குறித்து அவர்கள் துளியும் வெட்கப்படுவதில்லை. இது போன்றதொரு இருண்ட வரலாற்றை வைத்துக் கொண்டு இவர்கள் மதவாத நல்லிணக்கத்தைப் பற்றிப் பேசுகிறார்கள். மதவாத வன்முறைகளைத் தூண்டியதும் மதவாதச் செயல்திட்டங்களை வடிவமைத்ததும்தான் இவர்களின் செயல்பாடாக இருக்கின்றன.

அசாமில் தற்போது என்ன நிகழ்ந்து கொண்டிருக்கிறது? பங்களாதேஷிலிருந்து ஊடுருவியவர்கள் அனைவரும் இப்போது அங்கே சொந்தம் கொண்டாடத் துவங்கிவிட்டனர். அங்கே ஆயிரமாயிரம் ஆண்டுகளாக வாழ்ந்து கொண்டிருந்த சமூகங்கள் வெளியாட்களைப்போல உணர்கிறார்கள். 2011-2012 வரையிலான காலகட்டத்தில் தொடர்ந்து மூன்று மாதங்களுக்கு அசாமில் கலவரங்கள் நடந்த வண்ணம் இருந்தன. ஆனால் அது குறித்து ஓர் சிறு விவாதம்கூட இந்த அவையில் ஒருங்கிணைக்கப்படவில்லை. கூடுதலாகச் சொன்னால், போடோ இன மக்களுக்கு ஆதரவாகப் பேசியதற்காக அவர்களின் சொந்த அசாம் முதல்வரையே தனிமைப்படுத்திவிட்டனர். பங்களாதேஷிலிருந்து ஊடுருவியவர்கள் எல்லாம் அவர்களின் நெருங்கியவர்கள் ஆகிவிட்டனர். அவர்களுக்கு ஆதரவாகத்தான் இவர்கள் செயல்படுகிறார்கள்.

சபாநாயகர் அவர்களே, பங்களாதேஷிலிருந்து ஊடுருவியவர்கள் மக்கள் தொகை எண்ணிக்கைக் கணக்கையே மாற்றிவிட்டார்கள்.

கொக்ரஜார், துப்ரி, சிராங், பர்பெட்டா ஆகிய அசாம் மாவட்டங்கள் அதிகளவிலான வன்முறை சம்பவங்களைப் பதிவு செய்துள்ளன. இதே மாவட்டங்களில் தான் பங்களாதேஷிலிருந்து ஊடுருவியவர்களின் எண்ணிக்கையும் அதிகமாக உள்ளது. இவர்கள் நகரினுள் நுழைவது மட்டுமின்றி உள்ளூர்வாசிகளிடமிருந்து வன்முறையான முறையில் நிலத்தை அபகரித்தும் வருகின்றனர். வெறும் ஓட்டு வங்கியைத் திடப்படுத்துவதற்காக எதிர்கட்சிகள் அவர்களுக்கு ரேஷன் அட்டைகள் மற்றும் பணிக்கான அனுமதி போன்றவற்றை வழங்கி நாட்டின் பாதுகாப்புடன், நாட்டுமக்களின் நலன்களுடன் விளையாடி இருக்கின்றனர்.

நான் காங்கிரஸ், கம்யூனிஸ்ட் உறுப்பினர்களிடம் ஒன்றைக் கேட்கிறேன்... கோவை குண்டுவெடிப்பு சம்பவத்தின் பின்னணியில் மிகப்பெரிய அச்சுறுத்தலாக இருந்த தீவிரவாதியை விடுதலை செய்யும் வழிமுறைகளை எளிமையாக்கக் கேரளச் சட்டமன்றத்தில் சிறப்புக் கூட்டம் கூட்டப்பட்டது ஏன்? இரண்டு கட்சிகளும் இணைந்து தான் அவனுடைய விடுதலைக்கான மனுவைத் தாக்கல் செய்தன. இது தான் அவர்களின் மதசார்பற்ற செயல்பாடா? இது தான் இந்நாட்டின் மதச்சார்பின்மையா?

சபாநாயகர் அவர்களே... நம் நாட்டில் ஆகஸ்ட்11, 2012-ல் மும்மை மாநகரில் ஆசாத் மைதானத்தில் என்ன நிகழ்ந்தது என்பதை நாம் மறந்துவிடவில்லை. ரோஹிங்கிய முஸ்லிம்களுக்கும் பௌத்தர் களுக்கும் இடையே நிகழ்ந்த வன்முறைச் சம்பவங்களை எதிர்த்து மியான்மரின் ரோஹிங்கியா முஸ்லீம்களுக்கு ஆதரவு தெரிவிக்கும் வகையில் உள்ளூர் இஸ்லாமிய குழுக்கள் வன்முறை நிறைந்த போராட்டங்களை ஒருங்கிணைத்திருந்தனர். இந்த சம்பவம் நடந்தது மியான்மரில், இதற்கு இந்தியாவில் செய்ய ஒன்றுமில்லை. போராட்டத்தில் ஈடுபட்ட இஸ்லாமியர்கள் ஆசாத் மைதானத்திலிருந்த ஷாஹித் சமர்க்கை (ராணுவ நினைவு சின்னத்தை) உடைத்து நொறுக்கியுள்ளனர் மற்றும் காவலர்களையும், ஊடகவியலாளர் களையும் தாக்கியுள்ளனர்.

இந்தத் தொடர்பற்ற பிரச்னைக்காக பூனேவிலும் வன்முறை வெடித்தது. உத்தரப் பிரதேசத்தின் பரெய்லி, லக்னோ, கான்பூர், அலஹாபாத் ஆகிய பகுதிகளில் வன்முறைச் சம்பவங்களைக் காணமுடிந்தது. இவை பற்றியெல்லாம் எதிர்கட்சியினர் எதுவுமே பேசாமல் மவுனமாகக் கடந்து சென்றனர். இதே மக்கள்(அவையில் எதிர்கட்சியினர் அமர்ந்திருக்கும் மேசையைக் கை காட்டுகிறார்) தான் ஆசாத் மைதானத்தில் நடைபெற்ற எதிர்பாரா சம்பவத்தைப் பார்த்து மௌனம் சாதித்தவர்கள். இவர்கள் தான் வந்தே மாதரம் பாடலைப்

பாடிய தேசியவாதிகள் மீதும் அவருடன் இருந்த பாபா ராம்தேவ் மீதும் நள்ளிரவில் கொடூரமான தடியடி நடத்தியவர்கள். இத்தனைக்கும் பிறகு இந்நாட்டில் நிகழும் மதவாத வன்முறை குறித்து இவர்கள் பேசுகிறார்கள். இந்நாட்டில் மதவாத வன்முறையைப் பரப்புவது யார் என்பது இப்போது வெட்ட வெளிச்சம் ஆகியுள்ளது. சச்சார் கமிட்டி அறிக்கை என்ற பெயரில் இச்சமூகத்தைப் பிளப்பவர்கள் யார் என்பது தெளிவாகிவிட்டது. இதேபோன்ற மதவாத அடித்தளத்தை 1947-ல் நிறுவி இந்தியாவைப் பிரித்தனர். இப்போதும் அதே போன்றதொரு முயற்சியில் இறங்கி பாகிஸ்தானின் தாளத்துக்கு ஏற்றவாறு ஆடிக்கொண்டிருக்கின்றனர்.

எதிர்க்கட்சிகளின் மதவாதச் செயல்திட்டம்தான் அம்பலமாகியுள்ளது. இவர்கள் எங்கள் மீது பழி சுமத்துவது உண்மையல்ல. நாங்கள் எப்போதுமே நாட்டை ஒற்றுமையாக வைக்கத்தான் போராடி இருக்கிறோம். ‘சப்கா சாத் அவுர் சப்கா விகாஸ்’ என்பதே எங்களின் வாசகமாக இருந்துள்ளது. ஆனால், அசாமில் ‘அலி’ மற்றும் ‘குலி’ எனப் பிதற்றலான பிளவை ஏற்படுத்தும் வாசகத்தை இவர்கள் வழங்கியுள்ளனர். இவர்கள் அசாமை இந்தியாவை விட்டே பிரிப்பதற்கான சதித் திட்டத்தை தீட்டிவிட்டனர். இது தான் இவர்களின் மதச்சார்பின்மையா?

நான் உத்தரப் பிரதேசம் குறித்துச் சில விஷயங்களைச் சொல்ல நினைக்கிறேன். உத்தரப் பிரதேசத்தில் 118 மதவாத வன்முறைச் சம்பவங்கள் 2012-ல் நடந்துள்ளன. 247 மதவாத வன்முறைச் சம்பவங்கள் 2013-ஆம் ஆண்டில் நடந்துள்ளன. மற்றும் மே 2014 வரை 65 சம்பவங்கள் நடந்துள்ளன. எதற்காக சஹாரன்பூரில் கலவரம் வெடித்தது? சஹாரன்பூரில் உச்ச நீதிமன்றத்தின் ஆணைக்கிணங்க ஓர் குருத்வாரா கட்டப்பட்டு வந்தது. ஆனால் உத்தரப் பிரதேச அரசு உயர் நீதிமன்றத்தின் ஆணை குறித்தெல்லாம் கவலைப்பட்டதாகத் தெரியவில்லை. எதற்காக கான்ட் வன்முறை நிகழ்ந்தது? காண்ட் கிராமத்தில் நான்கு வழிபாட்டு மையங்கள் இருக்கின்றன. அதாவது மூன்று மசூதிகளும், ஒரு கோவிலும் இருக்கின்றன. மூன்று மசூதிகள் அனைத்திலும் ஒலிப்பெருக்கி உண்டு. ஆனால் அந்த ஒற்றைக் கோவிலின் ஒலிப்பெருக்கி மட்டும் வலுக்கட்டாயமாக அகற்றப்பட்டுள்ளது. இது தான் மதசார்பற்ற செயல்திட்டமா? இதுதான் மதச் சார்பின்மையா? குறிப்பிட்ட சமூகத்தைச் சார்ந்த இளம் பெண் கடத்தி பலாத்காரம் செய்யப்பட்டபோதும் இவர்கள் மௌனமாகவே இருந்தனர்.

நீதி என்பது அனைவருக்குச் சமமாகக் கிடைக்கும்போது தான் அது சமநீதியாக இருக்கும். ஒருவரின் மதத்தினை மட்டும் அடிப்படையாகக்

கொண்டு ஒரு தலை பட்சமாக நீதியை நடைமுறைப்படுத்த முடியாது. சபாநாயகர் அவர்களே! இறுதியாக, உங்களின் மூலம் உள்துறை அமைச்சருக்கு ஓர் கோரிக்கையை விடுக்கிறேன். உச்ச நீதிமன்ற நீதிபதியின் தலைமையில் சிறப்புப் புலன் விசாரணை (SIT) இந்த அனைத்து சம்பவங்களின் மீதும் கொண்டு நடத்தப்பட வேண்டும். மேலும் யாரெல்லாம் தேசத் துரோகிகளுடன் தொடர்பு கொண்டிருக்கிறார்கள் என்பதைச் சிறப்புப் புலன் விசாரணைக் குழு கண்காணிக்க வேண்டும் எனக் கூறி, தன் உரையை நிறைவு செய்தார்.

•

யோகியைக் குறித்து இஸ்லாமியர்களின் கருத்து

இத்தனை வருடகாலங்களில் யோகியை இஸ்லாமுக்கு எதிரானவர் என்றே ஊடகங்கள் சாயம் பூசி மகிழ்ந்தன. ஆனால் உண்மை அதுவல்ல. கோரக்பூர் மடத்தின் அனைத்துக் கட்டுமான வேலைகளின் பொறுப்பும் திரு.முகமத் யாசின் அன்சாரி தான் செய்து வருகிறார். ஏபிபி தொலைகாட்சிக்கு அளித்த பேட்டி ஒன்றில் திரு.அன்சாரி அவர்கள் கூறும் போது, 'நான் இந்தக் கோவிலோடு 1977 முதல் தொடர்பிலுள்ளேன். இங்கு நடைபெறும் அனைத்துக் கட்டுமான பணிகளுக்கும் நான் தான் பொறுப்பு. கோவில் சுவர் துவங்கி, தியான அறை மற்றும் வெளிநாட்டினர் தங்கும் இல்லங்கள் ஆகிய அனைத்தையும் என்னுடைய குழுதான் கட்டி முடித்தது. எனக்கு இக்கோவிலுனுள் நுழைய எந்தவிதமான தடையும் கிடையாது' என்றார்.

மருத்துவர் முஸ்தபா கோரக்பூரினுள் க்ளினிக் ஒன்றை நடத்தி வருகிறார். இவர் ஏபிபி நிருபர் ப்ரதீமா மிஸ்ராவிடம் கூறும் போது, யோகியைக் குறித்த தவறான ஓர் பிம்பம் கட்டமைக்கப்பட்டுள்ளது. எங்கள் சமூகத்தினர் அனைவரும் மஹராஜ் ஜி முதல்வரானதில் பெரும் மகிழ்ச்சி கொண்டிருக்கிறோம். 50-100 பேர் வரை குழுமியிருக்கும் கூட்டத்தில், இஸ்லாமிய நண்பர்களைத் துல்லியமாகக் கண்டுபிடித்து அவர்களை அருகில் அழைத்து அவர்களின் பிரச்னையை முதன்மையானதாக விசாரிப்பார் மஹராஜ் ஜி, என்பதை அழுத்தமாகத் தெரிவித்தார்.

பழைய கோரக்பூரிலுள்ள ஜியால் உலூம் மதரசாவினர் ஏபிபி செய்தி நிருபர்களிடம், மதரசாவைச் சேர்ந்த மவுலானாவின் நிலத்தைச் சில சமூக விரோதிகள் சட்டவிரோதமாகப் பறித்துக்கொண்டதாக

யோகியிடம் தெரிவித்தபோது, அவர் அதன் மீது மிக விரைவான நடவடிக்கையை எடுத்தார். யோகி அதற்குரிய காவலதிகாரிகளை உடனடியாகத் தொடர்பு கொண்டு சில மணி நேரங்களுக்குள்ளாகவே இந்தப் பிரச்னைக்கான சுமூகத் தீர்வினைக் கண்டார்.

இஸ்லாமிய சமூகத்தைச் சார்ந்த பெரும்பாலான மக்கள் மடத்தின் சுவற்றைச் சுற்றிக் கடைகளை நிறுவியுள்ளனர். மற்ற இஸ்லாமியர்கள் தங்களின் வாழ்வாதாரத்துக்கு மடத்தையே நேரடியாகவோ, மறை முகமாகவோ சார்ந்திருக்கின்றனர். உத்தராகண்ட் பகுதியில், யோகி ஆதித்யநாத்தின் பூர்விக கிராமத்தின் அருகில் மடத்தினால் அமைக்கப் பட்ட மஹாயோகி குரு கோரக்நாத் கல்லூரியில் பொருளாதாரப் பேராசிரியர் முனைவர். அஃப்தப் அஹ்மத் தான் அந்நிறுவனத்தின் தலைவராக நியமிக்கப்பட்டுள்ளார்.

•

பா.ஜ.கவும் யோகியும்

ஆதித்யநாத்துக்கும் பா.ஜ.க-வுக்கும் பத்து வருடகாலமாக விவகாரமான நட்பு இருப்பதாக ஊடகங்கள் பலவந்தமாக நம்மை நம்ப வைத்திருக்கின்றன. இந்த வாழ்க்கை வரலாறை எழுதும் பொருட்டு, இந்த அம்சம் தொடர்பான ஆழமான ஆய்வினை மேற்கொண்டேன். இந்த ஊடகங்கள் அனைத்தும் ‘இந்திய தேசிய காங்கிரஸ்’ எனும் நம் நாட்டின் பழம் பெரும் வாய்ந்த கட்சியின் சர்வாதிகார மையத் தலைமைக்கும், ‘சரிங்க எஜமான்’ கலாச்சாரத்துக்கும் நெடுங்காலமாகப் பழக்கப்பட்டுவிட்டவை என்பதை உற்றுக் கவனித்தேன்.

யோகி ஆதித்யநாத் ஓர் யோகியாக இருப்பதால் பா.ஜ.க-வின் தேசிய சித்தாந்தங்களுடன் எப்போதும் முழுமையாக இசைந்திருப்பார். புனிதராக இருக்கும் காரணத்தால், எப்போதெல்லாம் கட்சியின் தேசியவாத சித்தாந்தம் நீர்த்துப்போகிறதோ அப்போதெல்லாம் தன்னுடைய அறிவுரையையும், எச்சரிக்கையையும் அவர் கட்சிக்குக் கொடுத்து வந்துள்ளார். தொடர்ச்சியாக நடத்தி வரும் ஜனதா தர்பார், மக்களின் குரலை உள்ளூர் அரசாங்க அலுவலகம் முதல் நாடாளுமன்ற அவை வரை உரக்க ஒலிக்கச் செய்தல், கோரக்பூர் மடத்தின் மூலம் ஏராளமான நலத் திட்டங்களை வழங்கியது ஆகியவற்றின் மூலம் தனக்கென ஓர் வலுவான அடித்தளத்தை உத்தரப் பிரதேசக் கிழக்குப் பகுதியில் அமைத்துள்ளார். உள்ளூரில் மிகவும் பிரபலமான, வலுவான தலைவராக இருப்பதால் பல்வேறு தேர்தல்களில் வேட்பாளர்களை

எங்கெங்கு நிறுத்துவது என்பது போன்ற உள்ளூர் முடிவுகளில் கட்சிக்குச் சில அறிவுரைகளை வழங்கியுள்ளார். மற்ற உள்ளூர் தலைவர்களைப் போல் அல்லாமல், அவர் தன்னுடைய அறிவுரையை மிக வலிமையாகவே வலியுறுத்துவார்.

இதில் முக்கியமான உதாரணமாக சொல்லப்படுவது, 2002-ல், கோரக்பூரில் ஹிந்து மஹா சபையின் சார்பாக ராதா மோகன் தாஸ் அகர்வாலை போட்டியிட வைத்ததுதான். இவர் பா.ஜ.க-வின் அன்றைய அமைச்சரவையில் இருந்த சிவ் ப்ரதாப் சுக்லாவைப் பெருவாரியான வாக்கு வித்தியாசத்தில் தோற்கடித்தார். ஊடகங்கள் பெரும்பாலும் சொல்வது, 2007-ல் ஆதித்யநாத் சட்டமன்றத் தேர்தலில் 70 வேட்பாளர்களை நிறுத்துவேன் என பா.ஜ.க-வை மிரட்டியதாகவும், இறுதியில் சமரசம் அடைந்ததாகவும் தெரிவித்தன. இது போன்ற தள்ளு முள்ளுகள், விவாதங்கள் அதன் மீதான பின்னூட்டங்கள், ஒப்பந்தங்கள் சமரசம் என்பவையெல்லாம் ஜனநாயக ரீதியில் இயங்கும் ஓர் கட்சியின் அங்கம். இதை விவகாரமான நட்பு என அழைப்பது அரசியல் அறியாமை.

இவர் இப்படி அவ்வப்போது 'கலகங்கள்' செய்துவந்ததாகச் சொன்னபோதும், யோகி ஆதித்யநாத் ஆர்.எஸ்.எஸ் மற்றும் பா.ஜ.க தலைவர்களுடன் நெருக்கமான நட்புறவையே கொண்டிருக்கிறார். பா.ஜ.க-வின் வழிகாட்டிகளாக விளங்கும் எல்.கே அத்வானி, ஆர்.எஸ்.எஸ் தலைவர் மோகன் பக்வத், விஸ்வ ஹிந்து பரிஷத்தின் தலைவர் அசோக் சிங்கால், மூத்த பா.ஜ.க, ஆர்.எஸ்.எஸ் தலைவர்கள் அவ்வப்போது கோரக்பூர் மடத்தில் யோகியைச் சந்தித்துள்ளனர்.

இந்திய மார்க்சிஸ்ட் கம்யூனிஸ்ட் கட்சியின் வாராந்திர வெளியீடான People's Democracy-க்காக சுபாஷ் கட்டாடே எழுதிய போது, 2006-ஆம் ஆண்டில் டிசம்பர் 22 - 24 வரை ஆதித்யநாத், 'விராட ஹிந்து மஹா சம்மேளனம்' என்ற மிகப் பெரிய ஹிந்து சமய கூட்டத்தை மூன்று நாட்கள் கோரக்பூரில் ஒருங்கிணைத்து நடத்தினார். அதே வேளையில் லக்னோவில் தேசியச் செயற்பாட்டாளர்கள் கூட்டம் நடந்தது. இதைக் குறித்து திரு.கட்டாடே பா.ஜ.க-வுக்கும் யோகிக்கும் இடையே பிரச்னை இருப்பது போன்ற தோற்றத்தை உருவாக்கப் பெரிதும் முயன்று எழுதியுள்ளார். மேலும், 'அவ்வப்போது 'பிரச்சனைகள்' இருந்தபோதும், ஆர்.எஸ்.எஸ் மற்றும் விஸ்வ ஹிந்து பரிஷத்தின் சில தலைவர்கள் யோகியின் மஹா சம்மேளனத்தில் பங்கெடுத்திருப்பது, ஹிந்துத்துவ இலக்கின் மீது அவர்கள் கொண்டுள்ள ஈடுபாட்டைக் காட்டுகிறது எனவும் எழுதியுள்ளார். குறிப்பிட்ட சித்தாந்தங்களுக்கான வரவேற்பையும் அது தொடர்பானவற்றையும் ஓர் கட்சியின்

கட்டமைக்கப்பட்ட வட்டத்தினுள் அல்லாமல் சில தனித்தலைவர் களைக்கொண்டு பரிசோதிப்பதென்பது ஓர் யுக்தி என்பதை திரு காட்டாடே புரிந்துகொள்ளத் தவறிவிட்டார்.

யோகியின் புரட்சிகரமான இயல்புக்குப் பெரும்பாலும் மேற்கோள் காட்டப்படும் சம்பவம், அவர் நாடாளுமன்றத்தில் இருந்த கொறடா கலாசாரத்தை உடைத்தெறிந்தார். பொதுவாக எல்லாக் கட்சிகளும் கட்சி எடுத்த முடிவுக்குக் கட்டுப்பட்டுத்தான் கட்சி உறுப்பினர்கள் நாடாளுமன்ற, சட்ட மன்றத்தில் நடக்கவேண்டும் என்று கொறடா மூலம் மக்கள் பிரதிநிதிகளைக் கட்டுப்படுத்திவந்தன. மார்ச் 2010-ல் பெண்களுக்கான இடஒதுக்கீட்டு மசோதாவைக் கட்சிக் கொறடாவின் உத்தரவை மீறி எதிர்த்த சில எம்.பிக்களுள் ஆதித்யநாத்தும் ஒருவர். இவர் அந்த மசோதாவைத் தேவையற்றது என விமர்சித்தார். மேலும் அவர் நாங்கள் எந்த ஒதுக்கீடாக இருந்தாலும் அதை எதிர்ப்பவர் களாகத்தான் இருப்போம்; எல்லோரும் தன்னுடைய சுய ஆளுமையின் மூலமாகத்தான் இங்கு (நாடாளுமன்றத்தில்) வர வேண்டும் எனத் தெரிவித்ததோடு, பா.ஜ.க காங்கிரஸ் தலைமையிலான அரசு விரித்த வலையில் மாட்டிக்கொண்டது எனவும் தெரிவித்தார்.

இந்தியா டிவியின் ரஜத் சர்மா, புகழ் பெற்ற நிகழ்ச்சியான 'ஆப்கி அதால்த்'-ல் யோகியிடம், அவருக்கும் பா.ஜ.க-வுக்கும் இடையேயான இடைவெளியுடன் கூடிய நட்பு இருப்பதாகக் குற்றம் சாட்டப்படுவது குறித்துக் கேள்வி எழுப்பினார். அதற்கு யோகி, 'இந்த யூகம் உண்மையல்ல என்றும் கட்சியின் கொள்கைகளில் தன்னை முழுமையாக இணைத்துக் கொண்டிருப்பதாகவும் நாடாளுமன்றத்தின் உறுப்பினராகத் தேர்வு செய்யப்பட்ட ஐந்து முறையும் தாம் பா.ஜ.க-வின் சார்பிலேயே நின்று வெற்றி பெற்றதையும் நினைவுபடுத்தினார்.

•

பகுதி 3

கோரக்தம் மடத்தின் மஹந்த்தாக யோகி ஆதித்யநாத்

அஜய் பிஷ்த் யோகி ஆதித்யநாத்தாக ஆன கதை

அஜய் பிஷ்த், ரிஷிகேஷில் கணிதப் பிரிவில், அறிவியல் முதுகலைப் பட்டம் படித்துக் கொண்டிருந்தார். அப்போது இயங்கி வந்த ஸ்ரீ ராம ஜென்மபூமி இயக்கத்தால் ஈர்க்கப்பட்டதால் தன்னுடைய முறையான கல்வியிலிருந்து கவனம் சிதறினார். 1993 –இன் துவக்கத்தில் ராமர் கோவில் இயக்கம் உச்சத்தில் இருந்த வேளையில் அவர் கோரக்பூரிலிருக்கும் கோரக்நாத் ஆலயத்துக்குச் சென்றார். அப்போது அவருக்கு மஹந்த் அவேதநாத் அவர்களைப் பார்க்கும் வாய்ப்பு கிடைத்தது. மஹந்த் அவேதநாத் அஜயின் கதையைப் பொறுமையாகக் கேட்ட பின், அவர் பிறப்பிலேயே ஓர் யோகி என்றும் ஓர் நாள் அவர் இங்கு வந்தாக வேண்டிய சூழல் வரும் எனவும் தெரிவித்தார். இது அஜய்க்கும் மஹந்த் அவேதநாத்துக்கும் இடையே நிகழ்ந்த முதல் உரையாடல் அல்ல; இதற்கு முன்பே ஒருமுறை 1990-களில், மஹந்த் ராம ஜென்மபூமி இயக்கத்துக்காக இந்தியா முழுவதும் பயணம் மேற்கொண்டபோது இருவரும் சந்தித்துள்ளனர்.

அதன் பின் மே 1993-ல் அஜய் மீண்டும் ஒரு வார காலப் பயணமாக மஹந்த் அவேதநாத் அவர்களைச் சந்திக்க கோரக்பூர் வந்தார். அந்தச் சந்திப்பில் யோகாவை அறிந்து கொள்ளவும் தெரிந்து கொள்ளவும் தனக்கிருக்கும் ஆர்வத்தையும் ஆசையையும் வெளிப்படுத்தினார். அதன் பின் அங்கிருந்து அஜய் ஊர் திரும்ப யத்தனித்தபோது, மஹந்த்

அவேதநாத் அவரை கோரக்நாதர் கோவிலில் முழு நேரச் சீடராகச் சேர்ந்துவிடும்படிக் கேட்டுக்கொண்டார். பல கலவையான எண்ணங்களுடன் ஊர் திரும்பிய அஜய்யின் மனம் முழுவதையும் ஆக்ரமித்திருந்தார் மஹந்த் அவேதநாத்.

இரண்டு மாதங்களுக்கு பின், மஹந்த் அவேதநாத் டெல்லி எய்ம்ஸ் மருத்துவமனையில் சிகிச்சைக்காக அனுமதிக்கப்பட்ட போது அஜய் அவரைச் சந்திக்கச் சென்றார். அச்சமயத்தில் மிகுந்த ஆவலோடும் அக்கறையோடும் அவேதநாத் அஜயிடம் தான் முன்பு கோரக்நாத் மடத்தில் இணையச் சொன்ன விஷயத்தை மற்றொரு முறை பரிசீலிக்கும் படி கேட்டுக் கொண்டார். மற்றும் தற்போது சூழல் சரியாக இல்லாத காரணத்தால், அவர் திறமையான சீடர் ஒருவரை அடுத்த மஹந்த்தாக நியமித்தாக வேண்டிய கட்டாயத்தில் இருப்பதாகவும் இதை அவர் செய்யத் தவறினால் இந்த ஹிந்து சமூகம் அவரைக் கடிந்து கொள்ளும் எனவும் யோகி அவேதநாத் அஜயிடம் தெரிவித்துள்ளார். எனவே தான் அஜய்யினுள் இயற்கையாகவே ஓர் யோகி இருப்பதைத்தான் காண்பதாக அழுந்தக் கூறி அவரை கோவிலில் சீடராகச் சேரும்படிக் கேட்டுக் கொண்டார். மஹந்த் அவேதநாத் இழந்த ஆரோக்கியத்தை மீண்டும் பெற்று மீண்டு வரும் போது, அவருடன் தானும் இணைந்து கொள்வதாக அஜய் அவருக்கு உறுதியளித்தார்.

நவம்பர் 1993-ல் அஜய் சொந்த கிராமத்தை விட்டு, பெற்றோரை விட்டு, நட்புகளை விட்டு, தன் படிப்பை விட்டு நீங்கி, தன் குடும்ப உறுப்பினர்கள் பலருக்குத் தெரிவிக்கக்கூடச் செய்யாமல் கோரக்பூருக்குச் சென்றார். பிப்ரவரி 15, 1994 மங்களகரமான 'பசந்த் பஞ்சமி' நிகழ்வு அரங்கேறியது. அப்போது அஜய் 'நாத் பந்த் யோகி' யாக குரு மஹந்த் அவேதநாத்தால் அபிஷேகம் செய்யப்பட்டார். விதிக்கப்பட்ட படியே அஜய், யோகி ஆதித்யநாத் ஆனார். பெரும் பழமையும் பெருமையும் வாய்ந்த கோரக்நாத் மடத்தை ஆதியில் சிவ பெருமான் ஆதிநாதராக இருந்து தோற்றுவித்ததாக நம்பப்படுகிறது. 'நாத் பந்த்'-இன் பாரம்பரியமிக்க இம்மடத்தின் மஹந்தாக, அவேதநாத்தின் வாரிசாகப் பொறுப்பேற்றுக்கொண்டார் யோகி ஆதித்யநாத்.

மஹந்த் அவேதநாத்தின் மறைவுக்குப் பின் செப்டம்பர் 12, 2014 அன்று யோகி ஆதித்யநாத் பாரம்பரியமிக்க, முறையான சடங்குகளைத் தொடர்ந்து கோரக்நாதர் ஆலயத்தின் 'பீடாதேஷ்'-ஆக (தலைமை அர்ச்சகர்) பொறுப்பேற்றார்.

●

மஹந்த் யோகி ஆதித்யநாத்துடன் ஓர் நாள்

நான் கோரக்பூருக்குச் சென்றிருந்தபோது, அங்கு பன்னிரண்டுக்குப் பன்னிரண்டு என்ற அளவிலான யோகியின் அறையை கோரக்நாதர் கோவிலில் கண்டேன். வெறும் ஓர் படுக்கை மற்றும் மேஜை மட்டுமே அதில் இருந்தன. பிசினஸ் ஸ்டார்டர்ட் பத்திரிகையின் ஜாய்தீப் கோஷ் அவர்கள் வெளியிட்ட செய்தி குறிப்பில் தெரிவிக்கப்பட்டதைபோல ஓர் நாளில் 400 பசுக்களுக்குத் தன் கையாலேயே வெல்லம் கொடுப்பது, ஒவ்வொரு அதிகாலையும் அப்பகுதியின் உள்ளூர் வாசிகளுடன் கூட்டங்களில் பங்கேற்பது என தினமும் பணிபுரிவார். அப்படியாக யோகி ஆதித்யநாத் அல்லது அந்த பகுதி மக்களால் மிக பிரபலமாக அழைக்கப்படும் பாபா அவர் கோரக்மடத்தின் பணிகளை மட்டுமல்லாமல் உத்தரப் பிரதேசத்தின் ஒட்டு மொத்த கிழக்கு பகுதியின் நலனிலும் அக்கறை கொண்டவராகவே இருந்திருக்கிறார்.

கோவிலில் இருக்கும் யோகி ஆதித்யநாத்தின் உதவியாளர் என்னிடம் அவருடைய கடினமான தினசரி அட்டவணையைப் பற்றிச் சொன்னார். அவருடைய அதிகாலை 3 மணிக்கு துவங்குகிறது. யோகப் பயிற்சிகள், பிரார்த்தனைகளை அதிகாலை 3 முதல் 5 வரை மேற்கொள்கிறார். கோவிலில் விரிவான பூஜைக்கு பின், கோவில் வளாகத்தின் பணிகள் அனைத்தையும் ஒரு மணி நேரம் ஆய்வு செய்வார். அங்குள்ள பணியாளர்கள் அனைவரையும் சந்திப்பார். பசுக்களுக்கு உணவளிப்பார். பின்பு அவருடைய அறைக்கு காலை 6:15 க்கு சென்று 8:30 வரை புத்தகங்கள் மற்றும் நாளிதழ்கள் வாசிப்பார். தற்சமயம் அவர் கோவிலின் மஹந்தாக(தலைமை அர்ச்சகராக) இருக்கும் காரணத்தால் ஆவணங்களில் கையெழுத்திடுவது, நிறுவனம் சார்பான முடிவுகளை மூத்த நிர்வாகிகளுடன் கலந்து ஆலோசித்து எடுப்பது போன்ற காரியங்களுக்காக அவருடைய கால அட்டவணையில் தற்போது ஓர் மணி நேரம் கூடுதலாக கூடிக்கொண்டது. இந்த பரபரப்பான காலை வேளையில் அவருடைய முடி திருத்துனர் அவர் முடி திருத்தம் செய்து கொள்ள விரும்புகிறாரா சவரம் செய்து கொள்ள விரும்புகிறாரா என்பதை தெரிந்து கொள்ள அவரை தொடர்ந்து அணுக முயற்சித்து கொண்டேயிருப்பார்.

காலை 9:30 மணியளவில் மடத்தின் மிக பிரபலமான ஜனதா தர்பாரில் (மக்கள் மன்றம்) மக்களைச் சந்திப்பார். பல வருடங்களாகச் செயல்பட்டுவரும் இது தன்னளவில் ஓர் தனி அரசாங்க மையம் போலவே செயல்பட்டுவருகிறது. பாபாவைப் பின்தொடர்பவர்கள் அவர் தவறே செய்யமாட்டார் என்றும் ஒருவேளை அது தவறாகப் போகுமெனில் அது அதைவிட மிகப்பெரிய நலனுக்காக

நிகழ்ந்திருக்கும் என்றே நம்புகின்றனர் என திரு.கோஷ் தெரிவித்தார். உதாரணமாக, அவருடைய தினசரி கூட்டம் என்பது எந்த வித பாரபட்சமுமின்றி ஏழை என்றும் பணக்காரர் என்றும் பாராமல், உள்ளூர் வாசிகள் என்ற சலுகைகள் இன்றி, மதரீதியான பாகுபாடுகள் இன்றி நடைபெறுகிறது. ஆனால் ஒரே ஒரு நிபந்தனை மட்டும் அங்கு உண்டு: அது பாபாவிடம் பொய்யுரைக்கக்கூடாது என்பதே. குற்றம் இழைத்தவருக்கு தண்டனையாக அவருடைய நிலத்தை வேறு யாராவது ஒருவர் உழ அனுமதிக்கப்படுவார் அல்லது இதை விடக் கடுமையான தண்டனைகளும் சில வேளைகளில் வழங்கப்படும். பாபாவைக் காண வந்து காத்திருப்பவர்களை ஊட்டசத்துடன் வைத்து கொள்ள மோர் வழங்கப்படுகிறது.

இந்த கூட்டத்தில், திருமணங்கள் மற்றும் குழந்தைகளின் படிப்புக்காக உதவித் தொகைகள் வழங்கப்படுகின்றன. பிரச்னைகள் தீர்வு காணப்படுவது என மற்றும் பலவும் இங்கே நிகழ்கிறது. இந்த ஜனதா தர்பாரின் சிறப்பே, கடைசி நபரின் பிரச்னையைக் கேட்கும் வரை இந்த ஜனதா தர்பார் ஓய்ந்துவிடாது என்பதே. எந்த ஒரு பிரச்னையின் போதும் ஒருவர், தான் இது தொடர்பாக பாபாவிடம் செல்லப்போகிறேன் என்று சொல்லும் மாத்திரத்திலேயே பாதி பிரச்னைகள் தீர்ந்து விடுவதாக உள்ளூர்வாசி ஒருவர் கருத்து தெரிவித்தார்.

நான் அக்கோவிலுக்கு இரண்டாம் முறை சென்ற போது யோகி ஆதித்யநாத் உத்தரப் பிரதேசத்தின் முதல்வராகப் பதவியேற்றிருந்தார். ஆனாலும் அதே வீரியத்துடன் ஜனதா தர்பார் அங்கே நடைபெற்றுக் கொண்டிருந்தது. யோகி ஆதித்யநாத்தின் நாற்காலி காலியாக இருந்தது. ஆனால் கோவிலில் இருக்கும் அவருடைய நெருங்கிய உதவியாளரான 65 வயது மதிக்கத்தக்க துவாரக ப்ரசாத் திவாரி வரும் மக்களின் அனைத்து பிரச்னைகளையும் கூர்ந்து கண்காணிக்கிறார். பின்பு வழக்கம்போலவே அப்பிரச்னைக்கான தீர்வாகத் தொலைபேசி அழைப்போ மடத்திலிருந்து கடிதமோ சென்றுகொண்டிருக்கிறது.

பாபாவின் தினசரி அட்டவணையை மீண்டும் காண்கிறபோது, அவருடைய ஒரு நாளின் திட்டங்கள் அன்றைய காலையில் நிகழும் ஜனதா தர்பாரின் கூட்டத்தைப் பொறுத்தே அமைவதை நம்மால் கண்கூடாகக் காண முடிகிறது. அதன் பின் பாபா கோவிலின் வளாகத்தினுள் மருத்துவமனை மற்றும் இதர பகுதிகளுக்கு நேரில் சென்று கண்காணிப்பார். அந்தப் பகுதியிலிருக்கும் மற்றும் மற்ற மருத்துவமனைகளைச் சார்ந்த மருத்துவர்களும் ஓர் நாளில் சில மணி நேரங்களை மடத்திலுள்ள மருத்துவமனையில் செலவிடுவார்கள். அங்கு மிகக் குறைவான கட்டணத்தில் நோயாளிகளுக்கு தேவையான

சிகிச்சைகளை அளிப்பார்கள் என அங்கிருக்கும் உள்ளூர் வாசி தெரிவித்தார்.

பிணையக்கைதிகளாக, மீட்புப் பணம் கோரி மருத்துவர்கள் கடத்தப்பட்ட காலம் எல்லாம் மலையேறிப் போய்விட்டன. பாபாவின் கோவிலுடன் தொடர்பிலிருப்பதே அவர்களுக்கு ஒருவிதமான பாதுகாப்பாகவும் இருந்தது. அதைப்போலவே மடத்தினுள் இருக்கும் மருந்தகங்கள் பல மடங்கு குறைந்த விலையில் மருந்துகளை விற்கின்றன. சர்வாதிகாரம்போல் கறாரான விதிகளுடன் நடத்தப் படுவதாகச் சிலர் புகார் சொல்வதுண்டு என்றாலும், உள்ளூர் மக்கள் நல்ல மருத்துவ சேவையினாலும், மருத்துவர்களின் சிகிச்சையினாலும் மக்கள் பெரும் பயன்களை அடைவதாகத் தெரிவிக்கின்றனர். காலையில் துவங்கும் ஜனதா தர்பாரை முடித்த பின்னர் யோகி ஆதித்யநாத் தொகுதிக்குப் புறப்பட்டுச் செல்வார். அங்கு கிராமங்கள், பள்ளிகள், மருத்துவமனை, நிறுவனங்களுக்கு சென்று அங்குள்ள பிரச்னைகளுக்கு, சர்ச்சைகளுக்குத் தீர்வு காண்பார். அதன் பின் கோவிலுக்கு மாலை 5 அல்லது 6 மணியளவில் திரும்புவார். பிறகு கோசாலையிலிருக்கும் பசுக்களுடன் நேரத்தைச் செலவிடுவார். அதன் பின் மாலை பிரார்த்தனைக்குத் தயார் ஆவதற்காக அவருடைய அறைக்குத் திரும்புவார். இரவு 9 மணிக்கு மேல் கல்வியாளர்கள், முதல்வர்கள் மற்றும் பல அறிஞர்களை 10:30 முதல் 11:00 மணிவரை சந்தித்துப் பேசுவார். அதன் பின்பே அவருடைய நாள் முடிவு பெறும்.

நெருங்கிய நண்பரான பிரதீப் ராவ், யோகியின் உணவுப் பழக்கத்தைப் பற்றிக் குறிப்பிடும் போது, யோகி ஆதித்யநாத்துக்கு அவருடைய மதிய உணவை உண்ண அரிதாகவே நேரம் கிடைக்கும் என்றும் தெரிவித்தார். அவர் உட்கொள்ளும் யோகமுறை உணவானது நாவின் சுவை மொட்டுக்களுக்கு மிகவும் சாத்வீகமானதாக இருப்பதால் ராவ் மற்றும் அவருடன் இருப்பவர்களுக்கு யோகியுடன் சேர்ந்து காலை உணவையோ இரவு உணவையோ உண்பதென்பது தண்டனைக்கு ஒப்பானது எனவும் தெரிவித்தார். யோகி பழங்கள், கஞ்சி, கடலை மற்றும் அல்லது மோர் ஆகியவற்றையே காலை உணவாக உட்கொள்வார். அவருடைய இரவு உணவுக்கு அல்லது அவ்வப்போது மதிய உணவுகளில் வேக வைத்த காய்கறிகளை வெகு குறைந்த அளவிலான உப்புடனோ அல்லது மசாலா அல்லது எண்ணெயுடனோ எடுத்துக் கொள்வார். அதனுடன் சிறிதளவு பருப்பு, குறைந்த அளவிலான சாதம் மற்றும் சப்பாத்தியை உட்கொள்வார்.

முதல்வராகப் பதவியேற்றபின் அவருடைய இல்லத்திலும் அலுவலகத்திலும் இந்தக் கடினமான அட்டவணையைப் பின்

தொடர்வது மட்டுமல்லாமல் அவருடன் சேர்ந்து மற்ற அனைவரையும் பின்தொடரச் செய்கிறார். தற்போதிருக்கும் ஒரே வித்தியாசம், இப்போது நடைபெறும் ஜனதா தர்பாருக்கு உத்தரப் பிரதேசத்தின் அனைத்துப் பகுதியிலிருந்தும் மக்கள் வருகிறார்கள்! அது மட்டுமின்றித் தற்போது மக்களின் பிரச்னையைத் தீர்ப்பதற்கு அரசு இயந்திரத்தை அவர் கைவசம் கொண்டுள்ளார். அதனுடன் மாநிலத்தின் நன்மைக்காக மாநிலம் முழுவதிலும் ஓர் கொள்கை மாற்றத்தை நிறுவப் பல்வேறு அறிவுரையாளர்களையும் அதிகாரிகளையும் வைத்துள்ளார். ஆயினும் நாத்பந்த் யோகி மாநிலத்தின் முதல்வராகப் பதவியேற்றிருக்கிறார் என்பது அரசியல் மற்றும் அதிகாரவர்க்கத்தினரின் அகத்திலும் முழுமையாக ஊடுருவி நிறையவில்லை என்பதே நிதர்சனம்.

●

நாத் பந்த் என்றால் என்ன?

யோகியை நாம் புரிந்துகொள்ள வேண்டுமெனில், நாம் முதலில் நாத் பந்த் என்றால் என்ன என்பதையும், அதன் துவக்கம், அதன் குருமார்கள், அதன் பொறுப்பாளர்கள், அதன் பழக்க வழக்கங்கள், அதன் வரலாறு என அனைத்தையும் நாம் புரிந்துகொள்ளவேண்டும்.

சமஸ்கிருதத்தில் 'நாதா' என்பது கடவுளை அல்லது காப்பவனைக் குறிக்கிறது. சமஸ்கிருதச் சொல்லான ஆதிநாதா என்பது துவக்கத்தில் அல்லது ஆரம்பகாலத்தில் இருந்த கடவுளை அதாவது நாதர்களைத் தோற்றுவித்த சிவபெருமானைக் குறிக்கிறது. 'நாத சம்பிரதாயத்தின்' படி தீக்ஷை பெறுபவரின் பெயர் 'நாத்' என்ற வார்த்தையில் முடியும்படியானதாக இருக்கும். இதை ஒட்டியே மஹந்த் அவேதநாத் 22 வயதான அஜய்க்கு 1994-ஆம் ஆண்டு தீக்ஷை வழங்கி யோகி 'ஆதித்யநாத்' எனப் பெயர் சூட்டினார்.

நாத் பந்த் என்பது மத்தியகால இயக்கம். இது சைவம், பௌத்தம், ஹடயோகா போன்ற இந்தியப் பாரம்பரியங்களின் கூட்டுத் தொகுப்பாக இருக்கிறது. குரு மத்ஸ்யேந்திரநாத் சிவபெருமானிடம் இருந்து போதனையைப் பெற்றுத்தான் 'நாத சம்பிரதாயத்தை' நிறுவியவராகக் கருதப்படுகிறார். குரு மத்ஸ்யேந்திரநாத் அவருடைய நேரடி சீடரான குரு கோரக்நாத்துடன் இணைந்து நாத் பந்த்-ன் அனைத்து போதனைகளையும் தொகுத்து ஒருங்கிணைத்துள்ளார்.

'நாத்' என விழிக்கப்படும் பாரம்பரியப் பழக்கத்தின் குறிப்பிடத்தக்க அம்சமே அவர்கள் யோகத்தைக் கடைபிடிக்கும் முறையும் அதனைத்

தொடர்ந்து நிகழும் அக சுத்திகரிப்பும்தான். குறிப்பாக ஹடயோகாவின் மூலம் பரப்பிரும்ம சொரூபத்துடனான ஆன்ம போதத்தை அதாவது 'சகஜ சித்தா' எனும் விழிப்புநிலைக்கு ஒருவரைக் கொண்டுசெல்வது தான். அனைத்துப் பண்பு நலன்களும் நிரம்பிய ஒரு குரு யோகக் கலை அறிந்தவராக, ஓர் ஆன்மிக வழிகாட்டியாக மிக முக்கியமானவராகக் கருதக்கூடியவராக யோகப் பழக்கங்களில் வரலாற்றுச் சிறப்புடன் நினைவுகூரப்படுபவராக இருக்கவேண்டும்.

மலின்சன் ஜேம்ஸ் என்பவர் 2011-ல் 'நாத சம்பிரதாயம்' குறித்து எழுதிய கட்டுரையில், 'நாத சம்பிரதாயம் என்பது முற்றும் துறந்த துறவி மரபு லௌகீக வாழ்வில் ஈடுபட்ட மரபு என இரண்டையும் உள்ளடக்கியதாக இருக்கிறது. இவர்கள் முதல் குருவும் ஆதிகுருவும் ஆன ஆதிநாத் அவர்களால் சிருஷ்டிக்கப்பட்ட ஒன்பது நாத குருமார்களின் வழி வந்தவர்களாகத் தம்மை அடையாளம் காண்கிறார்கள். இதில் ஆதி குரு என்பது சிவபெருமானையே குறிக்கிறது. அவரை தொடர்ந்து ஒன்பது குருமார்களில் அடுத்ததாக வருபவர் மத்ஸ்யேந்திரநாத். அவரைத் தொடர்ந்து கோரக்சநாத்(கோரக்நாத்) இவரே துறவின் வரிசையைத் தோற்றுவித்தவராக அறியப்படுகிறார்.

நாத் என்கிற துறவு வரிசையின் துவக்ககாலக் குறிப்புகளைப் புரட்டுகிற போது, ஓர் ஒழுங்குப்படுத்துப்பட்ட நிறுவனமாக இது 17-ஆம் நூற்றாண்டின் துவக்கத்தில் தான் உருவம் கொண்டுள்ளது. ஆனால் இதன் துவக்க கால வரலாற்று சிறப்பு மிக்க குருக்களான மத்ஸ்யேந்திரநாத் மற்றும் கோரக்சநாதா ஆகியோர் இந்த நூற்றாண்டுக்குப் பல நூற்றாண்டுகள் முன்பே தோன்றியவர்களாக அதாவது 9 மற்றும் 12 ஆம் நூற்றாண்டில் தோன்றியவர்களாக அறியப்படுகிறார்கள். அதற்கு இடைப்பட்ட காலத்தில் பல துறவிகளாகவும், இல்லறத்தார்களாகவும் பல 'நாத்'கள் இருந்ததற்கான தரவுகள் நமக்கு எழுத்துகள், கல்வெட்டுகள், உதாரணச் சின்னங்கள், வரலாற்று அறிக்கைகளின் மூலம் கிடைக்கிறது.ஸ்ரீ நாத சம்பிரதாய சித் பரம்பரையின் ஒன்பது குருமார்களின் வரிசையில் குரு மத்ஸ்யேந்திரநாத் மற்றும் கோரக்சநாதாவும் உள்ளனர். இந்தப் பரம்பரையில் மொத்தம் ஒன்பது நாத்களும் 84 சித்தர்களும் உள்ளனர்.

ஹசாரி பிரசாத் திரிவேதி எழுதிய சிறப்புமிக்க புத்தகமான 'நாத் சம்பிரதாய' என்ற நூலின் படி, நாத் பந்த் யோகிகளின் முக்கிய பிரிவினர் கோரக்நாத் யோகிகளே. இவர்களை 'கான்பத்தா' அல்லது 'தர்ஷனி' (சாதுக்கள்) எனவும் அழைப்பர். 'கான்பத்தா'என்கிற வார்த்தையின் மூலம் உண்மையில் எங்கிருந்து உதித்ததெனில், இந்த யோகிகள் அவர்களின் காதுகளைக் குறிப்பிட்ட முறையில் துளைத்திருப்பார்கள். அதில் மண், யானை தந்தம் அல்லது தங்கத்தால் ஆன காதணிகளை

அணிந்திருப்பர். திரிவேதியின் நூலின் படி, கோரக்நாத் சாதுக்களை இந்தியாவின் பல்வேறு இடங்களில் பார்க்க முடியும். இவர்களை பஞ்சாப், வங்காளம், மும்பை, இமாலயப் பகுதிகளில் 'நாதா' என அழைப்பார்கள்.

பல புள்ளியியல் தரவுகளை ஆராய்ந்து பார்த்தாலும்கூடப் பல நூறாண்டுகளாகத் தொடரும் இந்தப் பாரம்பரியத்தின் சாதுக்களின் துல்லியமான எண்ணிக்கையைக் கணித்துச் சொல்வதென்பது மிகவும் கடினமான காரியம். ஜார்ஜ் வெஸ்டன் பிரிக்ஸ் அவருடைய விலைமதிப்பு மிகுந்த *Goraknath and the Kanphata Yogis* என்ற புத்தகத்தில் அந்த எண்ணிக்கையைக் கணிக்க முயன்றுள்ளார். 1891-ஆம் ஆண்டின் சென்சஸ் படி, இந்தியாவில் மொத்தம் 2,14,546 'யோகிகள்' இருப்பதாகக் கணிக்கப்பட்டிருப்பதாகத் தெரிவிக்கிறார். ஆக்ரா மாகணம் மற்றும் அவுத்-திலிருக்கும் 'அவ்கார்கள்'(அதஞ்டச்ணூண்) 5,319 என்றும், கோரக்நாத்துகள் 28,816 என்றும் ஜோகிகள் 78,387 என்றும் கணிக்கப்பட்டுள்ளது. இதன் மூலம் கோரக்நாத்தினுள் அவ்கார்கள் 45% அளவில் இருப்பதும், நாத் பந்த் மற்றும் குறிப்பாக கோரக்நாத் யோகிகள் இந்தியாவின் சாதுக்கள் வகுப்பில் ஓர் பெரும்பகுதி இடத்தைப் பிடித்திருப்பதையும் உணர்த்துகிறது.

அதே அறிக்கையில், ஆக்ரா, அவுத் பகுதிகளில் ஆண் - பெண் யோகிகளின் விகிதம் 42/35 எனக் குறிப்பிடப்பட்டுள்ளது. பெண் யோகிகளில் சிலர் கணவரை இழந்த பின் யோகிகளாகியிருக்கிறர்கள். சில நேரங்களில் கணவரும் மனைவியுமே யோகிகளாக இருந்திருக்கின்றனர். பஞ்சாப் பகுதியைச் சேர்ந்த யோகிகளில் 38,137 பேர் இஸ்லாமியர்கள். நாத் பந்த் யோகி (ஆதித்யநாத்) ஒருவர் உத்தரப் பிரதேசத்தின் முதல்வராகப் பொறுப்பேற்றுள்ள இந்த நேரத்தில் நாத் பந்த் பாரம்பரியத்தில் நீண்ட நெடுங்காலமாகவே பெண்கள், இஸ்லாமியர்கள் போன்ற சமூகத்தின் பின்தங்கிய பிரிவினர்கள் யோகிகளாக இருந்திருப்பதென்பது மிக முக்கியமாகக் கவனத்தில் கொள்ளவேண்டிய விஷயம். இன்றும் கூட கோரக்நாத் கோவிலின் உள்ளே பல இஸ்லாமியர்களும் பெண்களும் பணியாற்றுகின்றனர்; கோவில் வளாகத்தினுள் கடைகளும் வைத்துள்ளனர்.

காது துளைக்கும் முறைக்கு இன்னும் சற்று விரிவாகப் பார்த்தால், பிரிக்ஸ் எழுதியிருப்பதைப்போல், கான்பத்தே சாதுக்களின் ஒரு பிரிவினர் வித்தியாசமான ஓர் அடையாளத்தைக் கொண்டிருப்பார்கள். அதாவது, பிளவுபட்ட காதுகளும் பெரிய அளவிலான காதணிகளையும் அணிந்திருப்பார்கள். அவர்கள் தீக்ஷை பெறும் கடைசி தறுவாயில், பிரத்யேகமாகத் தேர்ந்தெடுக்கப்பட்ட குருவால் இரண்டு காதுகளின்

மத்தியிலிருக்கும் வெற்றிடம் இரண்டு கூர்முனை கொண்ட கத்தியினால் பிளக்கப்படும். வேப்பங்குச்சிகள் அதன் இடையே சொருகப்படும், பின் காயங்கள் ஆறியதும் பெரிய வளையங்கள் (முத்திரைகள்) அதில் நுழைக்கப்படும். இது யோகிகளின் நம்பிக்கைக்கான அடையாளம். காதிலிருக்கும் குறுத்தெலும்பின் நாடியைப் பிளப்பது அவரின் யோக சக்திகளுக்கு உதவும் என்ற ரீதியில் சிலர் விளக்குகின்றனர். இந்த முத்திரையை(காதணியை) அணிந்திருக்கும் யோகிகள் அழிவில்லாதவர்கள் எனக் கருதப் படுகின்றனர்.

கிழக்கு இந்தியாவில் அணியப்படும் வளையம் 7 இன்ச் சுற்றளவையும் இரண்டேகால் அவுன்ஸ் எடையையும் அல்லது அதற்கு மேலும் கொண்டது. அந்த அணிகலனின் எடையானது அது எந்தப் பொருள் கொண்டு தயாரிக்கப்படுகிறது என்பதைப் பொறுத்தே அமைகிறது. தீக்ஷை பெறுபவர்கள் முதலில் களிமண்ணினால் ஆன வளையத்தை அணிய வேண்டும் என்பதுதான் விதியாக இருந்தது. ஆனால் சிறிது காலத்தில் அது எளிதில் உடைந்துவிடும் என்பதால் அதற்கு மாற்றாக உறுதியான தன்மையினாலான பொருட்களைப் பயன்படுத்தினர். காண்டாமிருகத்தின் கொம்புகள் காதணிகளைச் செய்ய மிக விரும்பப்பட்ட மூலப் பொருளாக இருந்திருக்கிறது. சில முக்கியமான யோகிகள் தங்க வளையங்களை அணிந்தவாறு காணப்பட்டனர். செம்பு, கலைமான் மற்றும் மறிமான் ஆகியவற்றின் கொம்புகள், யானை தந்தம், ஒரு வகையான ரத்தினக் கல் வகை, பச்சை மாணிக்கம், கண்ணாடி, சங்கு, ஓடு மற்றும் மரம் போன்றவையும் மாற்றுப் பொருட்களாகப் பயன்படுத்தப்பட்டன.

இந்தப் புத்தகத்தை எழுதுவதற்காக நான் கோரக்நாத் கோவிலில் நேரத்தைச் செலவிட்டபோது ஓர் கான்பத்தா சாதுவைச் சந்தித்தேன். அவர் கோரக்நாத் மடத்தின் தலைமை மஹந்த்தான யோகி ஆதித்யநாத் அவர்களால் இரண்டு நாட்களுக்கு முன்பு தான் தீக்ஷையளிக்கப் பட்டவர். அவர் காதில் பெரிய களிமண்ணிலான முத்திரைகளை (காதணிகளை) அணிந்திருந்தார். அவருடைய காதில் கிட்டத்தட்ட எண்ணெய் வழிந்து கொண்டிருந்தது. அது காயத்தை ஆற்ற உதவும் எனத் தெரிவித்தார். காதுகளைத் துளைக்கும் முறையைத் துவங்குவதற்கு முன்பிருந்தே யோகிகள் ஓர் கடுமையான யோகப் பயிற்சியை மேற்கொள்ள வேண்டுமென்றார். காதுகளைத் துளைக்கும் போது யோகிகள் அசைக்கவோ அல்லது வலியில் அழவோ கூடாது; மீறினால் அவருக்கு தீக்ஷை அளிக்கப்படமாட்டது. யோகி ஆதித்யநாத்தும் ஓர் நாத் பந்த், கான்பத்தா சாது. அவர் எப்போதும் ஓர் மெல்லிய தங்க முத்திரையை(காதணி) காதில் அணிந்திருப்பார்.

நாத் பாரம்பரியத்தைப் பறைசாற்றும் பல கோவில்கள் இந்தியா முழுவதிலும் உள்ளன. கோரக்நாத் மடத்தின் பெயர் குரு கோரக்நாத்தின் பெயராலேயே வழங்கப்படுகிறது. இது நாடெங்கிலும் உள்ள நாத் பாரம்பரியக் கோவில்களிலேயே மிக முக்கியமான கோவிலாகக் கருதப்படுகிறது. நாத் கலாசாரத்தின் அனைத்துத் துணை பிரிவுகளையும் ஞானத்தைப் பகிர்ந்து கொள்ளும் நோக்கத்தோடும் பெரும் தோழமையுணர்ச்சியை ஊட்டி வளர்க்கவும் உருவாக்கப்பட்ட பெரும் அமைப்பு தான் 'அகில் பாரதவர்ஷே அவதூத் பேஷ் பாரா பன்ந்த் யோகே மஹாசபை'. யோகி ஆதித்யநாத் தான் இந்தப் பெரும் சபையின் தலைவர்(சபாபதி). இந்த நிறுவனத்தின் முக்கிய நோக்கமே அனைத்து நாத் யோகிகளுக்கும் மடங்களுக்கும் தேவையான உதவிகளைச் செய்வது, நாக சம்பிரதாயத்தின் பணிகளை வளர்ப்பது ஆகியவை தான். சத்நதி(சத்நாத்), ராம்நதி(ராம் கே), பகல்(பகலபந்தி), பாவ்பந்த் (பாவக்), தர்ம்நாத்(தர்மநதி), மன்னதி(மனோநதி), கபலனி (கபில்நாத்), கங்காநாத்(கங்காநதி), நடேஷ்வரி(தார்யநதி), அய்பந்த் (ஆய்கே), வைராக்(பார்த்திரிஹரி வைராக்) மற்றும் ராவல்பந்தி என மொத்தம் பந்த் (Panth) யோகிகளில் பன்னிரண்டு கிளைகளைச் சேர்ந்த பிரதிநிதிகளை ஒருங்கிணைத்து உருவாக்கப்பட்டது இந்த நிறுவனம்.

•

குரு கோரக்நாத்

குரு கோரக்நாதரின் யோகப் பயிற்சிகள், தியானம் மற்றும் வழிபடுதலுக்கான புனிதமான தலங்களுள் ஒன்று எனப் பல பரிமாணங்களைக் கொண்டிருந்தது கோரக்பூர். கோரக்நாத், இவர் ஆதிநாதரான சிவபெருமானின் அவதாரமாகப் பார்க்கப்பட்டவர். மஹாகால் யோகசாஸ்திராவில், சிவபெருமான் சொல்லியிருப்பவை, 'யோகச் செய்தியைப் பரப்புவதற்கு நான் கோரக்நாதர் எனும் அவதாரத்தை எடுத்திருக்கிறேன்.' புகழ்பெற்ற நூலாசிரியரான ஜார்ஜ் வெஸ்டன் பிரிக்ஸ், கோரக்நாத் என்பவர் இந்தியாவிலுள்ள இந்து துறவிகளின் இயக்கத்தில் 'நாத்' என்கிற செல்வாக்கு மிகுந்த பிரிவின் நிறுவனர். மத்ஸ்யேந்திரநாதரின் குறிப்பிடத்தகுந்த இரண்டு சீடர்களில் ஒருவராக விளங்கியவர். அவரைப் பின்தொடருபவர்கள் இந்தியாவின் இமாலயத்தைச் சார்ந்த மாநிலங்களிலும், மேற்கு மற்றும் மத்திய மாநிலங்களிலும் கங்கை சமவெளிகளிலும் நேபாளத்திலும் காணப்பட்டனர். இவர்கள் யோகி, கோரக்நாத்தி, தர்ஷனி அல்லது கான்பத்தா என அழைக்கப்பட்டனர்' என்று குறிப்பிட்டிருக்கிறார்.

ஹிந்து பாரம்பரியத்தில் கோரக்நாத் ஓர் மஹாயோகியாகக் காணப்படுகிறார். அவர் குறிப்பிட்ட மீமெய்யியல் கோட்பாடுகளைக் குறித்தோ குறிப்பிட்ட சத்தியங்களைக் குறித்தோ மட்டும் வலியுறுத்திப் பேசவில்லை. அவர் உண்மைக்கான தேடல் குறித்தும், மனிதனின் சராசரி இலக்காகவும், மதிப்புமிக்கதாகவும் ஆன்மிக வாழ்வு இருக்க வேண்டும் என்பதையும் வலியுறுத்திப் பேசினார். சமாதி நிலையை அடையவும், தன்னுடைய சுய ஆன்மிக உண்மையைக் கண்டடைவதற் காகவும், யோகம், ஆன்மிக ஒழுக்கம் மற்றும் சுய உறுதிக்கான நெறிமுறை வாழ்க்கை இவற்றை வென்றெடுத்தவர் கோரக்நாத். இஸ்லாம் மற்றும் பிரிட்டிஷ் காலனி ஆட்சியை எதிர்ப்பதற்கும், தற்காப்புக் கலைகளை வளர்ப்பதற்கும் உயரதிகாரிகளுக்கு எதிரான பதிலடிகளைக் கொடுப்பதற்கும் 14-ஆம் நூற்றாண்டு தொடங்கி நடைபெற்று வரும் போராளிகளான துறவிகள் இயக்கத்தில் பங்காற்றி வந்தமையால் இவருடைய சீடர்களும் புகழ்பெற்றவர்களாகவே அறியப்பட்டனர்.

கோரக்நாத், அவருடைய யோகிகள் மற்றும் அவருடைய கருத்துகள் இந்தியாவின் கிராமப்புறங்களில், மடங்களிலும் வெகு பிரபலம். அவருக்கென அர்ப்பணிக்கப்பட்ட கோவில்கள் இந்தியாவின் பல மாநிலங்களில் காணப்படுகின்றன. குறிப்பாக அவர் பெயருக்குக் காரணமாக இருந்த நகரமான கோரக்பூரில். கோரக்நாத் அவர்களால் துவங்கப்பட்ட இயக்கம் நகர்புற மேல்தட்டினரால் பரிகசிக்கப்பட்டது.

கோரக்நாதர் வாழ்ந்த காலம் குறித்த கணிப்பில் வரலாற்று ஆய்வாளர்கள் ஒருவருக்கொருவர் மாறுபடுகின்றனர். தொல்லியல் கணிப்பு மற்றும் படைப்புகளின் அடிப்படையில் கணக்கிட்டுப் பார்த்தால் பிரிக்ஸ் குறிப்பிடுவதைப்போல அவர் வாழ்ந்த காலம் 11 முதல் 12 ஆம் நூற்றாண்டாக இருக்கலாம். பாபா பரித்தின் ஆவணங்கள் மற்றும் ஜனனேஷ்வரியின் ஓலைச்சுவடிகளின் படிப் பார்த்தால் கோரக்நாத்தை 13 ஆம் நூற்றாண்டோடு தொடர்பு படுத்துகின்றன. ஆதாரங்களையே அடிப்படையாகக் கொண்டு இயங்கும் கிரியர்சன் என்பவர், கோரக்நாதர் வாழ்ந்தது 14 ஆம் நூற்றாண்டு என குஜராத்தில் கண்டறிந்து சொல்கிறார். இவருடைய தாக்கமானது ஏராளமான கபீர் கவிதைகளிலும் சீக்கிய குருவான குரு நானக்கிடமும் தென்படுகிறது, இதில் பல இடங்களில் இவரை வலுவான தலைவரென்றும், இவருக்குப் பிரம்மாண்டமான பக்தர் கூட்டம் உண்டு என்றும் விவரிக்கிறது. இதன் மூலம் இவர் இந்தியாவின் மாபெரும் ஆன்மிக தலைவர்கள் வாழ்ந்த காலகட்டத்தில் வாழ்ந்திருக்கக்கூடும் என்னும் தகவல் நமக்குக் கிடைக்கிறது.

வரலாற்று படைப்புகள் கோரக்நாத் என்பவர் பிறப்பால் பௌத்த மதத்தைச் சார்ந்தவராக இருந்தார். சைவச் செல்வாக்கு மிகுந்த பகுதியில் பிறந்ததால் சைவத்தால் ஈர்க்கப்பட்டு ஹிந்து மதத்துக்கு மாறி சிவபெருமானையும் யோகத்தையும் கற்றுத் தேர்ந்ததாகவும் வரலாற்றுப் பதிவுகள் தெரிவிக்கின்றன. யோகத்தையும் உபநிஷதங் களின் அத்வைத வேதாந்த விளக்கங்களையும் முன்னெடுத்த குமரில பட்டர், ஆதி சங்கரர் ஆகியோரின் சிந்தனைகளை அடிப்படையாகக் கொண்டு வாழ்ந்தவர் கோரக்நாத். மத்திய காலத்தில் இருந்த துவைத, அத்வைத ஆன்மிக தத்துவங்களின் உரையாடல்களைக் கருத்தில் கொண்டு இயங்கியவர் கோரக்நாத். 'தனிமனித நிலையில் அற்புதமான விழிப்பையும் ஒளி படைத்த சமாதி நிலையையும்' ஏற்கும் தேர்வு யோகிகளை, ஆன்மிக சீடர்களைச் சார்ந்தது என்பதை வலியுறுத்தினார் என பனீர்ஜியா குறிப்பிடுகிறார்.

•

கோரக்நாத் மடத்தின் மஹந்த் பாரம்பரியம்

ஆதிநாதர் சிவபெருமானின் சீடரான குரு கோரக்நாத்தின் தாக்கத்தால் துவங்கப்பட்டது கோரக்நாத் மடம். இது நாத்பந்த் யோகிகளின் ஆகப் பெரும் மையமாகத் திகழ்கிறது. கோரக்நாத் மடத்தின் மஹந்தாக இருப்பவரே குரு கோரக்நாதரின் பிரதிநிதியாகக் கருதப்படுவது மரபு. கோரக்நாத் மடத்தில் நிலவும் இந்த மஹந்த் பாரம்பரியம் என்பது குருவின் மீதான விசுவாசத்துக்கும், ஒருமைப்பாட்டுக்கும் பக்திக்கும் ஆகச் சிறந்த உதாரணம். கோரக்பூரில் அமைந்திருக்கும் மஹந்த்தின் இல்லம் 'ஸ்ரீகோரக்ஷதம் பீத்' மற்றும் 'மடம்' என அழைக்கப்படுகிறது. கோரக்நாத் மடத்தின் மஹந்தாக இருப்பவர். அவர் வாழ்நாள் முழுவதும் அப்பொறுப்பில் இருப்பார். தங்களுடைய இறுதிக் காலத்துக்கு முன்பாக ஒவ்வொரு மஹந்தும் திறமை வாய்ந்த சீடர் ஒருவரைத் தன்னுடைய வாரிசாக வார்த்தெடுப்பார்கள். 1994-ஆம் ஆண்டில் மஹந்த் அவேதநாத் தன்னுடைய சீடரான நம் யோகியை வாரிசாகத் தேர்ந்தெடுத்து அறிவித்ததைப்போல, வாரிசாகத் தேர்ந்தெடுக்கப்படும் சீடர், கோரக்நாத் மடத்தின் மஹந்தாக அபிஷேகம் செய்யப்படுவார். 2014-ல் நிகழ்ந்த மஹந்த் அவேதநாத்தின் சமாதிக்குப் பின் யோகி ஆதித்யநாத் கோரக்நாத் மடத்தின் 'பீடதீஷ்வரராக' அபிஷேகம் செய்யப்பட்டார்.

மஹந்த் ஸ்ரீ வரதநாத் கோரக்நாத் மடத்தின் முதல் மஹந்தாகக் கருதப்பட்டவர். அவருக்குப் பின் வந்த பல புகழ்பெற்ற மஹந்த்கள்:

பாபா அம்ரித்நாத், ஸ்ரீ பரமேஷ்வரநாத், ஸ்ரீ புத்நாத், ஸ்ரீ ராம்சந்த்ரநாத், ஸ்ரீ வீரநாத், ஸ்ரீ அஜப்நாத், ஸ்ரீ பியர்நாத், ஸ்ரீ பால்நாத், ஸ்ரீமான்னாத், ஸ்ரீசந்தோஷ்நாத், ஸ்ரீ மேஹர்நாத், ஸ்ரீ கோபால்நாத், ஸ்ரீபல்பத்ரநாத் மற்றும் ஸ்ரீ தில்வர்நாத் ஆகியோர். ஸ்ரீ தில்வர்நாத் தன் செயல் பாடுகளைத் தொடர முடியாத வேளையில் ஸ்ரீ கம்பீர்நாத் மஹந்த் பதவியுடன் கோரக்நாத் கோவில் மற்றும் மடத்தின் பாதுகாவலராகவும் நியமிக்கப்பட்டார். 1934-ஆம் ஆண்டு பக்திமிக்க யோகியும், ஹிந்து தர்மத்தை முன்னெடுத்த திக்விஜய்நாத் மடத்தின் மஹந்தாக பதவியேற்றார். அவரைத் தொடர்ந்து மஹந்தாகத் தேர்வானவர் தான் அவேதநாத்.

கோரக்நாத் மடத்திலுள்ள மஹந்த் பாரம்பரியத்தின் தனித்துவமான அம்சமே தர்மம், ஆன்மிகம், யோகம் என்ற வரிசையில் தேசிய வாதத்தையும் கருதுவது தான். மடத்தைப் பொறுத்தவரை ஹிந்துயிஸம் என்பது தான் தேசியவாதம். மடத்தின் பல்வேறு யோக மரபுகளையும் இந்தியப் பாரம்பரியத்தின் பல சம்பிரதாயங்களையும் ஒருங்கிணைத்துள்ளது கோரக்நாத் மடம். இந்திய பண்டிகைகளான நவராத்திரி, விஜயதசமி, ஸ்ரீ ராம பட்டாபிஷேகம், ஹோலி போன்றவை மடத்தின் கொண்டாட்டங்களுள் ஓர் பகுதியாகவே ஆகிவிட்டன.

'யோகம் மற்றும் ஆன்மிகத்துடன்' சேர்ந்து 'மக்கள் நலம் மற்றும் சேவைகள்' மடத்தின் அன்றாட முக்கிய செயல்பாடுகளுள் ஒன்றாகவே ஆகிவிட்டது. மடத்தில் தினசரி நிகழும் ஜனதா தர்பார், அன்னதானம், ஆதரவற்றவர்களுக்காக வழங்கப்படும் மோர், கல்வி மற்றும் ஆரோக்கியம் தொடர்பாக மடத்தால் இயக்கப்படும் பல்வேறு தொண்டு நிறுவனங்கள் போன்றவை மடத்தால் முன்னெடுக்கப்பட்ட மிகப்பெரிய நலதிட்ட நடவடிக்கைகள் அடங்கும்.

●

கோரக்நாத் மடத்தால் செய்யப்படும் நலத்திட்டங்கள்

மதம் மற்றும் ஆன்மிகத்தின் வரிசையில் கோரக்நாத் மடம் சமூக நலத்துக்கு எப்போதுமே முன்னுரிமை அளித்து வந்துள்ளது. மடத்தின் நலத்திட்டச் செயல்பாடுகள் மஹந்த் திக்விஜய்நாத்தின் தலைமையின் கீழ் விருட்சமாக வளர்ந்து பெருகியுள்ளது.

கல்வித்துறை நலத்திட்டங்கள்

1932- ல் மஹந்த் திக்விஜய்நாத் மஹாராணா ப்ரதாப் கல்வி கவுன்சிலை கோரக்பூரில் தோற்றுவித்தார். மஹந்த் திக்விஜய்நாத் ராஜஸ்தானில் இருந்து வந்தபோது அங்கிருந்த மாவீரரான மஹாராணா ப்ரதாப்பின் துணிவு கண்டு பெரும் தாக்கம் கொண்டவர். 1946-ல் மஹந்த் திக்விஜய்நாத், மஹாராணா பிரதாப் கல்லூரி, மஹாராணா பிரதாப் மகளிர் கல்லூரி ஆகியவற்றைத் தோற்றுவித்தார். 1958-ல் கோரக்நாத் மடம் கோரக்நாத் பல்கலைக்கழகத்தைத் தோற்றுவிக்கும் முயற்சியாக, இந்த இரண்டு கல்லூரிகளையும் ஒன்றாக இணைத்தது. மஹாராணா பிரதாப் கல்வி கவுன்சிலின் மூலம் தற்போதிருக்கும் துறைகளான ஆரம்ப நிலை, இரண்டாம் நிலை மற்றும் உயர் கல்வி ஆகிய துறைகளில் மட்டும் மொத்தம் 44 கல்வி நிறுவனங்கள் இயங்குகின்றன. 50,000 மேற்பட்ட ஆண்கள், பெண்கள், தொழில்நுட்பப் பாடங்கள், சமஸ்கிருதம், பட்டப்படிப்பு, பாலிடெக்னிக் மற்றும் செவிலியர் படிப்புகள் ஆகியவற்றை மடத்தின் கல்வி நிறுவனங்கள் மூலம் கற்கின்றனர். வழக்கமான பாடங்களுடன், இம்மாணவர்களுக்கு இந்திய கலாசாரம், பாரம்பரியம், தேசியவாதம் ஆகியனவும் கற்பிக்கப்படுகின்றன.

சமஸ்கிருத மொழியையும் இந்திய கலாசாரத்தையும் பாதுகாக்கும் முறை

சமஸ்கிருத மொழியையும் இந்திய கலாசாரத்தையும் காப்பதற்காக மடம் மிக அற்புதமான குறிப்பிடத்தகுந்த பணிகளை இத்துறையில் செய்துள்ளது. கோரக்நாத் மடத்தினுள் சமஸ்கிருத மொழிக்கெனக் கல்லூரி உண்டு, இது சம்பூர்ணானந்தா சம்ஸ்கிருத பல்கலைக் கழகத்துடன் இணைக்கப்பட்டுள்ளது. இங்கு 300 மாணவர்கள் வரை பயில்கின்றனர். இந்தக் கோவில் வளாகத்தினுள்ளேயே மாணவர் விடுதியும் உண்டு, இங்கு தங்கியுள்ள மாணவர்களின் செலவுகள் அனைத்தையும் கோரக்நாத் மடத்தின் நிர்வாகமே ஏற்றுக் கொண்டுள்ளது.

மருத்துவக் கல்வி மற்றும் மருத்துவமனை

இந்தப் பகுதியில் மருத்துவ வசதிகளைத் தோற்றுவித்ததில் முக்கியமான பங்கு மடத்துக்கு உண்டு. 1972-ஆம் ஆண்டு கோரக்ஷநாத் ஆயுர்வேதக் கல்லூரியையும் திக்விஜய்நாத் ஆயுர்வேதக் கல்லூரியையும் மடம் தோற்றுவித்தது. இந்த ஆயுர்வேத மருத்துவமனை 1984-ல் மூடப்பட்டாலும், திக்விஜய்நாத் ஆயுர்வேத

மருத்துவமனை இன்றளவும் இயங்கி வருகிறது. இத்தனை ஆண்டு காலத்தின் பயனாக ஆயுர்வேத மருத்துவமனை தற்போது நவீனப் படுத்தப்பட்டுள்ளது. 2003-ஆம் ஆண்டு கோரக்ஷநாத் மருத்துவமனை அதிநவீன மருத்துவ சாதனங்களும் அனைத்து வசதிகளும் நிரம்பிய மருத்துவமனையாகத் தோற்றுவிக்கப்பட்டது. இது பிகார், நேபாளத்தின் கீழுள்ள பகுதிகள், கிழக்கு உத்தரப் பிரதேசம் ஆகிய பகுதிகளிலிருக்கும் ஏழ்மையான மக்களுக்கு வரபிரசாதமாக அமைந்துள்ளது.

மோசமான மருத்துவக் கட்டமைப்பின் காரணமாக மாண்டு கொண்டிருக்கும் அரசு மருத்துவமனைக்கும், மிகவும் விலையுயர்ந்த மருத்துவ சிகிச்சைகளை அளிக்கும் தனியார் நிறுவனங்களும் சிறந்த மாற்றாக இந்த கோரக்ஷநாத் மருத்துவமனை உருவானது. கிராமப் புறங்களில் பல மருத்துவ முகாம்களை ஒருங்கிணைத்து மருத்துவ மனைகளுக்கு வர இயலாத ஏழை மக்களின் வாயிற்படியில் மருத்துவ சிகிச்சைகளை கொண்டு சென்று சாதனை புரிந்தது கோரக்நாத் மடம்.

குரு கோரக்நாத் செவிலியர் கல்லூரி, மருத்துவ வளர்ச்சிக்கு மிக முக்கியமானதாகக் கருதப்படும் மருத்துவ உதவி ஊழியர்களைப் பயிற்றுவிக்கும் பணியில் பரபரப்பாக இயங்கிக் கொண்டிருக்கிறது. மேலும் குரு கோரக்நாத் இன்ஸ்டிடியுட் ஆப் மெடிக்கல் சயின்ஸ் என்ற மருத்துவக் கல்லூரியைத் துவங்கும் திட்டத்திலும் மடம் தீவிரமாக ஈடுபட்டுள்ளது.

ஏழைகளுக்கான உணவு

கோரக்நாத் மடம் தினசரி இரண்டு முறை மாபெரும் அன்னதான பந்தியை ஆயிரக்கணக்கான சன்னியாசிகளுக்காக, ஏழை மற்றும் வீடற்ற மக்களுக்காக நடத்துகிறது. மடத்திலிருந்து ஒருவரும் பசியுடன் வெளியேறக் கூடாது என்பது நாத் பாரம்பரியத்தின் தத்துவங்களுள் ஒன்று. மடத்திலிருந்து உணவைப் பெற்றுக் கொள்வதற்கு எந்தக் கேள்விகளும் கேட்கப்படுவதில்லை. எந்த மதத்தை, சாதியைச் சேர்ந்த மக்களாக இருந்தாலும் அவர்கள் பந்தியில் கலந்து கொள்ளலாம். அவர்களுக்கு முழுமையான மரியாதையுடன் உணவு வழங்கப்படும்.

பசு வளர்ப்பு

ஆகச்சிறப்பாக நிர்வகிக்கப்படும் கோசாலைகள் கோரக்நாத் மடத்தின் வளாகத்தினுள் உண்டு. இங்கே நூற்றுக்கணக்கான பசுக்கள், கன்றுகள், காளைகள் வளர்க்கப்படுகின்றன. இந்தச் செயல்பாடுகளின் மூலம் பசுக்களின் மீதும் மற்ற உயிரினங்களின் மீதும் மடம் கொண்டுள்ள

பேரன்பு உலகுக்குப் பறைசாற்றப்படுகிறது. கோரக்பூரில் வசிக்கிற நாட்களில் தன்னுடைய அன்றாட அட்டவணையில் ஓர் அங்கமாகப் பசுக்களுடன் நேரத்தைச் செலவிடுவார் யோகி ஆதித்யநாத். இந்தப் பசுக்களின் பாலில் தயாரிக்கப்பட்ட மோர், அங்கு வருபவர்களுக்கும், சீடர்களுக்கும் பிரசாதமாக வழங்கப்படுகிறது.

யோக மையம்

கோரக்நாத் மடம் யோகத்துக்குப் பெரும் முக்கியத்துவத்தை வழங்குகிறது. இந்தியாவில் மஹாரிஷி பதஞ்சலி மற்றும் ஸ்ரீகோரக்ஷ‌நாத் ஜி ஆகிய இருவரும் தான் யோகாவின் இரு இணை மரபுகளின் முன்னோடியாக இருந்தவர்கள். கோரக்நாத் மடம் யோகாவின் தத்துவங்கள் மற்றும் செயல்முறை அம்சங்களில் மிகத் துடிப்பாக ஈடுபட்டிருந்தது. ஒவ்வொரு வருடமும் ஏழு நாள் யோகா முகாம் மடத்தின் மூலமாக ஒருங்கிணைக்கப்படுகிறது. இந்தப் பகுதியில் வாழும் மக்களுக்கு இலவசமாக தினசரி யோகா வகுப்புகளை நடத்தி வருகிறது கோரக்நாத் மடம்.

நூலகம்

கோரக்நாத் கோவிலில் அசாதாரணமான நூலகம் ஒன்று இருக்கிறது. அங்கே யோக தத்துவம், நாத் பாரம்பரியம் மற்றும் இந்திய மரபுகள் எனப் பரந்து விரிந்த தலைப்புகளில் புத்தகங்கள் குவிக்கப்பட்டுள்ளன. இந்த நூலகத்தில் நாத் பாரம்பரியம் தொடர்பான பல பழங்கால ஓலைச்சுவடிகளும் உண்டு. மடத்தால் பதிப்பிக்கப்படும் புத்தகமான 'யோகவானி'யின் அனைத்துப் பதிப்புகளையும் பாதுகாத்து வருகின்றனர். இத்தனை வருட காலங்களில் மடத்தால் பதிப்பிக்கப் பட்ட அனைத்துப் புத்தகங்களையும் போற்றிப் பாதுகாத்து வருகிறது இந்நூலகம். கோரக்நாத் கோவிலுக்கென பிரத்யேகமான பதிப்பகக் கிளை ஒன்று உண்டு. 40-க்கும் மேற்பட்ட புத்தகங்கள் இப்பதிப்பகம் மூலம் பதிப்பிக்கப்பட்டுள்ளன.

வகுப்பு மற்றும் சமூக ஒற்றுமைக்கான செயல்பாடுகள்

ஹிந்து மதத்தினுள் இருக்கும் பன்மைத்துவத்தை கோரக்நாத் கோவில் முழுமையாக மதித்து மரியாதை செய்கிறது. நாத் பாரம்பரியத்தைச் சார்ந்த குருமார்களின் சிலைகளோடு ஹிந்து மதத்தின் முக்கிய கடவுள் மற்றும் தேவிகளின் சிலைகளும் கோவிலினுள் நிறுவப்பட்டுள்ளன. இக்கோவில் சமூக ஒற்றுமைக்காகப் பணியாற்ற வேண்டுமென உறுதிகொண்டுள்ளது. ஜாதி பேதங்களுக்கும், தீண்டாமைக்கும் எதிராகச் செயல்படுகிறது. மஹந்த் அவேதநாத் இந்த இயக்கத்தில்

பெரும் பங்கு வகித்தவர். அவர் அவ்வப்போது கிராமங்களுக்கு எல்லாம் சென்று அங்கிருக்கும் பல்வேறு விதமான ஜாதியைச் சேர்ந்த மக்களுடனும் ஒன்றாக அமர்ந்து உணவு உண்ணுவார். அவர் காசியின் அரசருடனும், பல சன்னியாசிகளுடன் அமர்ந்து உணவருந்தியுள்ளார். மற்றும் பல்வேறு கோவில்களின் மஹந்தாக அர்ச்சகராகப் பட்டியல்இனத்தைச் சார்ந்த பலரை நியமித்துள்ளார்.

முகாம்கள், அமர்வுகள் மற்றும் அவைகள்

மதம், தத்துவம், ஆன்மிகம், யோகா, கலாசாரம், இது தொடர்புடைய மற்ற அனைத்துத் தலைப்புகள் குறித்தும் தொடர்ச்சியான முகாம்கள், கருத்தரங்குகள், அமர்வுகளை கோரக்நாத் மடம் தொடர்ந்து ஒருங்கிணைத்து வந்துள்ளது. 1970 முதல் சிறப்பு ஏழு நாள் விழா ஒன்று மடத்தினால் ஒருங்கிணைக்கப்படுகிறது. அதில் தர்ம சன்சாத்(மதம் சார்ந்த நாடாளுமன்றம்) மற்றும் ஜன் சன்சாத்(மக்களின் நாடாளுமன்றம்) ஆகிய இரண்டும் மக்கள் மற்றும் மதம் தொடர்பான அனைத்துத் தலைப்புகளையும் உள்ளடக்கிய நிகழ்வுகளை நிகழ்த்தி வருகிறது.

ஜனதா தர்பார்

கிழக்கு உத்தரப்பிரதேச முழுமையிலும் உள்ள மக்களால் மிகப் பிரபலமாக அறியப்படும் நிகழ்வு இது. கோரக்நாத் மடத்தால் ஒருங்கிணைக்கப்படும் இந்த ஜனதா தர்பாரில் மக்கள் தங்களின் பிரச்னைகளை எடுத்து வந்து, தீர்வினைப் பெற்றுச் செல்கின்றனர். உத்தரப் பிரதேசத்தின் முதல்வராகப் பதவியேற்றபின் யோகி ஆதித்யநாத் ஜனதா தர்பாரை லக்னோவில் நடத்தத் துவங்கிவிட்டார். அதேவேளையில் மூத்த ஊழியர் ஒருவரால் மடத்திலும் ஜனதா தர்பார் தொடர்ந்து நடைபெற்று வருகிறது.

•

கோரக்பூரின் வரலாறும் அதன் வளர்ச்சியில் மடத்தின் பங்களிப்பும்

குரு கோரக்நாத் தன்னுடைய தியானத்துக்காகவும் பிரார்த்தனைக்காவும் இந்த இடத்தைத் தேர்வு செய்ததிலிருந்தே கோரக்பூரின் நிலமானது புனித நிலமாக மாறும் நற்சாத்தியங்களைப் பெற்றுவிட்டது. ராப்தி(முன்னாளில் இராவதி என அழைக்கப்பட்டது) நதிக்கு அருகே,

தனிமை நிறைந்து, மனிதர்கள் குடியேறாத வனமாக, அமைதியான தியானத்துக்கு ஏதுவாக இருந்தமையால் கோரக்நாத் இந்த இடத்தைத் தேர்வு செய்திருக்கலாம். அதைத் தொடர்ந்து மனிதர்கள் கோரக்பூரில் குடியேறியதற்கான சில குறிப்புகளும் கிடைக்கப்பெற்றுள்ளன.

ருத்ராப்பூரை சேர்ந்த ஸ்ததி-யின் (தியோரியா மாவட்டம்) அரசன் விஷ்ராம் சிங்குக் குழந்தையில்லை. அவர் உன்வல் (கோரக்பூர் மாவட்டத்தில் உள்ளது) இளவரசனான மங்கள் சிங்கைத் தத்தெடுத்தார். மங்கல் சிங், குரு கோரக்நாத்தை வழிபடுவதற்குத் தெற்குப் புறத்தில் ஓர் சிறிய நகரமொன்றைத் தோற்றுவித்தது தான் கோரக்பூர் என அழைக்கப்படுகிறது.

கோரக்பூர் எனப் பெயரிடப்படுவதற்கு முன்பாக இந்த நிலம் பண்டைய பாரத நாகரிகத்தின் ஓர் பகுதியாக இருந்திருக்கிறது. இப்பகுதியில் புதிய நிர்வாக முறைகள், அரசியல் பயணம், தர்மம், கலாசாரம் போன்றவை நிலைபெற்றதன் அடையாளமாகவும் இந்நிலம் திகழ்ந்தது. அயோத்தியைச் சேர்ந்த இக்ஷ்வாகு சாம்ராஜ்யத்தின் ஓர் பகுதியாக இருந்த பெருமையும் ராம ராஜ்ஜியத்தைக் கண்கூடாகக் கண்ட பூமியாகவும் இது விளங்குகிறது. யுதிர்ஷ்டிரரால் நிகழ்த்தப்பட்ட ராஜசூய யாகத்துக்கு கோரக்நாத் அவர்களை அழைப்பதற்காக வந்த மஹாபலி பீமனை வரவேற்று உபசரித்த பெருமை மிகுந்த நிலம் இது. தற்போது இருக்கும் கோரக்நாத் கோவில் வளாகத்தினுள்கூட மஹாபலி பீமனுக்கான ஆளுயரச் சிலை நிறுவப்பட்டிருப்பது இந்த நிகழ்வைச் சுட்டுவதாக உள்ளது. இந்த இடம், புத்தர் காலத்தில் கபிலவஸ்துவை சேர்ந்த சைவர்களின் வளர்ச்சி மற்றும் வீழ்ச்சி இரண்டையும் பார்த்துள்ளது. இரண்டாம் சந்திரகுப்தர் விக்ரமாதித்யா மற்றும் ஹர்ஷரின் சாமராஜ்யங்களுள் ஓர் பகுதியாகவும் இடம் பெற்றிருந்தது.

மொகலாயரின் ஆட்சி காலத்தில் கோரக்பூர் தாக்குதலுக்கு உள்ளானது. அவுரங்சிப்பின் ஆட்சி காலத்தில், இளவரசர் மவுசம் இந்த இடத்தில் வேட்டையாடுவதற்காக வந்து இங்கு ஓர் மொகலாய அடித்தளத்தை உருவாக்கினார். அவர் இந்த இடத்தின் பெயரை முசாமாபாத் எனவும் மாற்றினார். பின்னர் இந்த இடம் பிரிட்டிஷ் ஆட்சியின் கீழ் சென்றது. ஆனால் இது குரு கோரக்நாதர் வாழ்ந்த புனித பூமி என நெடுங்காலமாக அழுந்தப் பதிந்த வரலாற்றுப் பதிவுகளின் காரணமாக இதன் உண்மையான பெயரான கோரக்பூர் என்பதே தொடர்ந்து நிலைத்தது.

'காலங்கள் கடக்கக் கடக்கப் பல்வேறு இடங்கள் இஸ்லாமிய படைப்யெடுப்பாளர்களால் உண்மையான பெயரை இழந்து பெயர் மாற்றம் கண்டுள்ளது' என்பதை அவ்வப்போது பேட்டிகளில் குறிப்பிடுவார் யோகி ஆதித்யநாத். யோகி இது போன்று மாற்றப்பட்ட

பெயர்களை மீண்டும் உண்மையான பழைய பெயருக்கே மாற்றுவதில் பெரும் புகழ் பெற்றவர். யோகி எம்.பி ஆகப் பதவியேற்றபின் மிய பஜார் என்ற பெயரில் ஓர் சந்தையிருந்தது. அதை அதனுடைய உண்மையான பெயரான 'மாயா பஜாராக' மாற்றினார். அதைப் போலவே உருது பஜார் என்ற சந்தை 'ஹிந்தி பஜார்' எனவும், 'அலி நகர்' என்ற பகுதியின் பெயர் அதன் அசலான பெயரான 'ஆர்யா நகர்' எனவும் மாற்றப்பட்டது. இவற்றுக்கெல்லாம் சிகரம் வைத்தாற்போல் அலகாபாத் என்பது பிரயாக் ராஜ் என மாற்றம் பெற்றுள்ளது.

1869-ல் கோரக்பூர் நகராட்சி கட்டமைப்பில் கிரேட்-3 அங்கீகாரத்தை அடைந்தது. 1885-ல் கோரக்பூருக்கு ரயில் இணைப்பு வந்தது. 1891-ஆம் ஆண்டு இந்தப் பகுதி இரண்டு மூன்று மாவட்டங்களை உள்ளடக்கிய கமிஷனரி நிர்வாக அமைப்பின் தலைமையிடமாக ஆனது. சுதந்திரத்துக்குப் பிறகு 1948-ல் கோரக்பூர் நகராட்சிப் பகுதியின் இரண்டாம் கிரேடைப் பெற்றது. 1923-ல் புகழ்பெற்ற கீதா அச்சகம் கோரக்பூரில் தோற்றுவிக்கப்பட்டது, கீதா அச்சகத்தின் மூலம் ஹிந்து மதம், கலாசாரம், பாரம்பரியத்தைப் பரப்பும் பல படைப்புகளைப் பதிப்பித்துத் தந்த பெருமையை கோரக்பூர் பெற்றது. 1956-ல் 1,50,000 மக்கள் தொகையுடன் கோரக்பூர் நகராட்சி அந்தஸ்தை அடைந்தது.

பாரம்பரியக் கல்வி முறையை வலுப்படுத்துவதற்கான இயக்கத்தில், ராஸ்ட்ரிய ஸ்வயம்சேவக் சங் சரஸ்வதி சிஷு மந்திரை 1952 கோரக்பூரில் தோற்றுவித்தது. நாட்டின் முதல் தனியார் பாலிடெக்னிக் 1956-ல் மஹாராணா ப்ரதாப் கல்வி கவுன்சிலின் மூலம் தோற்றுவிக்கப்பட்டது. மற்றும் 1962-ல் மதன் மோகன் மாளவியா பொறியியல் கல்லூரியும் தோற்றுவிக்கப்பட்டது. 1963-ல் மிகப்பெரிய உர ஆலை தோற்றுவிக்கப்பட்டது. 1968-ல் பாபா ராகவ் தாஸ் மருத்துவக் கல்லூரி கோரக்பூரில் தோற்றுவிக்கப்பட்டது. மற்றும் 1973-ல் திக்விஜய்நாத் ஆயுர்வேத மருத்துவக் கல்லூரி கோரக்நாத் மடத்தினுள் தோற்றுவிக்கப்பட்டது. 1974-ல் கோரக்பூரில் ஆகாசவாணி வானிலை சேவை துவங்கப்பட்டது. 1977-ல் கோரக்பூர் வளர்ச்சி ஆணையம் தோற்றுவிக்கப்பட்டது, இதன் மூலமாக கோரக்பூரின் கிராமப்புற வளர்ச்சி மேன்மையடைந்தது. 1982-ல் கோரக்பூர் முழுமையான நகராட்சியாக மாற்றம் கண்டது. மற்றும் 1994-ல் இது நகராட்சியாக அறிவிக்கப்பட்டது. 1990 முதல் மூடப்பட்டிருந்த உர ஆலை யோகியி முயற்சியால் மிக சமீபத்தில் மீண்டும் புத்துயிர்கண்டது. அது மட்டுமின்றி எய்ம்ஸ் மருத்துவமனை இங்கே மிக விரைவில் அமைய இருக்கிறது. கோரக்பூர் நகர் மயமாக மாறி வருகிறது, ஆனால் இங்கு நாத் பந்த்-ல் குடியிருப்போர் எப்போதும் போல அதிகாலையில்

எழுந்து, யோகப் பயிற்சிகளையும், பூஜைகளையும் மேற்கொண்டு கோரக்நாத் மடம் கொண்டுள்ள கலாசாரத்தின் ஓர் பகுதியாக மாறியுள்ளனர்.

•

ராமர் கோவில் இயக்கத்தில் மடத்தின் பங்கு

ராம ஜென்மபூமி அமைப்பு பல்வேறு சாதியினரிடையேயும் ஹிந்து மதத்தின் பல துணை பிரிவுகளிலும் ஒற்றுமையை ஏற்படுத்தியுள்ளது. தேசத்தின் கலாசார பெருமைக்காக அனைத்து ஹிந்துக்களும் ஒன்று திரண்டு பெரும் திரளாகக் கூடி இதை நடத்தினர். இந்தியாவில் பெரும்பான்மையினராக ஹிந்துக்கள் இருந்தபோதும் இஸ்லாமியர் களை அப்பட்டமாகத் திருப்திப்படுத்தி வந்த காங்கிரஸ் மற்றும் இதர உள்ளூர் கட்சிகளின் பொய்முகத்தை அம்பலப்படுத்துவதில் பா.ஜ.கவுக்ப் பெரும் உதவியாக இருந்தது ராம ஜென்மபூமி இயக்கம். இது 1990-ன் துவக்கம் முதல் பா.ஜ.க-வுக்கான வாக்குகளைத் தொகுத்து அளிப்பதற்கு வழிவகை செய்தது. கோரக்நாத் மடத்தின் மஹந்த் ஆக இருந்தவர்கள் ராம் ஜென்மபூமி இயக்கத்தை முன்னின்று நடத்தியதில் பெரும் பங்கு வகித்தனர்.

ராம ஜென்மபூமி தொடர்பாகப் புராணம் மற்றும் வரலாறு அடிப்படையிலான பல உயர் தர இலக்கியங்களைப் பதிந்துள்ளது கோரக்நாதர் ஆலயம். மடத்தால் இயற்றப்பட்ட படைப்புகளின்படி, அரசர் குசன் தன்னுடைய தந்தையான ஸ்ரீ ராமர் பிறந்த இடமான அயோத்தியில் பிரம்மாண்ட ஆலயம் ஒன்றை எழுப்பினார். அதன் பின் குப்தர் வம்சத்தின் விக்ரமாதித்யா அக்கோவிலைப் புனரமைத்தார். அதனைத் தொடர்ந்துவந்த ஆண்டுகளில், பல்வேறு இஸ்லாமிய படையெடுப்பாளர்கள் முஹமத் கஜினியின் மைத்துனனான சலார் மசூத்-இன் உதவியோடு அக்கோவிலை நாசப்படுத்த இரு முறை முயன்றும் தோற்றுபோயினர். முஹமத் கோரி மிகத் தந்திரமாக ராமர் கோவிலின் கட்டமைப்பின் மீது மிகக் கொடூரமான தாக்குதலை நடத்தினான்.

மொகலாயப் படையெடுப்பாளரான பாபர் தன்னுடைய உதவியாளரான மீர் பாக்கியிடம் புராணச் சிறப்பு பெற்ற இக்கோவிலை உடைத்தெறியச் சொல்லிக் கட்டளையிட்டான். மீர் பாக்கி முகலாயப் படைகளின் ஒட்டு மொத்த பலத்தையும் பயன்படுத்திக் கோவிலை உடைத்தெறிந்து அங்கு மசூதியைக் கட்டினான். பாபரால் கட்டப்பட்ட

இந்த சர்ச்சைக்குரிய கட்டமைப்பிலிருந்து ராம ஜென்ம பூமியை மீட்பதற்காக ஏராளமான முயற்சிகள் மேற்கொள்ளப்பட்டுவந்தன.

1949-ல் மஹந்த் திக்விஜய்நாத் ராமர் கோவில் தொடர்பான ஒட்டுமொத்தப் பிரச்னைகளையும் முழுமையாகக் கவனத்தில் கொண்டு அகில பாரதிய ராமாயண மஹாசபையில் இணைந்தார். பின் இஸ்லாமிய படையெடுப்பாளர்களால் கட்டப்பட்ட அந்த சர்ச்சைக்குரிய கட்டமைப்பின் முன் ஒன்பது நாட்கள் நீண்ட நெடிய ராமசரித பிரசங்கத்தை ஒருங்கிணைத்தது அகில பாரதிய ராமாயண மஹாசபை. அதன் முடிவாக அந்த சர்ச்சைக்குரிய கட்டமைப்பினுள் ஸ்ரீ ராமர் மற்றும் தேவி சீதையின் திருமேனிகள் நிறுவப்பட்டன. ராம ஜென்மபூமியைச் சுற்றி ஒரு துவக்ககால உத்வேகத்தை வளர்ப்பதற்காக மஹந்த் திக்விஜய்நாத் சுவாமி கர்பத்ரிஜி அவர்களுடன் நெருங்கிப் பணியாற்றினார். அகில் பாரதிய தர்ம சங்கத்தின் நிறுவனராவார்.

அதற்கடுத்த இருபதாண்டுகளுக்கு பின், ஜூலை 21, 1984-ல் அயோத்தியில், வால்மீகி பவனில் இந்தியாவின் அனைத்து சாதுக்கள் கூட்டத்தின் மூலமாக, ராம ஜென்மபூமி இயக்கத்தைப் பலப் படுத்துவதற்காக ஸ்ரீராம் ஜென்மபூமி யக்ஞ சமிதி உருவாக்கப்பட்டது. மஹந்த் அவேதநாத் இதன் தலைவராக ஒருமனதாகத் தேர்வு செய்யப்பட்டார். அவருடைய வாழ்நாள் முழுவதிலும் இந்த சமிதியின் தலைவராகவே நீடித்தார்.

தர்ம சம்ஸ்தான் இரண்டாம் மாநாடு நவம்பர் 1, 1985 அன்று ஒருங்கிணைக்கப்பட்டு அதன் மூலம் ஸ்ரீ ராம ஜென்மபூமியின் மீது இடப்பட்டிருக்கும் பூட்டு விலக்கப்பட வேண்டும்; இல்லையெனில் லட்சக்கணக்கான சாதுக்கள் மற்றும் சீடர்கள் அணி திரண்டு மேற்கொள்ளும் போராட்டத்தை எதிர்கொள்ள வேண்டி வரும் என்ற இறுதி எச்சரிக்கை அரசுக்கு விடுக்கப்பட்டது. இந்த அனைத்திந்திய இயக்கத்துக்கான ஒருங்கிணைப்பாளராக நியமிக்கப்பட்டார் மஹாந்த் அவேத்நாத். விஸ்வ ஹிந்து பரிஷத், பைசாபாத்தை சேர்ந்த இளம் வழக்குரைஞர் மற்றும் மஹந்த் அவேதநாத்தின் கூட்டு முயற்சியின் விளைவாக ஸ்ரீராம ஜென்மபூமியின் வாயிற்கதவுகளைத் திறப்பதற்கான நீதிமன்ற ஆணையை பிப்ரவரி 1, 1986 அன்று பெற்றது இந்த இயக்கம். இந்த முடிவுக்கு ஒத்துழைப்பு வழங்க வேண்டிய அழுத்தத்தையும் நிர்பந்தத்தையும் அப்போதைய பிரதமர் ராஜீவ் காந்தியின் மீது இந்த இயக்கத்தால் ஏற்படுத்த முடித்திருக்கிறது.

நவம்பர் 9, 1989-ல் ப்ரயாக், அலஹாபாத்தில் நடைபெற்ற மூன்றாம் தர்ம சன்சாத்தில், ஸ்ரீ ராம் ஜென்மபூமி இயக்கத்துக்காக நாடெங்கும் இருக்கும் லட்சக்கணக்கான கிராமங்களில் வசிக்கும்

ஹிந்துக்களிடமிருந்து பூஜைகள் செய்யப்பட்ட ஒரு செங்கல் மற்றும் ரூபாய் 25 ஐ வசூல் செய்வது என மஹந்த் அவேதநாத்தின் தலைமையின் கீழ் முடிவு செய்யப்பட்டது. பிப்ரவரி 1, 1989 ஆம் ஆண்டு ப்ரயாக்கில் நிகழ்ந்த கும்பமேளாவில் புகழ்பெற்ற தேவ்ரஹா பாபா ஆற்றிய உரையைத் தொடர்ந்து ஹிந்துக்கள் மத்தியில் பேரார்வம் கிளர்ந்தெழுந்தது. தேவ்ராஹா பாபா ஸ்ரீ ராம ஜென்மபூமி ஹிந்துக்களுக்கு சொந்தமானது என்றும் அங்கே ராமர் கோவில் கட்டப்பட வேண்டும் என்றும் வலியுறுத்திப் பேசினார்.

செப்டம்பர் 22, 1989-ல் மாபெரும் ஹிந்துக்கள் மாநாடு மஹந்த் அவேதநாத் தலைமையின் கீழ் புதுடெல்லி போட் கிளப் பகுதியில் ஒருங்கிணைக்கப்பட்டது. அந்த மாநாட்டில் கீழ்கண்ட தீர்மானங்கள் நிறைவேற்றப்பட்டன.

ஸ்ரீ ராமஜென்ம பூமி இப்போதும் எப்போதும் ஹிந்துக்களே சொந்தமானதாக இருக்கும். அங்கே பிரமாண்ட கோவிலைக் கட்டுவதற்கான அடிக்கல் நவம்பர் 9, 1989-ல் இடப்படும். ஸ்ரீராம ஜென்மபூமி வருகின்ற தேர்தலுக்கான மாபெரும் காரணியாக விளங்கும். இதற்கு எதிராக இருப்பவர்கள் பதவியிலிருந்து தூக்கியெறியப்படுவார்கள் என்பது போன்ற தீர்மானங்கள் நிறைவேற்றப்பட்டன.

அதன் பின் இந்தியாவின் உள்துறை அமைச்சராக இருந்த புத்தா சிங் மற்றும் உத்தரப் பிரதேசத்தின் முதல்வராக இருந்த நாராயண தத் திவாரி ஆகியோர் மஹந்த் அவேதநாத்தை அடிக்கல் நாட்டும் விழாவை ஒத்திவைக்குமாறு வலியுறுத்தி பல்வேறு வகையிலும் முயற்சித்தனர். ஆனால் மஹந்த் அவேதநாத் அவருடைய முடிவில் மிக தீர்க்கமாக இருந்தார். நவம்பர் 9, 1989-ல் முழுமையான வேத சம்பிரதாயங்களுடன் அடிக்கல் நாட்டும் விழா நடந்தேறியது. ஸ்ரீ கமலேஷ்வர் பிரசாத், தாழ்த்தப்பட்ட வகுப்பைச் சார்ந்த மேக்நாத் ஓரம் இருவரும் நவம்பர் 10, 1989-ல் அடிக்கல் நாட்டினார். இந்த மாபெரும் பிரமாண்ட விழாவில் மஹந்த் அவேதநாத்ஸ்ரீ ராமரின் கோவிலுக்கான அடிக்கல் மாத்திரமல்ல; இது ஹிந்து தேசம் அமைவதற்கான அடிக்கல்; ஹிந்து சமூகம் ஒற்றுமையாக இருப்பதற்கான அடிக்கல்; சமூக நல்லிணக்கம் ஹிந்து சமூகத்தில் தழைப்பதற்கான அடிக்கல் எனப் பேசினார்.

அடிக்கல் நாட்டு விழா முடிந்த பிறகு ஸ்ரீராம ஜென்மபூமி இயக்கம் மற்றொரு உச்சத்தை அடைந்தது எனலாம். அப்போதைய பிரதமர் விஸ்வநாத் பிரதாப் சிங் மஹந்த் அவேதநாத்தைச் சந்தித்து அடுத்த நான்கு மாத காலத்துக்குள் உறுதியான சில நடவடிக்கைகளை எடுப்பதாக உறுதியளித்தார். இது பிரதமரால் நிகழ்த்தப்பட்ட கண்

துடைப்பு உத்தி என எடுத்துக் கொள்ளலாம். பிரதமர் விபி சிங் ஸ்ரீராம ஜென்ம பூமி இயக்கம் ஏற்படுத்தியிருந்த உத்வேகத்தை உடைக்கும் விதமாகவும், ஹிந்து சமூகத்தினுள் பிளவை உண்டாக்கவும் மண்டல் கமிஷனை அறிமுகம் செய்தார். முலாயம் சிங் யாதவ், உத்தரப் பிரதேசத்தின் முதல்வராக இருந்த போது ஸ்ரீ ராம ஜென்மபூமி இயக்கத்தினை மதவாத இயக்கம் என அழைக்கத் துவங்கினார். சாதுக்களையும், மாநிலம் முழுவதிலும் இருந்த ஆர்.எஸ்.எஸ் தொண்டர்களையும் தொடர்ந்து பரிகசித்து வந்தார்.

அக்டோபர் 30, 1990 என்கிற இந்தத் தேதியை, மாபெரும் கர சேவகர்கள் படை திரள்வதற்கான தேதியாக ஸ்ரீ ராம ஜென்மபூமி இயக்கத்தின் கமிட்டி அறிவித்தது. ஒருவரும் அயோத்தியில் நுழையா வண்ணம் முழுமையான பாதுகாப்பு ஏற்படுத்தப்படும் என முலாயம் அரசு அறிவித்தது. அக்டோபர் 26 அன்று மஹந்த் அவேதநாத் டெல்லியில் இருந்து அயோத்தி செல்லும் வழியில் கைது செய்யப்பட்டார். எடுக்கப்பட்ட அனைத்து நடவடிக்கைகளுக்கும் அப்பாற்பட்டு லட்சக்கணக்கான தொண்டர்கள் அக்டோபர் 30 அன்று அயோத்தியில் நுழைந்தனர். தோல்வியால் துவண்டு போன முலாயம் அரசு கண்மூடித் தனமான துப்பாக்கிச் சூட்டைத் தொண்டர்கள் மீது நடத்தியது. இதனால் பல தொண்டர்கள் உயிரிழந்தனர். அதற்கடுத்த வருடம் முழுவதிலும் முலாயம் அரசால் தொண்டர்கள் மீது நடத்தப்பட்ட துப்பாக்கி சூட்டுக்கு எதிராக நாடு தழுவிய ஆர்ப்பாட்டங்கள் நடத்தப்பட்டன.

அடுத்த வருடம் அக்டோபர் 30, 1991 அன்று வீரத்திருநாள் அயோத்தியில் ஒருங்கிணைக்கப்பட்டது. இந்த நிகழ்வில் மஹந்த் அவேதநாத் ஹிந்து வீரர்களின் நல்லொழுக்கத்தினால் பிரம்மாண்டமான திருக்கோவில் ஒன்று ஸ்ரீராம ஜென்ம பூமியில் எழுப்பப்படும். இது வேறெந்த கருணையினாலும் நிகழத் தேவையில்லை எனப் பேசினார்.

ஜூலை 23, 1992-ல் அப்போதைய பிரதமர் பிவி நரசிம்மராவ், மஹந்த் அவேதநாத் தலைமையிலான குழு ஒன்று சந்தித்தது. ஸ்ரீ ராம ஜென்ம பூமி குறித்து பிரதமர் நரசிம்ம ராவை மஹந்த் அவேதநாத் சந்திப்பது இது மூன்றாம் முறை. பிரதமர் கேட்டுக்கொண்டதன் பேரில் அவர் அளித்த நற்தீர்வுகளின் அடிப்படியில் மூன்று மாத காலம் இந்தப் பணியைத் தற்காலிகமாக நிறுத்திக்கொள்வதற்கு ஒப்புக்கொண்டார் மஹந்த் அவேதநாத். மூன்று மாதங்கள் கழிந்தன. ஆனால் ஒன்றும் நிகழவில்லை.

அக்டோபர் 30, 1992-ல் ஐந்தாம் தர்ம சன்சாத் ஒருங்கிணைக்கப்பட்டது. அதில் டிசம்பர் 6, 1992-ல் ஸ்ரீ ராம ஜென்மபூமியில் திருக்கோவில்

கட்டுமானப் பணிகள் துவங்கப்படுமென முடிவு செய்யப்பட்டது. சாதுக்களின் இந்த மாபெரும் கோரிக்கையை ஏற்று மீண்டும் அயோத்தியில் டிசம்பர் 6, 1992 அன்று லட்சக்கணக்கான தொண்டர்கள் அலை கடலெனத் திரண்டனர். அவேதநாத்துடன் பல்வேறு ஹிந்து அமைப்புகளின் சாதுக்கள், பா.ஜ.க-வின் முக்கிய தலைவர்கள் ஆகியோர் அந்த சர்ச்சைக்குரிய கட்டமைப்பை இடித்துத் தரைமட்ட மாக்கினர். இந்த சர்ச்சைக்குரிய கட்டமைப்பு இடிக்கப்பட்டதைத் தொடர்ந்து பல அரசியல் நிகழ்வுகள் விரிவடைந்துகொண்டே சென்ற போதும் ' ஸ்ரீ ராமனுக்கென எழுப்பப்பட்ட ஆலயம் இடிக்கப்பட்டு அங்கே உருவாக்கப்பட்ட அவமதிப்பான கட்டமைப்பிலிருந்து ராமர் பிறந்த ஸ்தலம் மீட்கப்பட்டதை எண்ணி மன நிறைவு கொண்டார் மஹந்த் அவேதநாத்.

அதற்கடுத்த இருபது ஆண்டுகளாக அவர் இறக்கும் வரை இந்த இயக்கத்தை வெவ்வேறு அளவுகளில் விஸ்தாரமாகத் தொடர்ந்து கொண்டேயிருந்தார் மஹந்த் அவேதநாத். யோகி ஆதித்யநாத் 1994-ல் அவருடன் இணைந்து நாடாளுமன்றத்தில் பலமுறை இராம ஜென்மபூமி குறித்த பிரச்னையை எழுப்பியுள்ளார். மத்தியிலும் மாநிலத்திலும் பா.ஜ.க ஆட்சியிலிருக்கும் வேளையில் அயோத்தியில் ஸ்ரீ ராமருக்கு பிரமாண்ட ஆலயம் எழுப்பப்படும் என்ற பெரும் ஆவலும் நம்பிக்கையும் தற்போது நிலவுகிறது.

•

யோகி முதல்வராகப் பதவியேற்ற பின் ராம ஜென்ம பூமியில் நிகழ்ந்திருக்கும் மாற்றங்கள்

ஸ்வராஜ்யா பத்திரிகையில் அதுல் சந்திரா மிக விரிவான கட்டுரையை 'ஆதித்யநாத் உத்தரப் பிரதேசத்தின் முதல்வராகப் பதவியேற்ற பின் இந்த மாற்றங்கள்தான் ராம ஜென்ம பூமியில் நிகழ்ந்துள்ளன' என்ற தலைப்பில் எழுதியுள்ளார். அதில் எழுதியுள்ளதன் படி, மத்திய அரசு 154 கோடி ரூபாயை ராமாயண அருங்காட்சியகம் கட்டுவதற்காக முன்னரே ஒதுக்கியுள்ளது. பதவியேற்ற பின்பாக யோகி அரசு இந்த அருங்காட்சியகம் அமைப்பதற்காக 20 ஏக்கர் நிலத்தைச் சீரமைத்துள்ளது. அத்துடன் குடிமைப் பகுதியாக இருந்த அயோத்தியை மாநில அரசு நகராட்சியாகத் தரம் உயர்த்தியுள்ளது. அயோத்தியில் ராமலீலா விழா மறுமலர்ச்சி கொள்வதற்கான ஆணையையும் வழங்கியுள்ளது அரசு.

பா.ஜ.க தலைவர்களான எல்.கே அத்வானி, முரளி மனோகர் ஜோஷி மற்றும் சிலரின் மீதும் சிபிஐ நீதிமன்றத்தில் மே மாதம் குற்றம் சாட்டியதற்குப் பின், ராமர் கோவிலில் பிரார்த்தனை செய்த முதல் உத்தரப் பிரதேச முதல்வர் யோகி ஆதித்யநாத் தான். அந்தக் கோவிலுக்குச் சென்றிருந்தபோது அவர் அத்திருக்கோவில் குறித்து ஏதும் பேசவில்லை. ஆனால், அந்நகரில் 'தடையில்லா ராமலீலை விழா' தொடரும் என உறுதியளித்து அந்த யாத்ரீக நகரம் துளிர்த்தெழுவதற்காக 350 கோடி ரூபாயை ஒதுக்குவதாக அறிவித்தார் என அதுல் எழுதியுள்ளார்.

ஸ்வராஜ்யாவை சேர்ந்த அதுலின் பார்வையின் படி, இந்த மாற்றங்கள் அனைத்தையும் கட்டப்படுவதாக அறிவிக்கப்பட்ட கோவிலுக்கு வந்து கொண்டிருக்கும் கற்களோடு சேர்த்துப் பார்க்க வேண்டும். ஜூன் 21, 2017 ஆம் ஆண்டு இரண்டு லாரிகள் நிரம்பப் பெரும் கற்கள் கோவிலின் திருப்பணிக்காக அயோத்தியை வந்தடைந்துள்ளன. அதற்குச் சில நாட்கள் கழித்து ஜூலை 5 காலையில் மேலும் பல லாரிகள் நிரம்பக் கற்கள் அயோத்தியை வந்தடைந்தன. மேலும் ஆறு லாரிகள் வந்து கொண்டிருக்கின்றன. விஸ்வ ஹிந்து பரிஷத்தின் செய்தி தொடர்பாளர் ஷரத் சர்மா தெரிவிக்கும் பொழுது, 1,10,000 கியூபிக் அடி கற்கள் இக்கோவிலின் கட்டுமான பணிகளுக்காக வெட்டப்பட்டும் செதுக்கப்பட்டும் வருகின்றன. பணிபட்டறையில் பல வருடங்களாக இதற்கான வேலை எந்த இடையூறுமின்றித் தொடர்ந்து நடைபெற்று வருவதாகவும் திரு சர்மா தெரிவித்தார்.

தற்போது நம் வசமிருப்பவை தரைத்தளம் எழுப்புவதற்குப் போதுமானவை. இவை தவிர இன்னும் 70,000 கியூபிக் அடி கற்கள் முதல் தளத்தின் கட்டுமானப்பணிக்குத் தேவைப்படுகின்றன எனத் தெரிவித்தார். 2015-ஆம் ஆண்டில் சமாஜ்வாதி அரசு அயோத்திக்குக் கற்கள் ஏற்றிச் செல்லப்படுவதைத் தடை செய்தது. விஸ்வ ஹிந்து பரிஷத் அமைப்பு அரசின் தடையை வன்மையாகக் கண்டித்தது.

பகுதி 4

உத்தரகண்டில் அஜய் பிஸ்த்தாக இருந்த யோகி ஆதித்யநாத்

யோகி ஆதித்யநாத் என்கிற அதிசயம் ஓர் நாளில் நிகழ்ந்த அற்புதமல்ல. இன்று யோகி ஆதித்யநாத்தாக இருப்பவருள் அவரின் துவக்ககால வளர்ப்பின் சுவடுகளும் உண்டு. அவர் கோரக்பூருக்கு வருவதற்கு முன்பான நாட்கள் குறித்துக் குறைந்த பரிச்சயமே அனைவருக்கும் உண்டு. அவருடைய வளர்ப்பு, அவருடைய பள்ளிப் பருவம், கல்லூரி நாட்கள் அவருடைய குடும்பம் நண்பர்கள் போன்ற தவறிப்போன புதிர்களின் விடையை என்னுடைய வாசகர்களுக்கு வழங்குவதற்காக உத்தராகண்டின் மலை பிரதேசத்தை நோக்கிப் புறப்பட்டேன்.

•

உத்தரகண்ட் தேவபூமியில் பிறந்தவர் அஜய்

உத்தரப் பிரதேசத்தின் உத்தர்காசி மாவட்டத்தில்(தற்போது இது உத்தராகாண்டில் உள்ளது) மசல்கால் கிராமத்தில் 1972-ல் ஜூன் 5 அன்று அஜய் மோகன் சிங் பிஸ்த் என்ற பெயருடன் பிறந்தவர் யோகி ஆதித்யநாத். இவருடைய தந்தைக்கு இந்த ஊரில் பணி மாற்றம் கிடைத்த பின் இவர் பிறந்தார். இவருடைய குடும்பத்தில் ஐந்தாவது குழந்தையாக அஜய் பிறந்தார். இவருக்கு நான்கு சகோதரர்களும் மூன்று சகோதரிகளும் உண்டு. இவருடைய தந்தை ஆனந்த் சிங் பிஸ்த், வன ஆதிகாரி; இவருடைய தாய் சாவித்திரி தேவி குடும்பத் தலைவி.

மிகவும் சுவாரஸ்ய மாக இவருடைய தேர்தல் படிவங்களில், இவருடைய சன்யாசத்துக்குப் பிறகு, குருவே தந்தையாகக் கருதப்படும் மரபின் படி இவருடைய தந்தையின் பெயர் எழுதும் பகுதிகளில் இவர் மஹாந்த் அவேதநாத்தின் பெயரைத்தான் எழுதுகிறார்.

அவருடைய இயற்கை தந்தையான ஸ்ரீ ஆனந்த் சிங் பிஸ்த்துடனான என் உரையாடலில், அவர் வனத்துறையில் 38 ஆண்டுகளாக மிக நேர்மையாகவும் ஓய்வின்றியும் உழைத்ததாகத் தெரிவித்தார். அவருடைய 40 ஆண்டுகால சேவையைக் குறித்துச் சொன்னதில் அவர் மூசூரி, டான்ஸ், உத்தர்காசி, திஹ்ரி பிரிவில் பணிபுரிந்து பவுரி பிரிவிலிருந்து 1991-ஆம் ஆண்டு ஓய்வு பெற்றதாகத் தெரிவித்தார். தன்னுடைய பல்வேறுவிதமான மாறுதல்களின் போதும் மற்ற அதிகாரிகளைப்போல ஊழல் மூலமாகப் பெரும் பணம்குவித்து வீடுகட்டிக் கொள்பவர்களில் ஒருவராகத்தான் இல்லை என்றும் அதனால் தான் அவருடைய குழந்தைகள் நெறி பிறழாதவர்களாக, நேர்மையான குணம் படைத்தவர்களாக இருக்கிறார்கள் எனவும் தெரிவித்தார். அவருடைய பணிக் காலத்தில் பல்வேறு இடமாறுதலுக்கு ஆளான போது அவருடைய குடும்பம் பல காலம் பவுரி கர்வால்லில் வசித்ததாகக் குறிப்பிடுகிறார். அஜயினுடைய வளர்ச்சி பவுரி கர்வாலில் இருக்கும் அவருடைய பூர்விக கிராமமான பன்சூரில் நிகழ்ந்ததாகவும் தெரிவித்தார். பஞ்சூர் என்பது 15-20 குடும்பங்கள் மட்டுமே வசிக்கக்கூடிய குக்கிராமம். இது உத்தராகண்டின், யம்கேஷ்வர் தொகுதியின் தங்கார் கிராம பஞ்சாயத்தின் ஓர் பகுதி.

அஜயினுடைய தாய் சாவித்திரி அம்மையார் என்னிடம் பேசியபோது, அஜய் அவருடைய மூன்று சகோதரிகள் மீது மிகுந்த பாசமாக இருப்பார் என்று சொன்னார். சமீபத்தில் இந்தியா டிவிக்கு யோகி அளித்த நேர்காணலில் கூடத் தன்னுடைய சகோதரிகளிடமிருந்து நிறையக் கற்றுக் கொண்டதாகத் தெரிவித்தார். தன்னுடைய சகோதரி தான் தனக்கு முதன் முதலில் எழுத்தை அறிமுகம் செய்து வைத்து மொழியை அறிமுகப்படுத்தினார் எனவும் தெரிவித்தார்.

அஜய்யைக் குறித்து சாவித்திரி அம்மையார் பேசியபோது மற்ற குழந்தைகள் குறித்த தகவலையும் நம்மிடம் தெரிவித்தார். அவருக்கு புஷ்பா பிஸ்த், கவுசல்யா பிஸ்த், சசி பிஸ்த் என மூன்று பெண் குழந்தைகள். இவர்களைத் தொடர்ந்து மனேந்திர சிங் பிஸ்த், அஜய் சிங் பிஸ்த், ஷைலேந்திர சிங் பிஸ்த், மஹேந்திர சிங் பிஸ்த் என நான்கு ஆண் குழந்தைகள். இதில் புஷ்பா எனும் மூத்த மகள் அருகிலிருக்கும் யம்கேஷ்வரில் பதோலி எனும் கிராமத்துக்குத் திருமணமாகிச் சென்று இப்போது தேசியத் தலைநகர்ப் பகுதியில் வசித்து வருவதாகவும்,

இரண்டாம் மகள் கவுசல்யா உத்தராகண்டின் கொத்வாரில் வசிப்பதாகவும், சசி உத்தரகண்டின் நீலகண்ட் பகுதியில் வசிப்பதாகவும் தெரிவித்தார்.

மகன்களான மனேந்திரா கணினியை இயக்குபவராகவும் ஆசிரியராகவும் பஞ்சூரின் அருகே யோகி ஆதித்யநாதின் வழிகாட்டுதலின் கீழும் கோரக்நாத் மடத்தின் மூலம் நேரடியாகவும் இயக்கப்படும் குரு கோரக்நாத் கல்லூரியில் பணியாறுகிறார்; ஷைலேந்திரா இந்திய ராணுவத்தில் சுபேதாராக கர்வால் ரைபல்ஸ்-ல் பணிபுரிகிறார். இளைய மகனான மஹேந்திர அமர் உஜாலா பத்திரிகையில் பத்திரிகையாளராகவும் பள்ளி ஒன்றில் ஆசிரியராகவும் இருக்கிறார். இன்னொரு புதல்வரான அஜய் குறித்து அனைவருக்கும் தெரியுமெனப் பெருமையுடன் தன்னுடைய பட்டியலை சாவித்திரி அம்மையார் நிறைவு செய்தார்.

அஜய் ஓர் சிறந்த மாணவனாக இருந்ததோடு ஒருபோதும் கூடா நட்பை வளர்க்கவில்லை எனவும் சாவித்திரி அம்மையார் என்னிடம் தெரிவித்தார். அவர் வளரும்போது ஓர் எளிமையான சிறுவனாகவே வளர்ந்தார். அவர் வருங்காலத்தில் இந்த உயரத்தை அடைவார் என சாவித்திரி அம்மையார் சிறிதும் எதிர்பார்க்கவில்லையாம். அஜயின் தந்தை பல ஊர்களுக்கு மாற்றலாகிப்போய்விடுவார். எனவே குழந்தைகள்தான் அம்மாவுக்குப் பெரும் ஆறுதல். தன்னுடன் எவ்வளவு பாசமாக அஜய் இருந்தான் என்பதை நினைவுகூர்ந்து நெகிழ்ந்தார் சாவித்திரி அம்மையார். அஜய்யின் தந்தை சற்று கடுமையானவர் என்பதால் குழந்தைகள் எல்லாம் அவரைப் பார்த்தாலே பயம் கொள்வார்களாம்.

குழந்தைகளுடைய தனிப்பட்ட பழக்கங்களைப் பற்றித் தெரிவித்தார் சாவித்திரி அம்மையார்: அவர்களின் இல்லத்தில் அனைவரும் அதிகாலையிலேயே எழுந்துவிடும் பழக்கமுள்ளவர்களாக இருந்தார்கள். தற்போது வயது 80 ஆகியிருக்கும் வேளையிலும்தான் இன்னமும் அதிகாலை 4 மணிக்கே எழுந்து தன்னுடைய பணிகளை முடித்து சிறிய விவசாய நிலம் ஒன்றினை மேற்பார்வையிடச் செல்வதாகவும் தெரிவித்தார். 85 வயதாகியிருக்கும் அஜயின் தந்தையும் அதிகாலை 4 மணிக்கே எழுந்து, வீட்டையும் அருகிலுள்ள காம்பவுன்ட்களையும் முழுமையாகச் சுத்தம் செய்வார் எனவும் தெரிவித்தார். அஜக்கு சிறு வயது முதலே பசுக்கள் மீது தீரா அன்பு இருந்ததாம். அவர்கள் குடும்பத்தில் இருந்த சில பசுக்களை தினசரி பள்ளி முடிந்தபின் மேய்ச்சலுக்கு அழைத்துச் செல்வது அவருடைய அன்றாடப் பணிகளுள் ஒன்றாக இருந்துள்ளது. பாஞ்சூரிலிருக்கும்

அவர்களின் இல்லத்தைச் சுற்றியிருந்த மரங்களைக் காண்பித்து இது அஜய் சிறுவனாக இருந்தபோது நட்ட மரங்கள் எனத் தெரிவித்தார்.

இன்று யோகி ஆதித்யநாத் யோக வாழ்வை வாழ்கிறார். ஆனால் அதிகாலை சூரிய உதயத்துக்கு முன்பே எழும் பழக்கமும், பசுக்களின் மீதான அவருடைய பேரன்பும் இயற்கையின் மீதும் சுற்றுசூழலின் மீது அவர் கொண்டுள்ள பரிவும் மரியாதையும் பிரதமர் நரேந்திர மோதி அவர்களால் தோற்றுவிக்கப்பட்ட 'ஸ்வச் பாரத்' இயக்கத்தின் நோக்கத்துடன் மிகச் சரியாகப் பொருந்திப் போகும் தன்மையும், ஊழலுக்கு எதிரான உறுதியான நிலைபாடும், பெண்கள் மீதான அதீத மரியாதையும் அவர் பெற்றோருடன் வளர்ந்த காலங்களில் துளிர்த்து, மலர்ந்து செழித்திருப்பதை நம்மால் உணர முடிகிறது.

ஸ்ரீ ஆனந்த் சிங் பிஸ்த் கூறும்போது அஜய் எப்போதுமே ஓர் அமைதியான, மரியாதையான நபராக இருந்ததாகத் தெரிவித்தார். சிறு வயது முதலே தினசரி நாளிதழ் வாசிப்பாளராக இருந்துள்ளார். தொடர்ந்து சுற்றுப்பயணத்திலேயே இருந்து வீட்டை விட்டுத் தொலைவில் இருந்ததால் அவருடைய குழந்தைகளைக் கண்காணிக்கும் விதமாகத் திடீர் வருகைகளை மேற்கொண்டு அவர்களுடைய ஒழுக்கத்தையும் படிப்பின் மீதான ஆர்வத்தையும் கண்காணிப்பாராம். பாஞ்சூரைச் சேர்ந்த அஜய் இன்று யோகி ஆதித்யநாத்தாக உத்தரப் பிரதேசத்தின் 21-வது முதல்வராகப் பொறுப்பேற்க இதெல்லாம் கூடக் காரணமாக இருந்திருக்கலாம் எனக் கூறினார். உத்தரப் பிரதேச முதல்வராகப் பதவியேற்ற பின் யோகியும் அவருடைய அமைச்சர்களும் தொடர்ச்சியான திடீர் வருகைகளைப் பல அரசு சேவை அலுவலகங்களில் மேற்கொண்டிருப்பது சுவாரஸ்யகரமான நிகழ்வு.

உத்தரப் பிரதேசம் போன்ற ஓர் மாநிலத்தை நிர்வகிப்பதென்பது அனைவருக்கும் எளிதில் வசப்படாது. அது யோகியைப் போன்ற ஒருவரால் தான் கட்டுக்குள் வைக்க முடியும் காரணம். அவர் சிறு வயது முதலே சிறப்பாக முடிவெடுக்கும் ஆற்றலை வளர்ப்பவராக இருந்தார் எனப் பெருமை பொங்கத் தெரிவித்தார் அஜயின் தந்தை. யோகியின் நாடாளுமன்ற உறுப்பினர் பணி எப்போதுமே மக்களுக்கானதாக இருந்துள்ளது. எந்த விதமான ஊழலுக்கும் அடிபணியாததாக இருந்துள்ளது. அதுவே மக்கள் அவரை இவ்வளவு ஆழமாக நேசிப்பதன் காரணம் என ஸ்ரீ பிஸ்த் என்னிடம் தெரிவித்தார்.

மேலும் அவர், அவருடைய மகன் முதல்வராகப் பதவியேற்ற பின் அவருடைய வாழ்க்கை சிறிய அளவு மாறியிருப்பதாகத் தெரிவித்தார். கூட்டம் கூட்டமாக மக்கள் மகனிடம் சிபாரிசு செய்யுமாறு கூறித்

தன்னைச் சூழ்ந்து கொள்வதாகத் தெரிவித்தார். அது போன்று வரும் மக்களை மிகப் பணிவுடன் வரவேற்று அவர்களை உபசரிக்கும் விதமாகத் தேநீர் வழங்கி அவர்களிடம் மிக மென்மையாக சிபாரிசுகளை எல்லாம் நாங்கள் ஊக்குவிப்பதில்லை எனச் சொல்லி அனுப்பிவிடுவதாகத் தெரிவித்தார். ஓர் வன அதிகாரியாகத் தன்னுடைய வாழ்நாள் முழுவதும் காக்கி உடையை அணிந்தவன் நான்; என் சீருடையின் தோள்பட்டையில் மூன்று நட்சத்திரங்கள் இருந்தன. மேலும் உத்தரப் பிரதேச வனத்தின் அடையாளச் சின்னம், உத்தரப் பிரதேசக் காவல்துறையின் அடையாளச் சின்னமும் இருந்தன. இதனைக் கண்டு அஜயின் நண்பர்கள் என்னைக் காவலதிகாரி எனத் தவறாக நினைத்துச் சில முறை அச்சம் கொண்டதுண்டு என்று புன்னகையுடன் தெரிவித்தார். மேலும் சிரித்தவாறே பேசிய ஸ்ரீ பிஸ்த், ஆனால் இப்போது அஜய் முதல்வராகப் பதவியேற்ற பின் அவருடன் முழு நேரம் காக்கி அணிந்து துப்பாக்கியேந்திய வீரர்களும், அசலான காவலதிகாரிகளும் அவருடைய பாதுகாப்பு காரணமாக முழு நேரம் உடன் இருக்கிறார்கள் என்ற முரணை அருமையாக விளக்கினார்.

•

தாங்கூர், சாம்கோட், காஜாவில் நடந்த அஜயின் துவக்க காலப் பள்ளி கல்வி

பஞ்சூருக்குச் சென்றிருந்தபோது, அதே கிராமத்தைச் சேர்ந்த தீபக் சந்திரா என்பவரைச் சந்தித்தேன். அவர் அஜய் பிஸ்துக்கு இரண்டு ஆண்டு இளையவர். நான் அவருடன் பேசியபோது, அஜய் பிஸ்த் தன் ஆரம்பக் கல்வியை தங்கரிலிருக்கும் அரசு பள்ளியில் கற்றிருக்கிறார் என்பதைத் தெரிந்துகொண்டேன். பாஞ்சூர் கிராமம், யம்கேஷ்வர் தொகுதியின் தாங்கர் கிராமப் பஞ்சாயத்தின் ஓர் பகுதி. அஜய் இளமைப் பருவத்தில் மிக சாதுவான சிறுவனாக இருந்ததாகவும், எப்போதும் தன்னைச் சுற்றியிருப்பவர்களுக்கு உதவும் ஆர்வத்துடன் இருப்பார் என்றும் தீபக் தெரிவித்தார். தங்கூரிலிருக்கு அரசு பள்ளியில் 8-ஆம் வகுப்பு வரை மட்டுமே இருப்பதால், 9-ஆம் வகுப்பினைப் பயில சாம்கோட் அரசு பள்ளிக்கும், 10-ஆம் வகுப்பை முடிக்க திஹிரியின் காஜாவில் இருக்கும் அரசு பள்ளிக்கும் சென்றிருக்கிறார்.

யம்கேஷ்வரிலிருக்கும் மஹாயோகி குரு கோரக்நாத் கல்லூரியில் வரலாற்றுப் பேராசிரியராக இருக்கும் முனைவர் உமேஷ் தியாகி, குறிப்பிடும் போது யம்கேஷ்வர் பகுதிக்கு என்று ஓர் வரலாறு உண்டு,

இந்த பூமி பல தேசியவாதிகளையும் ஆன்மிகப் பெரியோர்களையும் உருவாக்கியுள்ளது என்றார். பீஷ்மா குக்ரெத்தி சொல்லும் நாட்டுபுறக் கதையின் படி யம்கேஷ்வர் கோவிலுக்குப் பின்னால் ஓர் அற்புதமான கதையொன்று உண்டு. உத்தராகண்டின் யம்கேஷ்வரிலிருக்கும் சிவன் ஆலயம் இன்று மிகவும் புகழ்பெற்று விளங்கும் திருக்கோவில்களுள் ஒன்று. யம்கேஷ்வர் பகுதி சாதெத் அல்லது சாத்தெதி நதியின் (சத்யபாமா அல்லது சத்யருத்ரா நதி) கரையோரத்தில் அமைந்துள்ளது. அதுமட்டுமின்றி இந்த இடத்தைச் சுற்றியிருக்கும் மும்முனைகளிலும் தகனம் செய்யும் இடம் அமைந்துள்ளது.

யம்கேஷ்வர் மஹாதேவர் கோவிலுக்குப் பின்னிருக்கும் கதை இது தான்: அங்கு வாழ்ந்த பெரும் முனிவர் மஹரிஷி மிரிகந்த், மனைவியான மருத்மதி இருவரும் சிவபெருமானிடம் ஓர் குழந்தை வரம் வேண்டி நெஞ்சுருக வேண்டினர். அதன் பயனாக கடவுள் அவருக்கோர் வரத்தை வழங்கினார். ஒன்று ஞானம் நிறைந்த குழந்தை ஆயுள் குறைவாய்க் கிடைக்கும். அல்லது அறிவில் குன்றி ஆயுள் நீண்ட ஓர் குழந்தை கிடைக்கும். இந்த இரண்டில் எந்தக் குழந்தை வேண்டும் என்ற தேர்வை முனிவருக்கும் அவர் மனைவிக்கும் வழங்கினார் சிவபெருமான். மிரிகந்த் முனிவர் முதலாவதைத் தேர்வு செய்தார். அதன் பயனாய் அவருக்கு மார்கண்டேயர் என்கிற முன்னுதாரண புருஷன் புதல்வனாகக் கிடைத்தான். ஆயுள் குன்றி மிக விரைவிலேயே மரணமடையும் விதியோடு வளர்ந்தான்.

நாரத முனிவர் ஜாதகத்தின் மூலமாக மார்க்கண்டேயருக்கு ஆயுள் குறைவு என்றும் அவருடைய பதினொன்றாம் வயதில் மரணமடைவார் என்ற தகவலையும் கண்டறிந்து தெரிவித்தார். இதைக் கேட்டு மிர்கந்த் முனிவர் மிகவும் துயரமுற்றார். நீண்ட ஆயுளைப் பெறுவதற்கான தீர்வினை மார்கண்டேயர் தேடி அலைந்தார். அப்போது மிரிகந்த் முனிவர் அவரை மனிகுத் மலை பீடபூமிக்குச் சென்று, சத்ருதா நதிக்கரையோரத்தில் மஹா மிருத்யுஞ்ஜெய் ஜபத்தை மேற்கொண்டு அங்கே தவம் புரியச் சொன்னார். அதன் படியே மார்கண்டேயர் மண்ணால் ஓர் சிவன் சிலையை வடித்துத் தன்னுடைய தவத்தை ஓர் ஆலமரத்தின் அடியில் துவங்கினார்.

அவர் மரணிக்கக் குறிக்கப்பட்ட நாளில் யமதர்மராஜர், மார்கண்டேயரின் உயிரை எடுப்பதற்காக வந்தார். அப்போது மார்கண்டேயர் அவருடைய மஹா மிருத்யுஞ்ஜெய் தவம் இன்னும் முழுமையடையவில்லை. எனவே சிறிது நேரம் காத்திருக்கச் சொன்னார். ஆயினும் கூட யமதர்மராஜர் அவருடைய ஆயுதத்தை மார்கண்டேயரின் மீது வீசினார். அப்போது மார்கண்டேயர் அவர்

வடித்திருந்த மண்ணாலான சிவன் உருவத்தை இறுகப் பற்றினர். அச்சமயத்தில் அவர் மீது பாய்ந்த ஆயுதம் அந்த சிவபெருமான் உருவத்தையும் தாக்கியது. உடைந்து சரிந்த உருவத்திலிருந்து மஹா மிருத்யுஞ்ஜெய் ருத்ரர் உதித்தெழுந்தார். சிவபெருமான் விஸ்வரூபம் எடுத்து நின்ற கோலத்தைக் கண்டு அஞ்சிய யமதர்மர் ஜம்ரடி கிராமத்தை(தற்போதைய யம்கேஷ்வர்) நோக்கி ஓடத் துவங்கினார். ஜம்ரதியில் சிவபெருமானை(சிவனின் மஹா மிருத்யுஞ்ஜெய் ருத்ர வடிவத்தை நோக்கி) நோக்கித் தவமிருக்கத் துவங்கினார்.

சிவபெருமான் யமராஜரிடம், எப்போதெல்லாம் மஹா மிருத்யுஞ்ஜெய் ஜபம் நடக்கிறதோ அப்போதெல்லாம், அங்கெல்லாம் அவர் நுழையவே கூடாது என உத்தரவிட்டார். அதுமட்டுமன்றி யமராஜர் ஜபம் மேற்கொண்ட இடத்தில் ஓர் சுயம்பு லிங்கம் தோன்றும் எனவும், அந்த சுயம்பு லிங்கத்தை நோக்கி யமராஜரை பூஜைகள் மற்றும் ஜபங்களை மேற்கொள்ளுமாறும் அறிவுறுத்தினார். யாரெல்லாம் இந்த யம சிவலிங்கத்துக்கு பூஜைகளையும் பிரார்த்தனைகளையும் மேற்கொள்கிறார்களோ அவர்களுக்கெல்லாம் நீண்ட ஆயுள் கிடைக்கும் எனத் தெரிவித்தார். யமராஜர் அந்த இடத்தில் சிவபெருமானை நோக்கி ஒரு வருட காலம் ஜபம் புரிந்தார். அதனால் அப்பகுதி யமகேஷ்வர் என அழைக்கப்பட்டது. மற்றும் அதன் அருகிலிருக்கும் கிராமங்களான தங்கர், பஞ்சூர், கண்டி, தமரணா, பித்யானி போன்ற இடங்களும் யம்கேஷ்வர் கொண்டிருந்த ஆழமான மதம் மற்றும் ஆன்மிகத்தின் தாக்கத்தைத் தன்னகத்தே கொண்டிருந்தது. அஜய் பிஸ்த் பாஞ்சூர் கிராமத்தில் வளர்ந்தவர். எனவே, இந்த ஆற்றல் மிகுந்த ஆன்மிக கதைகள் அவர் வாழ்வின் ஓர் அங்கமாகவே ஆகிவிட்டது.

கர்வாலில் 1931-ஆம் ஆண்டு நடைபெற்ற ‘சில்ப்கர் விடுதலை இயக்கத்தின்’ முக்கியத்துவத்தையும் கொண்டது யமகேஷ்வர். சமூகத்திலிருந்து தீண்டாமையை ஒழிப்பதற்காக மாபெரும் கருத்தரங்கு ‘சில்ப்கர்’களால் யம்கேஷ்வரில் நடத்தப்பட்டது. பஞ்சூருக்கு அருகிலிருக்கும் ‘கண்டி’ கிராமம் வரலாற்றுச் சிறப்பும், அரசியல் துடிப்பும் மிக்க பகுதிகளில் ஒன்று. இதை அந்தப் பகுதியின் அரசியல் தலைநகரம் என்று கூடச் சொல்லலாம். இந்தியாவின் விடுதலை இயக்கத்தின் போது, கோவிந்த் வல்லப் பந்த் தேசத்தின் இளைஞர்களைத் தங்களுடைய பூர்விகப் பகுதிகளை மேம்படுத்த வருமாறு அழைப்புவிடுத்தபோது, பனாரஸ் ஹிந்து பல்கலைக் கழகத்தின் மாணவராக இருந்த ஜகன்மோகன் சிங் நேகி பல்கலைக் கழகத்தை விட்டு வெளியேறி சுதந்திரப் போராட்ட இயக்கத்தில் இணைந்தார். தமர்னா கிராமத்தில் கிராண்டி சந்திர உனியால் என்பவர்

ரிஷிகேஷிலிருக்கும் ரிஹிகுல் மருத்துவக் கல்லூரியில் ஆயுர்வேத மருத்துவம், அறுவை சிகிச்சை இளங்கலை பட்டத்தைப் படித்து வந்தார். அந்தச் சிறப்பு மிகு பட்டப்படிப்பைப் பாதியில் உதறித் தன்னுடைய வாழ்நாளை சுதந்திரப் போராட்டத்துக்கென அர்ப்பணித்தார்.

இது போன்ற 26 ஆவணப்படுத்தப்பட்ட சுதந்திர போராட்டத் தியாகிகள் இந்தப் பகுதியில் இருந்து வந்து நம் நாட்டின் சுதந்திரப் போராட்ட இயக்கத்துக்காக மிகவும் ஆழமான அர்ப்பணிப்புகளை வழங்கி உள்ளனர். இந்த இடம் பிரிட்டிஷ்காரர்களால் பாகி (புரட்சிக்காரர்களின் பூமி) என அழைக்கப்பட்டது. இதைப் போன்ற புரட்சியாளரின் இயல்பை யோகி ஆதித்யநாத்துக்குள்ளும் நாம் பார்ப்பதில் ஆச்சரியமில்லை. அதுமட்டுமன்றி கண்டி கிராமத்தில் தான் மஹந்த் அவேதநாத் அவதரித்தார். அவர் அவருடைய குடும்பத்தையும், வீட்டையும் மிக இளைய வயதிலேயே விலகி நாத்பந்த் துறவியானார்.

பல வருடங்கள் கடந்த பின் மஹந்த் அவேதநாத், அஜயையும், அவருக்குள் ஒளிந்திருந்த மடத்தின் உண்மையான வாரிசையும் கண்டுகொண்டார். இது போன்ற ஆன்மிக அதிர்வலைகளின் மத்தியிலும் தேசிய ஆளுமைகளின் நல்ல தீர்வுகள் நிரம்பிய பகுதியிலும் வளர்ந்ததாலேயே அஜயிடமும் இந்தக் குணங்கள் மிக இயல்பாகவே அமைந்திருப்பதை இன்று நம்மால் உணர முடிகிறது.

•

ரிஷிகேஷில் தொடரப்பட்ட அஜயின் பள்ளிப் படிப்பு

உயர்நிலை வகுப்புகளான 11 மற்றும் 12-ஆம் வகுப்புக்கு அஜய் தற்போதைய உத்தராகண்டிலிருக்கும் ரிஷிகேஷ் பகுதிக்குச் சென்றார். அங்கே அவர் ஸ்ரீ பாரத் மந்திர் கல்லூரியில் அறிவியல் பாடங்களின் கூட்டுதொகுப்பாக ‘இயற்பியல், வேதியல் மற்றும் கணிதத்தை’ தம்முடைய முதன்மைப் பாடமாகத் தேர்வு செய்தார். அதனுடன் ஆங்கிலத்தையும் ஹிந்தியையும் பயின்றார். அச்சமயத்தில் அஜய் அவருடைய மூத்த சகோதரரான மனேந்திராவுடன் தங்கியிருந்தார். மனேந்திரா அங்கிருந்த கல்லூரியில் தன்னுடைய பட்டப்படிப்பை முடிக்கும் தருணத்திலிருந்தார்.

நான் அந்தப் பள்ளிக்கு நேரில் சென்றிருந்தபோது, அஜயின் முன்னாள் ஹிந்தி ஆசிரியர் ஸ்ரீ பன்ஷி தார் பொக்ரியால், உடற்பயிற்சி ஆசிரியர் ஸ்ரீ டிபிஎஸ் ரவத், கணித ஆசிரியர் ஸ்ரீ தேவேந்திர குமார் வர்ஷ்னே

ஆகியோர் பெருமை கொப்பளிக்க அஜய் அமர்ந்து படித்த வகுப்பறைகளைக் காட்டினர். யோகி ஆதித்யநாத்தின் பேச்சுக் கலையைக் குறித்து நாங்கள் கலந்துரையாடிய போது ஸ்ரீ பொக்ரியால், அஜய் பள்ளி காலத்திலேயே மிகச்சிறந்த பேச்சாளராக இருந்ததாகத் தெரிவித்தார். அந்தப் பள்ளியின் ஒவ்வொரு வாரமும் விவாத மேடைகள் ஒருங்கிணைக்கப்படுமாம். அப்போதெல்லாம் அஜய் தவறாமல் தொடர்ச்சியாகப் பங்கு கொள்வாராம்.

ஸ்ரீ வர்ஷ்னே, அஜய் அப்போது பேரார்வம் நிறைந்த மாணவராக இருப்பார் என்றும் தொடர்ந்து கேள்விகளைக் கொண்டேயிருப்பார் எனவும் நினைவுகூர்ந்தார். அதுமட்டுமன்றி அப்பள்ளியின் ஒழுக்கத்தை நிலைநாட்டும் பொறுப்பாளராக திரு.வர்ஷ்னே இருந்துள்ளார். அந்தக் காலகட்டத்தில அஜய் அவரிடம் சென்று மோசமான பழக்கங்களைக் கொண்டிருக்கும் மாணவர்களைக் குறித்து உதாரணமாகப் புகை பிடிக்கும் பழக்கம் கொண்ட மாணவர்களைக் குறித்து அப்போதே புகாரளிப்பாராம்.

'எங்கள் இருவருக்கும் பள்ளியில் ஒரே பெயர் இருந்தது. இதனால் ஆசிரியர்கள் மத்தியில் பெருங்குழப்பம் நிலவும்' என அஜய் பிஸ்த் என்ற பெயரையே தன் பெயராகவும் கொண்டிருந்த யோகியின் வகுப்புத் தோழர் ஒருவர் தெரிவித்தார். அஜயின் பெயரைக் கொண்டிருந்தவர் தற்போது நாடாளுமன்ற உறுப்பினராக இருக்கும் 'ரமேஷ் பொக்ரியால் நிஷாங்க்' குடன் நெருங்கிய தொடர்பில் இருக்கிறார். 2014- ல் நாடாளுமன்றத்தில் யோகியின் பதவியேற்பு விழா நிகழ்ந்த போது நிஷாங்க்குடன் அவரும் வருகை புரிந்திருக்கிறார். அப்போது அங்கிருந்த யோகி ஆதித்யநாத்தைப் பார்த்து அவரிடம் சென்று தன்னை அறிமுகம் செய்து கொண்டபோது யோகி , தன்னுடைய பால்ய கால நண்பனை நினைவு கூர்ந்து இறுக அணைத்துக்கொண்டதாகத் தெரிவித்தார்.

இந்தப் பள்ளி மஹந்த் பாரம்பரியத்தின் படி நடத்தப்படும் பள்ளி என்பது ஓர் தற்செயலான நிகழ்வு என ஸ்ரீ பொக்ரியால் நினைவு கூர்ந்தார். பாரத் மந்திர் அறக்கட்டளையின் 'மஹந்த்' கள் இந்தப் பள்ளியையும் மற்றும் உள்ளூர் மக்களின் நலத்துக்காக ரிஷிகேஷைச் சுற்றி மற்ற சில நிறுவனங்களையும் நடத்தி வருவதாகத் தெரிவித்தார். பாரத் மந்திர் என்ற பெயரிலிருக்கும் பாரத் என்ற பெயர் கடவுள் ஸ்ரீ ராமரின் சகோதரர் பரதனுடைய பெயருடன் தொடர்புபடுத்தி வைக்கப்பட்டது எனக் குறிப்பிட்டார்.

ராமாயணத்தில் ராவணனை வதம் செய்த பிறகு, ராவணன் வேத பிராமணராக இருந்ததால் ஸ்ரீ ராமரும் அவருடைய சகோதரர்களும்

பாவம் செய்தவர்களாகக் கருதப்பட்டார்கள். அந்தப் பாவத்திலிருந்து விமோசனம் பெறுவதற்காக அனைத்து சகோதரர்களும் ரிஷிகேஷம் வந்தனர். அங்கே தேவ்பிரயாக் என்ற இடத்தில் ஸ்ரீ ராமர் பூஜைகள் நடத்தியுள்ளார். இப்போது அந்த தேவ்பிரயாக் என்ற இடத்தில் ஸ்ரீ ராமரின் பெயரில் ரகுநாதர் ஆலயம் ஒன்று உண்டு. இலங்கையில் நிகழ்ந்த போரில் பலரைக் கொன்ற பாவத்துக்காக லட்சுமணர் குஷ்ட நோயால் அவதியுற்றார். அதற்கு விமோசனமாக அவர் கங்கை நதியருகே தினமும் பூஜைகள் நிகழ்த்தி அங்கே கிடைக்கும் வெதுவெதுப்பான கங்கை நீரில் நீராடி வந்து தன்னுடைய நோயிலிருந்து விமோசனத்தைப் பெற்றார். இந்த இடம் இப்போது 'லட்சுமண ஜுலா' எனப் பெரும் புகழோடு அழைக்கப்படுகிறது. அவரைத் தொடர்ந்து சத்ருகனனும் ரிஷிகேஷில் உள்ள 'முனி கி ரெதி' என்ற இடத்தில் பூஜை செய்ததன் அடையாளமாக ஒரு கோவிலுண்டு.

சகோதரர்கள் அனைவருள் மிகக் குறைந்த பாவத்தைப் புரிந்தவரான பரதர் மஹா விஷ்ணுவுக்கு ரிஷிகேஷில் பூஜைகள் செய்தார். அதன் பலனாய், அவர் எங்கெல்லாம் பூஜைகள் செய்கிறாரோ அந்த இடமெல்லாம் அவர் பெயராலேயே வழங்கப்படும் என்ற வரத்தை மஹா விஷ்ணு அவருக்கு வழங்கினார். எனவே அவர் பூஜித்த இடத்தில் பரதர் ஆலயம் ஒன்று மிக பிரமாண்டமாகக் கட்டப் பட்டுள்ளது, இந்த நாட்டிலேயே அவர் பெயரால் வழங்கப்படும் ஒரே ஆலயம் இது தான். மஹா விஷ்ணு ரிஷிகேஷ் நாரயணன் என்ற பெயரிலும் வழிபடப்படுகிறார். எனவே இந்த பூமி அவர் பெயராலேயே ரிஷிகேஷ் என அழைக்கப்படுவதாகவும் குறிப்பிட்டார்.

ஆண்டுகள் கடந்தபோது பாரத் மந்திர் அறக்கட்டளை சமூக நலத்திட்டங்களை முன்னெடுப்பதில் மிகவும் முனைப்புடன் செயல் பட்டது. 1920-களில் இந்த அறக்கட்டளை ஸ்ரீ பாரத் சமஸ்கிருத வித்யாலயா என்ற அமைப்பைத் தோற்றுவித்தது. மிகவும் தற்செயலாக யோகி ஆதித்யநாத்தின் குருவான மஹந்த் அவேதநாத்தும் இந்தப் பள்ளியிலேயே அவருடைய சம்ஸ்கிருத பாடங்களைக் கற்றுள்ளார். 1942-ல் பாரத் மந்திர் அறக்கட்டளையைச் சேர்ந்த மஹந்த் பரசுராம், பாரத் மந்திர் இன்டர் கல்லூரியை 6-ஆம் வகுப்பு முதல் 12 வகுப்பு வரையிலான மாணவர்களுக்காகத் தோற்றுவித்தார். இங்கு தான் அஜய் உயர்நிலைக் கல்வியைப் படித்தார். இன்று கூட இந்தப் பள்ளி அப்பகுதியின் மிகப் பெரிய பள்ளியாக அறியப்படுகிறது. 2002- ல், பாரத் மந்திர் அறக்கட்டளை, பாரத் மந்திர் கோவில் வளாகத்தினுள் பள்ளியைத் துவங்கியது.

பாரத் மந்திர் அறக்கட்டளை ஜோதி சிறப்புப் பள்ளியை உடல் குறைபாடுகொண்ட குழந்தைகளுக்காகத் துவங்கியது. 1972-ல், பாரத்

மந்திர் அறக்கட்டளையைச் சேர்ந்த லலித் மோகன் சர்மா பட்டப் படிப்புக் கல்லூரியைத் துவங்குவதற்காக மாநில அரசுக்கு ஓர் பெரும் நிலத்தைத் தானமாகக் கொடுத்தார். ஆண்டுகள் கடந்தபோது அரசு அங்கு கட்டப்பட்ட கல்லூரிக்கு பண்டிட் லலித் மோகன் சர்மா அரசு முதுநிலைக் கல்லூரி எனப் பெயரிட்டது. சந்தர்ப்பவசமாக கொத்வாரில் தன்னுடைய பட்டபடிப்பை முடித்த பிறகு அஜய் தன்னுடைய கணித முதுநிலைப் படிப்புக்காக இந்தக் கல்லூரியில் தான் சேர்ந்திருந்தார். ஆனாலும் கூட அவர் இந்த முதுநிலைப் படிப்பை முடிக்கவில்லை. காரணம் இந்த நேரத்தில்தான் அவர் கோரக்நாதர் மடத்துக்குச் சென்றார். அங்கே நாத் பந்தின் சன்யாசியாகத் தன் வாழ்வைத் தொடர்ந்தார். இன்றைய கிழக்கு உத்தரப் பிரதேசத்தில் மக்களின் நலனுக்காக மஹந்த் ஆதித்யநாத்தின் தலைமையின் கீழ் 44 வகையான கல்வி நிறுவனங்களை கோரக்நாத் மடம் நடத்தி வருவது கவனத்தில் கொள்ள வேண்டிய ஒன்று.

உத்தராகண்ட் மலைப்பகுதியில், நாத் பாரம்பரியம் மற்றும் கான்பத்தே சாதுக்களின் கதைகளும் இந்தப் பகுதி வாழ் மக்களின் நாட்டுப்புறக் கதைகளுள் ஒன்று என ஸ்ரீ பொக்ரியால் என்னிடம் தெரிவித்தார். ஸ்ரீ நகர், கர்வால் ஆகிய இரண்டு இடங்களிலும் நாத் பாரம்பரியத்துக்கென பிரம்மாண்ட கோவில்கள் உள்ளன. ரிஷிகேஷ், ஹரித்வாரில் கூட நாத் பாரம்பரியத்துக்கெனக் கோவில்கள் உண்டு.

•

கோத்வாரில் அஜயின் கல்லூரி நாட்கள்

1989-ஆம் ஆண்டு அஜய் கோத்வார் இருக்கும் அரசு கல்லூரியில் முதுகலைப் படிப்புக்காகச் சேர்ந்தார். அங்கும் அவர் அறிவியல் கணிதப் பாடத்தையே மீண்டும் தேர்வு செய்தார். கோத்வாரில், அஜயின் ஆரம்ப காலங்கள் குறித்த பல சுவாரஸ்ய துணுக்குக் கதைகளைக் கேட்க முடிந்தது. இந்தக் கதைகளின் மூலம் அஜயின் சிந்தனை முறை மற்றும் ஆளுமையைக் குறித்து நம்மால் புரிந்து கொள்ள முடிகிறது.

அஜயின் வகுப்பு தோழரான அனில் பிஸ்த், நம்மிடம் பேசியபோது, ராஜ் பூஷண் சிங் ரவத், அனில் பிஸ்த், சந்தீப் பிஸ்த், அனூப் கந்தாரி, ஹர்ஷ்பால் ரானா, அரவிந்த் பன்சால், நீரஜ் அகர்வால் மற்றும் மூன்று பெண்களான பபிதா ரானா, சரஸ்வதி ரவாத் மற்றும் ஆர்த்தி தோந்தியால் ஆகியோர் கொண்ட குழுவுடன் தான் அஜய் எப்போதும் இருப்பாராம். அதில் ராஜ் பூஷண் சிங் ரவாத் இன்றும் யோகி ஆதித்யநாத்தோடு மிக நெருக்கமான தொடர்பில் இருக்கிறார். யோகி

முதல்வராகப் பதவியேற்று லக்னோ சென்றபோது இவரும் அவருடன் இணைந்து லக்னோவுக்குச் சென்றுவிட்டார். ராஜ் பூஷன் சிங் ரவாத் ராஜா பாபு என அறியப்படுபவர். இவர் அவ்வப்போது நண்பர்கள் ஒன்றுகூடும் விழாக்களை ஒருங்கிணைப்பார். அதில் கல்லூரி காலத்து வகுப்புத் தோழர்கள் அனைவரும் ஒன்று கூடுவார்கள். அந்த சந்திப்பில் முன்னாள் வகுப்புத் தோழரும் இன்னாள் முதல்வருமான யோகி ஆதித்யநாத்துடன் தொடர்பு கொண்டு மகிழ்வார்கள் எனத் தெரிவித்தார்.

நீரஜ் அகர்வால் அஜயின் வகுப்புத் தோழர். இவர் தற்போது கோத்வாரில் நகைகடை நடத்தி வருகிறார். இவர் என்னிடம் பேசிய போது அஜயும் அவருடைய நண்பர்கள் குழுவும் தினசரி காலையில் மூன்று கி.மீ தூரம் கோத்வாரிலிருக்கும் ஜந்தா சக்குவிலிருந்து சித்பல்லி ஹனுமார் கோவில் வரை ஓடுவார்களாம். அதன் பின் இந்தக் குழு பாட்மின்டன் விளையாடச் சென்றுவிடுமாம். அப்போது அஜய் தன்னுடைய யோகப் பயிற்சிகளையும் தன்னுடைய அன்றாட உடற்பயிற்சிகளையும் மேற்கொள்வாராம். இந்த மொத்த நண்பர்கள் குழுவும் அவ்வப்போது ஒரு நாள் சுற்றுலாவுக்கு அருகிலிருக்கும் இடங்களான காலா கார், தட்கேஷ்வரம், முசோரி ஆகிய பகுதிகளுக்குச் செல்லத் திட்டமிடுவார்களாம். கோத்வார் என்பது மிகப் பெரிய மாநகரம். அங்கே அஜய் சர்வ சுதந்திரமாக இருந்தார். அஜய் மிகவும் எளிமையானவராக மென்மையானவராக இருந்த போது நகரத்தின் போக்குக்கு ஏற்றவாறு தன்னைத் தயார் செய்து கொள்வார். சில கல்லூரி காலத்துப் புகைப்படங்களில் அஜய் கண்ணாடி அணிந்திருப்பதைப் பார்க்க முடியும் எனத் தெரிவித்தார்.

அஜயைக் குறித்துப் பேசுகிறபோது, அவருடைய மற்றொரு வகுப்புத் தோழியான பபிதா ரானா நம்மிடம் தெரிவித்த கருத்து இது: அஜய் மிகவும் அமைதியான அடக்கமான இயல்புடையவராக இருந்தார். அவர் எப்போதுமே அவருடைய வகுப்புத் தோழர்களுக்கு உதவுவதில் மிகவும் ஆர்வம் கொண்டிருந்தார். தங்களுடைய முதலாம் ஆண்டு கல்லூரி காலத்தில் தங்களுடைய மற்றொரு வகுப்புத்தோழியான சரஸ்வதி ரவாத் கல்லூரி மாணவர் தேர்தலில் பொதுச் செயலாளர் பதவிக்கு நின்றபோது அஜய் உட்படத் தங்களுடைய குழுவிலிருந்த அனைவரும் அவருக்கான ஓட்டுப் பிரச்சாரத்துக்காக துகாதா என்ற இடத்துக்குச் சென்றதாகத் தெரிவித்தார். அங்கே அவர்களின் தேர்தல் பிரசாரத்தை அவர்கள் முடித்த போது மணி மாலை 6 ஆகியிருந்தது. அங்கிருந்து திரும்ப முயன்றபோது கல்லூரி மாணவர்கள் பயணச்சீட்டு எடுக்காமல் பயணிப்பதில் பெயர் போனவர்கள் என்பதால் எந்தப் பேருந்துகளும் அந்த நிறுத்தத்தில் நிற்கவில்லை. ஆனால் துரதிர்ஷ்ட

வசமாக கோத்வார் திரும்புவதற்கு இருந்த ஒரே போக்குவரத்து வாகனம் பேருந்துகள் மட்டுமே. அந்தக் காலத்திலெல்லாம் அலைபேசிகள் இன்னும் அறிமுகமாயிருக்கவில்லை. எனவே, தங்களின் இல்லங்களுக்கு அழைத்து விபரத்தைச் சொல்லவும் அவர்களால் இயலவில்லை.

அந்த நேரத்தில் பபிதா மிகவும் கவலையுற்று இருந்துள்ளார். அவருடைய பெற்றோர் அவரை வீட்டுக்குள்ளே அனுமதிக்க மாட்டார்கள் என அஞ்சினார். அழத் தொடங்கினார். அப்போது அங்கு வந்த ஓர் பேருந்தின் முன்பாக நடுரோட்டில் சென்று வழியை மறித்தபடி நின்றார் அஜய். வண்டி ஓட்டுநரோ வண்டியை நிறுத்தாமல் போகவே விரும்பினார். எனவே, எப்படியும் அஜய் பயந்து விலகிவிடுவார் என்று வண்டியை நிறுத்தாமல் வந்தார். அஜயோ எப்படியும் அந்த வண்டியில் எங்களை வீடுகளுக்கு பத்திரமாக ஏற்றிஅனுப்பிவிடவேண்டுமென்பதில் உறுதியாக இருந்தார். வண்டி அவரைநெருங்க நெருங்க எங்களுக்குப் பயம்தொற்றிக்கொண்டது. அஜயோ பாய்ந்து வரும் புலியைப் பூனையாக மதித்துப் புன்முறுவல் பூத்த முகத்துடன் அடக்கக் களம் புகுந்த மாவீரர் போல் கையை அழுத்தமாக உயர்த்திக் காட்டி வண்டியை நிற்கும்படிச் சொல்லிக் கொண்டிருந்தார். விலகிப் போய்விடுவார் என்று நினைத்துவந்த பேருந்து ஓட்டுநருக்கு என்ன செய்வதென்றே தெரியவில்லை. அஜய்க்கு வெகு அருகே வந்துவிட்டார். நாங்களெல்லாம் பயத்திலும் அச்சத்திலும் கவலையிலும் கத்த ஆரம்பித்துவிட்டோம். ஓட்டுநர் பதறிப் போய் சடன் பிரேக் போட்டு நிறுத்தினார். ஒரு நொடி தாமதித்திருந்தாலும் என்ன நடந்திருக்கும் என்று நினைக்கவே நடுக்கமாக இருக்கிறது.

அஜய்க்கு ஏதாவது நடந்திருந்தால் என்று அனைவரும் கவலையுற்றனர். ஆனால் அஜய்யோ எதுவுமே நடக்காததுபோல், நடத்துனரின் எச்சரிக்கையைக்கூடப் புறம்தள்ளி அங்கிருந்த அனைத்துப் பெண்களையும் மிக விரைவாகப் பேருந்தில் ஏறச் சொன்னார். அப்போது அந்தப் பெண்கள் தாங்கள் நிச்சயம் பயணச் சீட்டைப் பெறுவோம் என நடத்துனரிடம் உறுதியளித்தனர். ஒருவழியாக அங்கிருந்த மொத்தக் குழுவையும் எப்படியோ கோத்வார் கொண்டு வந்து சேர்த்தார் யோகி. இது ஒன்றும் சாதாரணச் சம்பவம் கிடையாது. இது அவர் பெண்கள் மீது கொண்டிருந்த பெரும் மரியாதையையும் பாதுகாப்பு உணர்வையும் காட்டுகிறது. இன்று உத்தரப் பிரதேச மாநிலத்தின் மொத்தப் பெண்களின் பாதுகாப்புக்காக யோகியின் நிர்வாகம் உருவாக்கியிருக்கும் 'ஈவ் டீசிங் தடுப்புப் படை' நடவடிக்கையிலும் அதே உணர்வு வெளிப்படுகிறது.

ஏ.பி.வி.பி

அஜய்க்கு எப்போதுமே அரசியலில் ஆர்வம் உண்டு. அவர் கல்லூரியில் படித்தபோதே மாணவர் அரசியலில் இணைவதில் ஆர்வமாக இருந்தார். அவருடைய சகோதரி கவுசல்யா, கொத்வார் பகுதியில் மணம்புரிந்து வாழ்ந்து வருகிறார். அவருடைய மைத்துனர் இந்திய மாணவர் கூட்டமைப்பிலிருந்தார் (SFI). அது இடது சாரி மாணவ அமைப்பாக இருந்தது. இது இந்தியாவின் மார்க்ஸிஸ்ட் கம்யூனிஸ்ட் கட்சியுடன் இணைந்திருந்தது. அவருடைய மைத்துனர் அவரை SFI அமைப்பின் கீழ் மாணவர் அரசியலில் இணைவதற்கு அவரை இசைவுபடுத்தியிருந்தார். ஆனால் பிரமோத் ராவத்(செல்லப் பெயர் துன்னா) அவரை வேறு விதமாக இசைவுபடுத்தி அவரை அகில பாரதிய வித்யார்த்தி பரிஷத்தில் (ஏ.பி.வி.பி) இணைய வைத்தார். இது ஆர்.எஸ்.எஸ்-ஸின் மாணவர் அணியாகச் செயல்பட்டது. ஏ.பி.வி.பி-யில் இணைந்த பின் அஜய் மிகவும் துடிப்புடன் களத்தில் செயல்பட்டார். அப்பகுதியில் ஏ.பி.வி.பியால் ஒருங்கிணைக்கப்பட்ட நிகழ்ச்சிகள், பிரசாரங்கள் போராட்டங்கள் என அனைத்திலும் முன்னிலை வகித்தார் அஜய். ஒரு முறை, உத்தராகண்டைப் பிரிக்கும் இயக்கத்தின் போராட்டத்தின் போது அஜய் காவலர்களின் தடியடியை எதிர்கொண்டு மூத்த தொண்டரான ராகேஷ் கேமொலி அவர்களைக் காப்பாற்றினார். கோத்வார் பூமி சமூகம் மற்றும் அரசியல் இயக்கங்கள் குறித்த முதல் பாடத்தை அவருக்குக் கற்றுக் கொடுத்தது.

அஜயின் கோத்வார் நாட்களைப் பற்றி அவருடைய வகுப்புத் தோழரான அனில் பிஸ்த் நம்மிடம் பேசினார். அஜய் அவருடைய கல்லூரியின் இறுதி ஆண்டில் படித்துக் கொண்டிருந்தபோது, ஏ.பி.வி.பி. கருத்தரங்கு ஒன்று மிகப் பெரிய அளவில் கோத்வாரில் நடத்தப்பட்டது. அதில் வெளியூரிலிருந்து வந்திருந்த தொண்டர் ஒருவர் காலரா நோயினால் பாதிக்கப்பட்டு அந்தக் கருத்தரங்கம் நடந்து கொண்டிருந்தபோதே எதிர்பாராவிதமாக உயிர் நீத்தார். அப்போது அந்த உடலைக் கையாள யாரும் முன்வராத வேளையில் அஜய் அவருடன் மற்றோர் தொண்டரை இணைத்துக்கொண்டு உயிர் நீத்தவரின் உடலை அவருடைய குடும்பத்தினரிடம் சரியாகக்கொண்டு சேர்ப்பதற்கான பணிகளைத் துவக்கினார். இதைச் செய்தபோது அஜயும் கடுமையாகப் பாதிக்கப்பட்டு மருத்துவமனையில் அனுமதிக்கப்பட்டார். தனக்கும் நோய் வரக்கூடும் என்று தெரிந்திருந்தும் அவர் அப்படி நடந்துகொண்டது எங்களுக்கு அப்போது பெரும் நெகிழ்சியாக இருந்தது.

அவர் கல்லூரி படித்தபோதும் சரி, தற்போது மாநிலத்தை முதல்வராக ஆளும் போதும் சரி... ஒருவர் மீதான அந்த அக்கறை உணர்வும்,

தேவைப்படுவோருக்கு உதவ வேண்டும் என்ற அந்த உந்துதலும் அவரிடம் எப்போதுமே உறுதியாகத் தென்பட்டுள்ளது. மக்களின் வாழ்க்கைத் தரத்தை உயர்த்த வேண்டும் என்பதில் அவர் கொண்டுள்ள அக்கறை அவருடைய நடவடிக்கைகளிலேயே நமக்குப் புலப்படுகிறது.

அஜய் சந்தித்த முதல் தேர்தல் தோல்வி

1992-ல் அஜய் கல்லூரியில் மாணவ சங்கத் தேர்தலில் செயலாளர் பதவிக்குப் போட்டியிட விரும்பினார். ஏ.பி.வி.பி.யின் மூலமாக அந்தச் செயலாளர் பதவிக்கான வேட்பாளராக அவர் நின்றிருக்க முடியும். ஆனால் மற்றொரு மாணவரான பத்மேஷ் புதல்கோடியும் ஏ.பி.வி.பி.யின் சார்பாக அந்த பதவிக்கு நிற்க விரும்பியிருந்தார். இந்த உட்கட்சிப் பிரச்னையைத் தீர்க்கும் விதமாக ஏ.பி.வி.பி. மூன்றாம் நபரான தீப் ப்ரகாஷ் பட் க்கு அந்த இடத்தை வழங்கியது. தனக்கு ஏ.பி.வி.பி.யிலிருந்து இடம் கிடைக்காத ஆதங்கத்தில் அதே பதவிக்கு சுயேட்சையாக நின்றார். தோற்றும் போனார். அருண் திவாரி என்ற மாணவர் அந்தப் பதவியை வென்றதாக அறிவிக்கப்பட்டது. அந்த அருண் திவாரி தற்போது சமாஜ்வாதி கட்சியில் மிகவும் துடிப்பாக இருக்கும் உறுப்பினர். பத்மேஷ் புதல்கோடி கோத்வார் ஆர்.எஸ்.எஸ்-ஸில் இருக்கும் துடிப்பான உறுப்பினர்.

இதுதான் அஜய் பிஸ்த் பங்கெடுத்த முதல் தேர்தல். அதன் பின் அவர் பங்கெடுத்த எந்தத் தேர்தலிலும் அவருக்கு தோல்வியென்பதே இன்றுவரையிலும் இல்லை. அஜய் என்கிற யோகி ஆதித்யநாத் அவர் பங்கு கொண்ட ஐந்து மக்களவைத் தேர்தல்களிலும் வெற்றியை மட்டுமே கண்டுள்ளார்.

அஜயின் வகுப்புத் தோழரான அனில் பிஸ்த் இந்தத் தேர்தல் சம்பவத்தை விளக்குகிறபோது நம்மிடம் சொன்னது: இந்த தேர்தலுக்கான பிரசாரத் தயாரிப்பின் போது, அஜய் அவருடைய நண்பரின் அறையில் ஒரு இரவு தங்கியுள்ளார். அப்போது அவருடைய அறையை யாரோ உடைத்து அங்கிருந்த அஜயின் சான்றிதழ்கள், ஆவணங்கள், மற்ற சில பொருட்களையும் திருடிச் சென்றுள்ளனர். இந்த சம்பவம் அஜயை மிகவும் தொந்தரவுக்குள்ளாக்கியதாகவும் அதனால் அவரால் தேர்தல் வேலைகளில் அச்சமயத்தில் முழுமையாக ஈடுபட இயலவில்லை எனவும் தெரிவித்தார்.

●

அஜயின் பெற்றோர் துறவியான யோகி ஆதித்யநாத்தைச் சந்தித்த போது

தன்னுடைய பட்டப்படிப்பை கோத்வாரில் முடித்த பின், அஜய் கணிதத்தில் முதுநிலை படிப்பதற்காக 1992-ஆம் ஆண்டு ரிஷிகேஷிலிருக்கும் பண்டிட் லலித் மோகன் சர்மா அரசு முதுநிலைக் கல்லூரியில் இணைந்தார். அவருடைய முதுநிலையின் முதலாம் ஆண்டில் இருந்தபோது கோரக்பூருக்குச் சென்று வர துவங்கினார். அங்கே அவர் மஹந்த் அவேதநாத் அவர்களைச் சந்திக்கவும் செய்தார். இரண்டு சந்திப்புகளுக்குப் பின் கோரக்பூர் மடத்திலேயே முழு நேர சீடராக இணைந்துவிடுமாறு அஜயை கேட்டுக்கொண்டார் மஹந்த் அவேதநாத். நவம்பர் 1993-ஆம் ஆண்டு அஜய் கிராமத்தை விட்டு, பெற்றோரை விட்டு, நண்பர்களை விட்டு, படிப்பை விட்டு, குடும்பத்திலிருக்கும் ஒரு சிலரைத் தவிர வேறு யாரிடமும் சொல்லிக்கொள்ளாமல் கோரக்பூருக்குச் சென்றார். பிப்ரவரி 15, 1994-ஆம் ஆண்டு அஜய் நாத் பந்த் யோகியாக அவருடைய குரு மஹந்த் அவேதநாத்தால் அபிஷேகம் செய்யப்பட்டார்.

இந்த நிகழ்வுக்கு இரண்டு மாதங்கள் கழித்துதான், அதுவும் நாளிதழின் வாயிலாகவே, அஜயின் பெற்றோர் அவர் சன்யாசம் பெற்றிருப்பதைக் குறித்து அறிந்துகொண்டார்கள். அது நாள் வரை அவருடைய பெற்றோர் அவர் கோரக்பூருக்கு வேலை வாய்ப்பு தேடிச் சென்றிருப்பதாகவே நினைத்திருந்தனர். இதை அறிந்த பின் அஜயின் பெற்றோர் கோரக்பூருக்கு உடனே அடுத்த ரயில் பிடித்துப் புறப்பட்டனர். அவர்கள் மடத்துக்குச் சென்றபோது ஸ்ரீ ஆனந்த் சிங் பிஸ்த் தன் மகன் அஜயை சன்யாசி உடையில் பார்த்தபோது அதிர்ந்து போனார். அப்போது மஹந்த் அவேதநாத் வெளியூர் சென்றிருந்தார். அதனால் அஜய் அவர்களே அவரின் பெற்றொரை அமைதிப்படுத்தி அவரின் குருவுடன் தொலைபேசியில் பேசச் செய்தார்.

மஹந்த் அவேதநாத் அஜயின் தந்தையிடம் இப்போது உங்கள் மகன் அஜய் யோகி ஆதித்யநாத்-ஆக இருக்கிறார். உங்களின் நான்கு மகன்களில் ஒருவர் என்னோடு இணைந்து தேசத்தை வளர்ப்பதற்காகவும் ஹிந்து மதத்தை வலுப்படுத்தவும் வந்துள்ளார். எனவே, தயவு கூர்ந்து அவரை நாட்டுக்கு சேவையாற்ற அனுமதியுங்கள் என கேட்டுக்கொண்டார். துவக்க கால எதிர்ப்புக்கு பிறகு அவர்கள் முழு மனதோடு சம்மதித்தனர்.

அதற்கு சரியாக இரண்டு மாதங்கள் கழித்து யோகி ஆதித்யநாத் உத்தராகண்டிலிருக்கும் பஞ்சூர் கிராமத்துக்குத் தன் தாயிடம் யாசகம்

கோருவதற்காக வந்திருந்தார். இது சன்யாச மரபின் ஓர் பகுதி. அதன் பிறகு அஜயின் பெற்றோர் யோகி ஆதித்யநாத்தை கோரக்பூர் மடத்தில் இருமுறை சந்தித்துள்ளனர். இப்போது அவர்கள் மற்றவர்களை போலவே அவருடைய இடத்துக்கு மதிப்பளித்து, அவர் வகிக்கும் பொறுப்பின் முக்கியத்துவம் உணர்ந்து யோகியை 'மஹராஜ் ஜி' என்றே அழைக்கின்றனர். குடும்பங்களில் நிகழும் சில முக்கியமான விழாக்களுக்காக யோகி ஆதித்யநாத்தும் சொந்த ஊருக்கு சில முறை வந்திருக்கிறார். உத்தராகண்டில் அவருடைய கிராமத்துக்கு அருகில் மஹாயோகி குரு கோரக்நாத் கல்லூரியை கோரக்பூர் நிர்வாகத்தின் கீழ் யோகி ஆதித்யநாத் தோற்றுவித்துள்ளார்.

அஜயின் பெற்றோருடனான நம் உரையாடலை நாம் நிறைவு செய்தபோது, இந்த உத்தராகண்ட் மலைப்பிரதேசம் கோவிந்த் வல்லப் பந்த், ஹேமாவதி நந்தன் பஹுகுனா, நாராயண தத் திவாரி ஆகியோரை உத்தரப் பிரதேசத்தின் முதல்வராகக் கொடுத்துள்ளது. இப்போது இந்த வீடு யோகி ஆதித்யநாத்தை நான்காம் முதல்வராகக் கொடுத்துள்ளது என நாம் சொன்னோம். சாவித்திரி அம்மையார், சிறு வயதில் அஜய் எப்போதுமே மக்களுக்கு சேவை ஆற்ற வேண்டும் என விருப்பம் கொண்டிருப்பார். தற்போது அதையே செய்து வருகிறார் எனப் பெருமைபொங்க நினைவுகூர்ந்தார்.

இறைவன் அஜயின் பெற்றோராக எங்களைப் படைத்து ஆசிர்வதித்துள்ளார். இன்று நம் நாட்டின் மாபெரும் மாநிலத்தின் முதல்வராக இருக்கும் துறவியைக் கண்டு தாங்கள் பெருமை கொள்வதாக ஈரமான அதேநேரம் நிறைவான கண்களுடன் ஸ்ரீஆனந்த் சிங் பஸ்த் தெரிவித்தார்.

●

நன்றியுரை

என்னுடைய வாசகர்களுக்கு யோகி ஆதித்யநாத்தின் வாழ்க்கை வரலாற்றைக் கொண்டு சேர்க்க உதவியதற்காகப் பலருக்கு என் ஆத்மார்த்தமான நன்றிகள். இந்தப் புத்தகத்தை எழுதும் பொருட்டு நான் யார் யாருடன் எல்லாம் தொடர்பு கொண்டேனோ அவர்களுக்கு எல்லாம் என் மனமார்ந்த நன்றியைத் தெரிவிக்கிறேன். அதில் ஒரு சில பெயர்களைப் பதிவு செய்ய விரும்புகிறேன். காரணம், அவர்களின்றி இந்தப் புத்தகம் சாத்தியமே இல்லை .

முதலில் நான் சவிதா தேவிக்கு என் நன்றிகளை சமர்ப்பிக்கிறேன். ஆனந்த் சிங் பிஸ்த், தீபக் சந்திரா, டாக்டர் உமேஷ் தியாகி (இவர் பல மணி நேரம் யோகியின் குழந்தைப் பருவ கதைகளை எனக்கு விரிவாகக் கூறியவர் மற்றும் இன்று நாம் அனைவரும் அறிந்த வசீகரமிக்க தலைவர் குறித்த புரிதலை எனக்கு ஏற்படுத்தியவர்) ஆகியோருக்கு நன்றி.

பத்மேஷ் புத்லாகொடி, ஆகாஷ் ராவாட், நீரஜ் அகர்வால், பபிதா ராணா, அனில் பிஸ்த் இவர்கள் யோகியின் சிறு வயது நாட்களைக் குறித்தும் பின்னாளில் பெரும் சாதனையாளராக வரக்கூடிய யோகியின் இளமைக்காலம் குறித்த முழுச் சித்திரத்தையும் கொடுத்தனர்.

பாரத் மந்திர் இன்டர் காலேஜில் இருக்கும் ஆசிரியர்கள், பன்சி தார், போக்ரியால், டிபிஎஸ் ராவத், தேவேந்திர குமார் வார்ஸ்னே, யோகியின் வகுப்புத் தோழரான அஜய் பிஸ்த் ஆகியோருக்கு என் மனமார்ந்த நன்றிகள். காரணம் இவர்கள்தான் ரிஷிகேஷில் யோகியின் பள்ளிப் பருவக் கதைகளை எனக்குக் கூறியவர்கள்.

ரவி பிரகாஷ் அவர்களுக்கு என் சிறப்பு நன்றி. அவர்தான் என்னை பாரத் மந்திரி இன்டர் காலேஜ் ஆசிரியர்களுக்கு அறிமுகப்படுத்தியவர்.

துவாரகா நாத் திவாரி, பிரதீப் ராவ், பி.கே மால், அருணேஷ் சாஹி மற்றும் மடத்திலுள்ள அனைத்து தன்னார்வலர்கள், சாதுக்கள் அனைவருக்கு என் நன்றி. இவர்கள் தான் சன்யாசத்துக்குப் பின்னான யோகியின் வாழ்வு குறித்த தகவல்களைத் தெரிந்துகொள்ள உதவியவர்கள்.

யோகி ஆதித்யநாத்துக்கு நெருக்கமானவர்களுடன் எனக்கு தொடர்பினை ஏற்படுத்திய ராஜ் பூஷன் சிங் ராவத்துக்கு என் நன்றி. யோகி ஆதித்யநாத்தின் அரிய புகைப்படங்களைத் தந்துதவிய கோரக்நாத் மடத்தின் கணினிப் பணியாளருக்கு என் தனிப்பட்ட நன்றி.

இந்தப் புத்தகத்துக்கான இணையத் தேடலுக்குப் பேருதவியாக இருந்த அக்ஷய் குமார் சிங் மற்றும் பிரதீப் சர்மா ஆகியோருக்கு என் நன்றி.

ஸ்வப்னிக்கா துகு, மேகா முகர்ஜி இருவருக்கும் இந்தப் புத்தகத்தை காப்பி எடிட்டிங் செய்தமைக்காக என் நன்றி. சந்தீப் தியோ, ராஜிவ் திவாரி போன்ற நண்பர்களைப் பெற்றதற்கு பெரும் நன்றிக்கடன் பட்டுள்ளேன். இவர்கள் ஒவ்வொரு படிநிலையிலும் இதைப் படித்து நேர்மையான பின்னூட்டத்தை அளித்தவர்கள். இதை ஆங்கிலத்தில் பதிப்பித்த ப்ளூம்பெரி இந்தியா நிறுவனத்தைச் சேர்ந்த பதிப்பாளர் பிரவீன் திவாரிக்கு நெஞ்சார்ந்த நன்றி.

சையத் தில்சாத் அலிக்கு மிகச் சிறப்பான ஆங்கிலப் புத்தக முகப்பு வடிவமைப்பை வழங்கியமைக்காக நன்றிகள். என் இந்த ஆய்வுக்கான பயணம் முழுவதிலும் அனைத்து நேர்காணல்கள் மற்றும் புகைப்படம் எடுத்துக்கொடுத்து உதவிய வைபவ் குப்தாவுக்கும் நன்றி. சதேந்திர சிங் மற்றும் புஷ்கர் சர்மா ஆகியோர் இந்த சுயசரிதைக்கான தேடல் பயணத்தில் என் பயணங்களுக்குப் பேருதவியாக நின்றனர்.

மிக முக்கியமாக நான் என்னுடைய மனைவி சுவேதா ராவ் துகுவுக்கு நன்றி. என்னை எப்போதும் ஊக்கத்துடனும் உற்சாகத்துடனும் வைத்திருந்து, என்னுடைய ஒழுங்கற்ற நேரம் மற்றும் பயண அட்டவணையை எந்தப் புகாரும் இன்றி ஏற்றுக்கொண்டு இந்தப் புத்தகத்தை முடிக்க எனக்கு முழு ஊக்கம் அளித்த என் மகன் அபிராமுக்கு என் நன்றி. இறுதியாக இவையனைத்துக்கும் மேலாக, என்னை எப்போதும் நம்பும் என் பெற்றோர், குடும்பத்தாரின் பிரார்த்தனைகளும் ஆசிகளும் இன்றி இது சாத்தியமாகியிராது. அவர்களுக்கு என் நன்றிகள்.

•

உதவிய நூல்கள், கட்டுரைகள்

Uttar Pradesh – 'Vikas ki Pratiksha mein', by Shantanu Gupta, Bloomsbury, India

Yogi Adityanath's first press conference as the new CM of UP - ndtv.com

Home work ho chukka hai, ab bas nirnay, panchjanya.com

Panchayat AajTak, 5th May, 2017

Yogi's Janta Darbar. indiatoday.intoday.in

UP Chief Minister Yogi Adityanath in Aap Ki Adalat, India TV

Amar Singh in Aap Ki Adalat, 2017

www.indiasamvad.co.in/special-stories/sulkhan-singh-appointed-as-up-police-dgp-yogi-govt-21362

Top 16 decisions in 30 days: Yogi Adityanath's first month as Uttar Pradesh CM - hindustantimes.com

Uttar Pradesh prevention of cow slaughter act-1955 - nyaaya.in

Slaughterhouse crackdown - here is all you need to know - firstpost.com

Crime against women highest in Uttar Pradesh: NCW - indiatoday.intoday.in/story/crime-against-women-highest-in-uttar-pradesh-ncw/1/733934.html

Yogi Adityanath Speaks At 'Panchayat AajTak' – Uttar Pradesh

Yogi Adityanath govt decides to waive farm loans in Uttar Pradesh: livemint.com

UP Sugarcane arrears breachrs 6000 crore mark - business-standard.com

UP CM orders probe into Mayawati's sale of sugar mills - newindianexpress.com

Gomti river front investigation - indiatoday.intoday.in

Nitish Kumar asks up Yogi to not come to Bihar empty hand - zeenews.india.com

In bihar Yogi dares Nitish to close illegal slaughterhouses - indianexpress.com

Why UP CM Yogi Adityanath could do the trick for the bjp in Bihar - hindustantimes.com

Yogi's UP budget: Education funds slashed, Akhilesh laptops go to junkyard - business-standard.com

Many BJP lawmakers from east up offer to vacate their seats for Yogi - hindustantimes.com

Magic Letter That Gets All Work Done In Yogi Adityanath's Gorakhpur Durbar - Youtube

CM Yogi's residence a new citadel for those in trouble - asianage.com

PM lays foundation stone for aiims in gorakhpur - ndtv.com

164.100.47.194/Loksabha/Members/MemberBioprofile.aspx

For state leader Modi taps firebrand politician who once advocated killing muslims - washingtonpost.com

Firebrand Hindu cleric Yogi Adityanath picked as UP Minister - nytimes.com

NY Times calls Yogi head of militant hindu temple - indiasamvad.co.in

What is Yogi Adityanath's Hindu YuvaVahini? - indianexpress.com

RSS asks Adityanath to disband the hindu yuva vahini - scroll.in

Demand for Yogi's hindu yuva vahini membership soars - www.financialexpress.com

love-jihad - Stephen Brown - www.frontpagemag.com

Kerala CM criticised for speaking out against *love-jihad*. The Economic Times.

love-jihad terrors new mantra - news.rediff.com

SNDP to join fight against *love-jihad* - newindianexpress.com

Not just White girls Pak Muslim men sexually target Hindu and Sikh girls as well - timesofindia.indiatimes.com

Police protect girls forced to convert to islam - standard.co.uk

love-jihad - Taekwondo national player from kanpur UP - indiatoday.intoday.in

love-jihad sparks hate in Bangalore - timesofindia.indiatimes.com

Kerala's missing youths - spate of conversions - love-jihad cases hint at more disappearances - firstpost.com

love-jihad religious conversions - economictimes.indiatimes.com

A first CBKI chargesheet in an alleged case of *love-jihad* - news18.com

Five statements of Yogi that reflect who he is - newindianexpress.com

Yogi Adityanath cried in Lok Sabha - zeenews.india.com, youtube.com

Ahmedabad blasts brains: SIMI man, techie - timesofindia.indiatimes.com

One killed six injured in attack on BJP MP's convoy - hindustantimes.com, zeenews.india.com, newsnation.in

Yogi Adityanath says those who avoid yoga can leave India - thehindu.com

From *love-jihad* conversion to SRK : 10 controversial comments by Yogi - hindustantimes.com

Given chance will put Ganesh idols in all mosque, Yogi - www.deccanchronicle.com

No difference between Shah Rukh Khan and Hafiz Saeed, Yogi - indianexpress.com

BJP MP Yogi Adityanath accuses mother Teresa of religious conversion - economictimes.indiatimes.com

Subramanian Swamy backs Yogi's attack on mother Teresa - Business-standard.com

Politically incorrect it may be but there is an underlying truth to Yogi Adityanath's views on Taj Mahal - swarajyamag.com

This BJP MP (Yogi) thinks pakistan is worse than satan - tribune.com.pk

BJP's Yogi Adityanath praises Donald Trump's immigration ban... says india needs it - ndtv.com

The Yogi and the Fanatic. Will Eastern UP be the Next Gujarat? peoplesdemocracy.in

Adityanath as UP CM - uttam pradesh or yogi pradesh - business-standard.com

This is what has changed at Ram Janmabhoomi since Yogi took over - swarajyamag.com

www.jansatta.com

www.prsindia.org/mptrack/yogiadityanath

www.prsindia.org/mptrack/rahulgandhi

loksabha.nic.in/

hinduyuvavahini.in/samvidhan.aspx

www.gorakhnathmandir.in

yogigorakshnath.org/members-of-sampradaya/

indianexpress.com/profile/columnist/christophe-jaffrelot/

Yogi Adityanath and the Hindu YuvaVahini, Dhirendra K. Jha

Ayodhya: The Dark Night, Krishna and Dhirendra K. Jha

Rashtra Sant, Mahant Avaidyanath, Mahant Avaidyanath Nyas, Gorakhpur

Shiva: The Wild God of Power and Ecstasy. Inner Traditions, Wolf-Dieter Storl (2004)

www.britannica.com/topic/Natha

Mallinson, James (2011) *'NathSampradaya'* In: Brill Encyclopedia of Hinduism Vol. 3. Brill,

NathSampradaya by Hazari Prasad Dwivedi, 1950, Publisher: Hindustan Academy, Uttar Pradesh, Allahabad

Goraknath and the Kanphata Yogis, George Weston Briggs, 1938, Motilal Banarsidass Publishers

Gorakhnath and the Kanphata Yogis, 6th Edition (2009 Reprint), George Weston Briggs (1938), MotilalBanarsidass

Philosophy of Gorakhnath with Goraksha-Vacana-Sangraha, AK Banerjea (1983)

Who Invented Hinduism, David Lorenzen, Yoda Press, (2006)

Shri Gorakhnath Mandir Evam Gorakhpur ka Itihas, Shri Gorakhnath Mandir

Garhwal Ki Lok Kathayen, Bhishma Kukreti, 1984, Binsar Prakashan

•

www.ingramcontent.com/pod-product-compliance
Lightning Source LLC
LaVergne TN
LVHW090336051026
849518LV00005B/1967
* 9 7 8 8 1 8 4 9 3 9 8 8 0 *